அறியப்படாத தமிழ்மொழி

முனைவர். கண்ணபிரான் இரவிசங்கர்

(KRS | கரச)

தடாகம்

தடாகம்

அறியப்படாத தமிழ்மொழி
முனைவர். கண்ணபிரான் இரவிசங்கர் (கரச)
உரிமை : ஆசிரியருக்கு
முதற்பதிப்பு : மே 2018
முகப்பு ஓவியம் : ஹாசிப்கான்
நூல் மற்றும் அட்டை வடிவமைப்பு : மெய்யருள்

Ariyappadaatha Thamizhmozhi
Author - Dr. Kannabiran Ravishankar (KRS)
(C) Author ◆ First Edition - May 2018

Published by Thadagam, 112,Thiruvalluvar Salai,
Thiruvanmiyur, Chennai 600041
Phone : +91- 44 - 4310 0442 | +91 - 89399 67179
www.thadagam.com ◆ info@thadagam.com
buy online : www.panuval.com/aptm

ISBN : 978-81-934765-6-7
INR : 320.00

தமிழ்

அறியப்படாத தமிழ்மொழி

முனைவர். கண்ணபிரான் இரவிசங்கர் (KRS | கரச)

கே.ஆர்.எஸ் என்று பதிவுலகில்/சமூக ஊடகவெளியில் பரவலாக அறியப்படும் முனைவர். கண்ணபிரான் இரவிசங்கர், தமிழ் மொழியின் பால் நனிவளர் பெருங் காதல் ஆராது கொண்டவர். மொழியின் தொன்மத்திலும் தொடர்ச்சியிலும், அறிவியல் பாதை சார்ந்த தமிழ் இயக்கத்திலும், பங்களிப்பு செய்து வரும் இளைஞர்.

தமிழின் நலங்கள், இலக்கிய அறிஞர்களின் அளவிலேயே நின்று விடாது, ஒவ்வோர் இல்லத்திலும் திகழ..

- தமிழில் இறைமை/தமிழில் குழந்தைப் பெயர்கள்,
- தமிழில் கலைச்சொல்/தமிழிசை பரவல்,
- தமிழின் அடிப்படை இலக்கணம்,
- தமிழியலில் கலந்துவிட்ட பிற மொழி/பிற மரபுகளின் மறைப்பு விலக்கல்,
- மெய்த்தமிழ்/சங்கத் தமிழ் அறிந்து அறிவித்தல்,
- தமிழில் வானியல்/அறிவியல் காதல் வளர்த்தல்..

என்று பல புலங்களில், தமிழ் மக்களோடு நேரடியாக இயங்கி வருபவர்!

வடார்க்காடு மாவட்ட மரபில் தோன்றி, தென் தமிழக/ஈழ மரபுகளில் ஆழ ஊன்றி, சிங்கை முதலான கீழை நாடுகள், ஐரோப்பிய நாடுகள், அமெரிக்கக் கண்டங்களில் பரவலான பயணம் செய்து வருவதால், ஆங்காங்குள்ள மொழிமரபுகளைத் தமிழோடு ஒப்புநோக்கலும், மொழி வேர்ச்சொல் ஆய்தலும் இவர் நனி விருப்பம்.

தொழில்நுட்பம் பயின்று வங்கியியலில் பணியாற்றி வரினும், UC Berkeley -இல் தமிழியல் முனைவர் பட்டமும் பெற்று, பகுதி நேரப் பேராசியராகவும் வலம் வருபவர்.

தமிழ் மட்டுமன்றி வடமொழியும் (சம்ஸ்கிருதம்) பயின்றமையால், இரு வேறு மரபியல் நுனித்து வேறுபடுத்திக் காட்ட வல்லவர். சாம வேதம்/ சாந்தோக்ய உபநிடப் பாடம் வல்லார். சமணம், பௌத்தம், கிறித்துவம்,

இசுலாம் உள்ளடக்கிய தமிழின் பக்தி இலக்கியத்தை ஆழ வாசித்து, ஆழ்வார் அருளிச்செயலும், நாயன்மார் நற்றமிழ்த் தேவாரங்களும், இராமானுச மரபுகளும், திராவிட/தமிழ் இயக்க வரலாறும் நனி பயின்றவர்.

எது பயின்றிடினும், இயற்கையோடு இயைந்த வாழ்வான சங்கத் தமிழே இவரின் உளக் காதல்! உரையாசிரியர்கள் கடந்து மூலநூலின் நேரடியான வாசிப்பு விழையும் இவர், தொல்காப்பிய ஓதுவார். அகம் சார் திருக்குறள் - புறம் சார் அறிவியல் இவ்விரு நெறிகளே, வரும் தமிழ்த் தலைமுறையின் விடியல் என்பது இவர் துணிபு!

twitter handle: @kryes

பொருளடக்கம்

- மடல் உரை - தமிழன்புள்ள வாசகா, 07
- நுழையும் முன்.. வேண்டுகோள்! 11

நூல்

1. கல்தோன்றி மண்தோன்றா - தமிழ்ப் பொய்யா? 27
2. திருக்குறளில் முரண்பாடுகள் ஏன்? 34
3. அணுவைத் துளைத்து - தமிழர் அறிவியலா? 49
4. முருகன் = தமிழ்க் கடவுளா? சம்ஸ்கிருதக் கடவுளா? 58
5. ஆறுபடை வீடுகளில் எத்தனை வீடுகள்? 69
6. எது முதல் திணை? - குறிஞ்சியா? முல்லையா? 77
7. தமிழ் மறைப்பு அதிகாரம் 87
8. துக்கடாக்கள்
   - சொல் = Sol-ஆ? Chol-ஆ? 125
   - சித்திரையா? தையா? 134
   - திராவிடமா? தமிழா? 150
9. தொல்காப்பியத்திலேயே சாதி உண்டா? 170
10. சிலப்பதிகார-கம்ப ராமாயணச் சண்டை! 192
11. இலக்கண அரசியல் 215
12. நாட்டுப்புறத் தமிழ் 233
13. சொல், செப்பு, பறை! பூ, அலர், மலர்! 247
14. தமிழகத்தின் ஊர் பேர் விகுதிகள் 253

- பின்னுரை: அறிவியல் தமிழ், Meme தமிழ், வளர் தமிழ்! 264
- பின் இணைப்பு: வடமொழி விலக்கு அகராதி! 273

மடல் உரை - தமிழன்புள்ள வாசகா,

அன்பு கெழுமிய...

- தமிழைக் காதலிக்கும் அனைத்துலக மக்களுக்கும்,
- தமிழ் மக்களுக்கும்,
- தமிழராய் வாழும் பிறமொழி மக்களுக்கும்,

முதல் வணக்கம்!

வழக்கமான இலக்கிய/இலக்கண/கவிதை/புதினப் புத்தகம் அல்ல இது. இந்தப் புத்தகம், 'பேசும் புத்தகம்'!

ஆம், உங்களோடு நேரடியாகப் பேசும் புத்தகம். இன்றைய விரைவுக் காலத்தில், வீட்டில் ஒருவரோடு ஒருவர் அமர்ந்து, நம் வீட்டைப் பற்றிப் பேசுதல் என்பதே குறைந்து விட்டது அல்லவா? வளரும் கால மாற்றம் என்றால் அப்படித் தான்!

ஆனால் சில இல்ல விழாக்களில், நாம் அமர்ந்து பேசிக் கொண்டிருக்கும் போது, "அட! இவ்ளோ தானா இது? இவ்ளோ நாள் இதையா புரிஞ்சிக்காம காலம் கழிச்சிட்டோம்? அடச்சே!" என்று நம்மை நாமே சிரித்துக் கொள்வதும் ஓர் இன்பம் தானே? அவ்வகையான 'பேசும் புத்தகமே' இது!

அப்படியென்ன தமிழைப் புரிந்து கொள்ளாமலேயே, நாம் காலம் கழிச்சிட்டோம்?

ஓர் எடுத்துக்காட்டுக்குச் சொல்கிறேன். "கல் தோன்றி மண் தோன்றாக் காலத்தே, முன் தோன்றிய மூத்த குடி" என்று பலரும் Punch Dialogue பேசக் கேட்டிருக்கோம். ஆனால், "அது எப்படிப் பூமி தோன்றும் முன்பே, மனிதன்/தமிழன் என்ற உயிர் தோன்றியிருக்கும்? அப்படி அறிவியல் அல்லவே?" என்று கேட்டிருக்கிறோமா? ☺ இல்லை! கேட்கவேயில்லை; புகழ்ச்சி மாயை அப்படி! இலக்கியத் தமிழிலேயே ஊறிவிட்ட நாம், அறிவியல் தமிழுக்குள் செல்லவேயில்லை!

இன்னொன்றும் சொல்கிறேன்; ஆறுபடை வீடுகள் மொத்தம் எத்தனை?

"இதென்னடா கேள்வி, எட்டுக்கால் பூச்சிக்கு எத்தனை கால் என்பது போல்? அதான் பேரிலேயே இருக்கே? ஆறுபடை வீடுகள், ஆறு!" இல்லை, ஆறுபடை வீடுகள் = ஆறு அல்ல! 1, 2, 3 or 4? நீங்களே ஊகியுங்கள்

வியப்பா இருக்கா? 'மதம் சார்ந்த' ஒன்றாகிவிட்டதால், 'தமிழ் சார்ந்த' பலவும் தூசியில் தூங்கிவிட்டன; தூசி படர்ந்து உண்மை தெரிவதில்லை. இது போல், பலப்பல சுவையான செய்திகளை, இந்தப் புத்தகம் அலசும்.

- **அறியப்படாத தமிழ்**
- **மறுக்கப்பட்ட தமிழ்**
- **மறைக்கப்பட்ட தமிழ்**
- **இன்றும் மறைக்கப்பட்டுக் கொண்டிருக்கும் தமிழ்**

அதென்ன, 'மறைக்கப்பட்ட' தமிழ்? யார் மறைத்தார்கள் நம் மொழியை? தமிழ் மொழி நல்லாத் தானே இருக்கு? தமிழ் நாடு நல்லாத் தானே இருக்கு? சமூக நீதி இயக்கங்கள் தோன்றி, பழைய சாதிக் கொடுமை எல்லாம் போயாச்சே? எல்லோருக்கும் கல்வி என்றாகி விட்டதே? பிறகு என்ன?

உண்மை! 'சமூக நீதி' தன்னை ஓரளவு வென்றெடுத்து, இன்றும் போராடுகிறோம்! ஆனால் 'பண்பாட்டு நீதி'? இன்னும் ஆரம்பிக்கவே இல்லை!

அதற்கே இந்த நூல்! நம் மரபில்/பண்பாட்டில், பலப்பல நூற்றாண்டுகளாக, நம்மை அறியாமல், பொய்யென்றே தெரியாமல் பழகிவிட்ட பொய்கள்!

6 படை வீடுகளா? Sol-ஆ Chol-ஆ? முதல் திணை குறிஞ்சியா? திருக்குறளில் Vegetarian/புலால் மறுப்பு கட்டாயமா? என்று கேள்விகடந்து, நிறுவப்பட்டுவிட்ட பலப்பல பொய்கள்!

"ஆ! பொய்களா?"

ஆம்! பொய்களே! "பொய்கள் என்ன?" என்று முதலில் அறிந்தால் தானே, அடுத்து "மெய்கள் என்ன?" என்று அறியமுடியும்? பொய்களே பழகிவிட்டால்?

எல்லா விளக்கும் விளக்கல்ல - சான்றோர்க்குப்
பொய்யா விளக்கே விளக்கு! (குறள்)

கால மாற்றத்தால் வரும் நல்ல மாற்றங்கள் வேறு; புடைவை கட்டிய நம் அம்மா, வீட்டில் காலாடை போட்டுக் கொள்வது, அவர்கள் விருப்ப வசதி. ஆனால், திணிக்கப்பட்ட மாற்றங்கள்? நம்மை/நம் பிள்ளைகளை இழிவாகப் பேசும் சில சம்ஸ்கிருத மந்திரங்களை, வீடு முழுதும் 'பக்தி' என்ற பேரில், நாமே ஒலிக்கவிடுதல் நல்ல மாற்றமா? இல்லை!

மொழி தெரியாததால், மதம் பிடித்துள்ளதால், சடங்கு சம்பிரதாயம் என்றாகிப் பழகிவிட்டதால், நம் மரபைப் பழிக்கும் சொற்களையே மந்திரம் என்ற பேரில் ஒலிக்கவிட்டு, அறியாமல் கண்மூடிச் சடங்கு செய்து கொண்டு இருக்கிறோம். எத்தனை நாள் இப்படியே செய்யப் போகிறோம்?

தொல்காப்பியர் முதல் தொ.பரமசிவன் வரை... ஐயன் வள்ளுவன் முதல் மொழிஞாயிறு பாவாணர் வரை... அறிஞர்கள் அளவிலேயே தங்கிவிட்ட தமிழ் உண்மைகளை,

- உங்கள் வீதிக்கு எடுத்து வருவதே, இந் நூலின் 'நோக்கம்'
- உங்கள் வீட்டுக்கு எடுத்து வருவதே, இந்நூலின் 'நோக்கம்'

கால வெள்ளத்தில் ஊறி ஊறித் தூர் வாராமலேயே மண் அண்டிப் போய், குளம்→குட்டை ஆகிவிடும் அல்லவா? தமிழ்க் குளத்தை, உங்களோடு சேர்ந்து, தூர்வாரும் புத்தகமே இது! வாங்க, மகிழ்ச்சியா ஒரு கைக்கொடுங்க!

நூலெனும் விசைப் படகுக்குள், விறுவிறு பயணம் செய்யலாம், வாங்க! வாங்க!

நுழையும் முன்.. வேண்டுகோள்!

நூலுக்குள் நுழையும் முன், ஒரு சின்ன வேண்டுகோள்:

- நூலை வாசிக்கும் போது, உங்களின் தனிப்பட்ட மதப் பிடித்தம்/அரசியல் பிடித்தம் எதுவாயினும், சற்றே மறந்து விடுங்கள்!
- தற்பிடித்தம் கடந்து, தமிழைத் தமிழாக மட்டும் அணுகிப் பார்ப்போம்!

உங்களின் பிடித்தம், இறைவனாக இருக்கட்டும் (அல்லது) உண்மையாக இருக்கட்டும்! உண்மை தானே இறை?

- மனமாரத் தமிழ் உண்மை காண்போம்
- மனமாறத் தமிழ் உண்மை காண்போம்
- மனம்மாறத் தமிழ் உண்மை காண்போம்

சிறு சிறு அறிதல், பெரும் பெரும் புரிதல்! புரிந்து கொள்ளும் பண்புள்ள உங்களின் 'அறம்' நிறைஞ்ச 'தமிழ்' மனசு, வாழ்க்கையில் மனம்குளிர்ந்து வாழ்க!

பொய்யாமை பொய்யாமை ஆற்றின் - அறம்பிற
செய்யாமை செய்யாமை நன்று (குறள்)

● தடாகம் வெளியீடு

காணிக்கை!

- என் அம்மா-அப்பாவுக்கும்
- என் தமிழ் & சம்ஸ்கிருத ஆசிரியர்கள் இருவருக்கும்
- தொல்காப்பியர் தொட்டு தொ.ப. வரையிலான 1000+ தமிழறிஞர்களுக்கும்
- என் நெஞ்சுறை மென்மைச் சான்றோர், திரு.வி.க. & பாவாணருக்கும்
- தமிழ்க் கடவுள், திருமால் முருகனுக்கும்
- நலங்கேழ் வணக்கம்!

தலையல்லால் மைம்மாறு இலனே!

கவிப்பேரரசு வைரமுத்து

புதிய இளைஞர்களின் மொழி உணர்வு தமிழுக்குப் பெருமை சேர்க்கிறது. தொழில்நுட்பம் பயின்ற இளைஞர்கள் மொழிநுட்பத்தோடு இயங்குகிறபோது அவர்களும் பெருமை பெறுகிறார்கள்; மொழியும் பெருமை பெறுகிறது. அந்த வகையில் நான் படித்த ஓர் அருமையான நூல், முனைவர். கண்ணபிரான் இரவிசங்கர் எழுதிய ‘அறியப்படாத தமிழ்மொழி’.

இந்த நூலை ஒரு பொழுதுபோக்காக யாரும் படித்துவிடக் கூடாது. இது ஆய்ந்து, தோய்ந்து எழுதப்பட்ட ஒரு நூல். தமிழ் இலக்கிய வரலாற்றில் ஈராயிரம் ஆண்டுகளாக ஒரு குறுகிய பார்வை மட்டுமே பார்க்கப்பட்டு வந்திருக்கிறது. இந்த நூல் சற்று மாறுபட்டுச் சிந்திக்கிறது. தமிழில் சேர்ந்த பழைய கசடுளைக் களைவதற்கு இந்த நூல் முயல்கிறது.

முனைவர் கண்ணபிரான் இரவிசங்கரின் ஆழ்ந்த அறிவை நான் வியக்கிறேன்; மதிக்கிறேன். தொல்காப்பியம் தொடங்கி, சங்க இலக்கியம் பார்த்து, அங்கிருந்து ‘நவீன’ இலக்கியம் வரைக்கும், ‘நவீன’ மொழி வழக்காறு வரைக்கும் அவர் ஆய்ந்தும் தோய்ந்தும் சில புதிய முடிவுகளைச் சொல்லியிருக்கிறார். சில இடங்களில் அவர் கொளுத்திப் போடுகிற நெருப்பு ‘அக்னி’யாகப் பரவுகிறது. மிகச் சரியான சிந்தனைகளை அவர் முன்வைக்கிறார். திராவிடம் என்ற சொல், சமஸ்கிருதச் சொல் அல்ல என்று நிறுவுகிறார். “அப்படியானால் திராவிடம் என்பது எந்தச் சொல்?” என்பதற்கும் அவரே விடை சொல்கிறார். திராவிடம் என்பது திசைச்சொல்லே தவிர சமஸ்கிருதச் சொல் அல்ல என்கிறார்.

சமஸ்கிருதம் தமிழில் தன்னை நிறுவப் பார்த்த போது, சில மாற்றங்களைச் செய்திருக்கிறது. தமிழர்கள் அதை அடையாளம் கண்டுகொள்ள வேண்டும் என்று, ஆக்கப்பூர்வமாகவும் ஆணித் தரமாகவும் நிறுவுகிறார். ‘திருவரங்கம்’ என்பது தானே எங்கள் பெயர்; ஸ்ரீரங்கம் எப்படி வந்தது? ‘குரங்காடுதுறை’ தானே எங்கள் பெயர் கபிஸ்தலம் எப்படி வந்தது? ‘திருமரைக்காடு’ தானே எங்கள் பெயர்; வேதாரண்யம் எப்படி வந்தது? என்றெல்லாம் வினவுகிறார்.

இந்த நூலில் நான் பெரிதும் ரசித்த ஓர் இடம், தமிழர்கள் தங்கள் பிள்ளைகளுக்கு, தமிழில் பெயர் வைக்கவேண்டும் என்று அவர் வற்புறுத்துவதைத் தான். “தமிழில் எத்தனையோ அழகான சொற்கள், பொருத்தமான சொற்கள் இருக்கிறபோது, ஏன் பொருள் தெரியாத வடமொழிப் பெயர்களை வரவேற்கிறீர்கள்?” என்று வினவுகிறார். எத்தனையோ தமிழ்ப்பெயர்கள் இருக்க, பொருள் தெரியாமல் ‘யாஷிகா’ என்று உங்கள் பெண் குழந்தைக்குப் பெயர் வைக்கிறீர்களே, ‘யாஷிகா’ என்றால் என்ன பொருள் தெரியுமா? என்று கேட்கிறார். யாசிக்கிறவள்—யாஷிகா. அதாவது ‘பிச்சைக்காரி’; அவள் தான் ‘யாஷிகா’. “இப்படிப் பொருள் தெரியாமலே ஏன் உங்கள் பிள்ளைகளைப் பிச்சைக்காரிகள் ஆக்குகிறீர்கள்?” என்ற கேள்வியை முன்வைக்கிறார்.

இளங்கோவுக்கும் கம்பனுக்கும் உள்ள வேறுபாடு; சங்க இலக்கியத்தின் நேர்மை, தூய்மை; தனித்தமிழ் அன்பர்கள் இந்த நாட்டில் செய்யவேண்டிய அரும்பணிகள்; எல்லாவற்றையும் இந்த ‘அறியப்படாத தமிழ்மொழி’யில் ஆய்ந்து முன்வைக்கிறார், முனைவர்.கண்ணபிரான் இரவிசங்கர். அவரை நான் பாராட்டுகிறேன்! இந்த நூல் தமிழர் இல்லங்களிலும், உள்ளங்களிலும் திகழவேண்டும் என்று விரும்புகிறேன்.

இந்தியாவை விடுத்து அமெரிக்காவில் சென்று பணியாற்றத் துணிந்த ஓர் இளைஞர், அங்கே தமிழர் மேம்பாடு குறித்தும், தமிழ்மொழி மேம்பாடு குறித்தும் உரக்கச் சிந்திக்கிறார் என்பது பெருமை தருகிறது. கண்ணபிரான் இரவிசங்கரைப் போன்ற இளைஞர்கள் எல்லா நாடுகளிலும் தமிழுக்காக இயங்க வேண்டும். தொழில்நுட்பத்தையும் தமிழையும் இணைத்தால் தான் புதிய தலைமுறை தமிழோடு பயணப்படுவதற்கு ஏதுவாகும்.

எத்தனையோ ஊடகங்களைத் தாண்டி, தமிழ் வந்திருக்கிறது. இந்தத் தொழில்நுட்ப யுகத்தின் தோள்களில் தமிழை ஏற்றி வைத்தால் அடுத்த நூற்றாண்டுக்குத் தமிழை மிக எளிதாகக் கடத்திவிட முடியும் என்று நம்புகிறவர்களில் நானும் ஒருவன். ‘அறியப்படாத தமிழ்மொழி’ என்கிற இந்த நூலைப் படியுங்கள்; கண்ணபிரான் இரவிசங்கரின் பெருமைகளைப் பகிர்ந்து கொள்ளுங்கள். இது ஒரு தொடக்கம் தான்; இன்னும் இதைப் போன்ற நூல்கள் நிறைய படைக்க வேண்டும் என்று கண்ணபிரான் இரவிசங்கரை நான் வாழ்த்துகிறேன்!

மார்ச் 13, 2018

அணிந்துரை

அ.கலியமூர்த்தி IPS
(Former Superintendent of Police, Tiruchirapalli)

அமெரிக்க வாழ் தமிழறிஞர் முனைவர். கரச என அழைக்கப்பெறும் திருவாளர் கண்ணபிரான் இரவிசங்கர் 'அறியப்படாத தமிழ்மொழி' என்னும் பெயரில் ஓர் அரிய ஆய்வு நூலைத் தமிழ் கூறு நல்லுலகிற்கு வழங்கியுள்ளார். நுண்மாண் நுழைபுலம் மிக்க இந்நூலாசிரியரின் ஆய்வுத்திறனும், அறிவியல் பார்வையும், தருக்க ரீதியான வாதங்களும், பழைய மரபிலே ஊறிக் கிடக்கின்ற இலக்கிய வாசகர்களை (அவர் கூற்றுப்படிப் பண்டி தாளை) வியப்பில் ஆழ்த்தக்கூடும். இந்நூலின் ஆசிரியர் பல வினாக்களை எழுப்பியுள்ளார். அவ்வினாக்களுக்குப் பொருத்தமான விடைகளையும் தர முயன்றுள்ளார். அரிய செய்திகளை எளிமையாக விளக்குவதில் நூலாசிரியர் வெற்றி கண்டுள்ளமையை நன்கு உணர முடிகிறது.

இந்நூல் வழக்கமான இலக்கிய, இலக்கண, கவிதை, புதினப் புத்தகம் அல்லவென்பதையும், வாசகர்களோடு நேரடியாகப் பேசும் புத்தகம் என்பதையும் எடுத்த எடுப்பிலேயே குறிப்பிடுவதைப் புதியதோர் அணுகுமுறை என்றே கருதலாம். புலவர்கள் மற்றும் அறிஞர்கள் அளவிலேயே தங்கிவிட்ட தமிழ் உண்மைகளை, வாசகர்களாகிய நாம் வாழும் வீதிகளுக்கும் வீடுகளுக்கும் எடுத்து வருவதே இந்நூலின் நோக்கம் என ஆசிரியர் குறிப்பிடுகிறார். மேலும் காலங்காலமாய் ஊறி ஊறித் தூர் வாராமலேயே குட்டை யாகி விட்ட தமிழ்க்குளத்தை வாசகர்களோடு சேர்ந்து தூர்வாரும் புத்தகமே இது என்கிறார். இதன்மூலம் அறியப்படாத உண்மைகள் பலவற்றை அறியவிருக்கிறோம் என்பதை உணர்கிறோம். இந்நூலை வாசிக்கும்போது வாசகர்கள் நடுவுநின்ற நன்னெஞ்சினராய் மதப் பிடித்தம், அரசியல் பிடித்தம் மறந்து, தமிழைத் தமிழாக மட்டும் அணுகிப் பார்க்க வேண்டுமென்பதே அவரின் வேண்டுகோள். இவ்வேண்டுகோள் நம்மை வியப்பில் ஆழ்த்துவதோடு, நூலாசிரியரின் உண்மை காணும் வேட்கையினைப் புலப்படுத்துவதாக உள்ளது.

தமிழ்ப் பொய்யா?

கல்தோன்றி மண்தோன்றாக் காலத்தே வாளோடு முன்தோன்றி மூத்தகுடி—வெற்றுப் பெருமை பேசும் வாசகமா (Punch Dialogue)? புறப்பொருள் வெண்பா மாலையில் இடம்பெறும் முழுப்பாடலையும் தந்து அப்பாடலுக்கான அரிய விளக்கத்தையும் கூறுகிறார்.

பொய் அகல, நாளும் புகழ் விளைத்தல் என் வியப்பாம்?

வையகம் போர்த்த வயங்கு ஒலி நீர்––கை அகலக்

கல்தோன்றி, மண்தோன்றாக் காலத்தே, வாளோடு

முன்தோன்றி மூத்த குடி!

இப்பாடலில் இடம் பெறும் கல்—மலை (குறிஞ்சி), மண்—வயல்(மருதம்). ஆதித் தமிழ் வீரர்கள் தோல்வி என்னும் பொய் அகல புகழை நிலைநாட்டும் வீரம், என்னே வியப்பு? உலகத்தை மூடியிருந்த கடல் நீர்ப்பரப்பு விலகியதால், குறிஞ்சி(மலை) முல்லை(காடு) தோன்றி, மருத நாகரிகம் தோன்றாத காலத்தே, கையில் வாளோடு வெளிப்பட்டு ஆநிரைகளைக் கரந்தை வீரர்கள் காக்க நின்றார்கள் என்பதே பாடலின் பொருள். இம்முழுப் பாடலின் பொருளை உணர்ந்தால், தமிழர்கள் தங்கள் பெருமையைப் பீற்றிக் கொள்வதற்காக இயற்றப்பட்டதல்ல இப்பாடல் என்பதையும், உலகத் தோற்ற வரலாற்றை விளக்கும் பாடல் இது என்பதையும் நூலாசிரியர் நுட்பமாக ஆய்ந்து உணர்த்துவதை அறிய முடிகிறது.

திருக்குறளில் முரண்பாடா?

ஊழையும் உப்பக்கம் காண்பர் - உலைவின்றித்
தாழாது உஞற்று பவர்

ஊழிற் பெருவலி யாவுள - மற்றொன்று
சூழினுந் தான்முந் துறும்.

முதல் பாடல் ‘ஆள்வினையுடைமை’ என்னும் அதிகாரத்திலும், இரண்டாம் குறள் ‘ஊழ்’ என்னும் அதிகாரத்திலும் இடம் பெறுபவை. பெருமுயற்சி செய்தால் ஊழையும்(விதி) வெல்லலாம் என்பது முதற்பாடலின் பொருள். ஊழை விட வலிமையானவை எவையுமில்லை; வேறுவழியின் முயன்றாலும் ஊழே முன் வந்து நிற்கும் என்பது இரண்டாம் பாடலின் பொருள். பெருமுயற்சி

செய்தால் ஊழ் கூட உன்னிடம் தோற்றுப்போகும், அதனால் முயற்சியைக் கைவிடாதே. பெருமுயற்சி மேற்கொண்டும் வெற்றிகிட்டவில்லை.. எனில் மனச்சோர்வடைகிற ஒருவனைச் சமாதானப்படுத்த 'இதுவே ஊழின் ஆற்றல் போலும்; சோர்வடையாதே; அடுத்த இலக்கு நோக்கிச் செல்க' என்கிறார். எனவே முயற்சி மேற்கொள்பவனை மேலும் உற்சாகப்படுத்துவது முதற்குறள். சோர்வடைந்துள்ளவனுக்கு ஆறுதல் கூறுவது இரண்டாவது இடம் பெறுவது. அதனால் இங்கு முரணேதுமில்லை என்பதைத் தெளிவுபடுத்துவது அழகோ அழகு.

முருகன் தமிழ்க் கடவுளா? சமஸ்கிருதக் கடவுளா?

குறிஞ்சிநிலக் குழுத் தலைவனாக விளங்கிய முருகன், வடமொழியின் வருகைக்குப் பின் ஸ்கந்தன் என்றும் சுப்பிரமணியன் என்றும் பெயர் மாற்றம் பெற்றான் என்பதையும், முல்லைநிலத் தலைவனாகிய மாயோன் விஷ்ணு ஆனான் என்பதையும், மருதநிலத் தலைவனாகிய வேந்தன் இந்திரன் என அழைக்கப்பட்டான் என்பதையும் வருண்+நன் என்னும் கடற்காற்றே வருண தேவனானான் என்பதையும், பாலை முதுமகளாகிய கொற்றவையே துர்கை எனப் பெயரிடப் பட்டாள் என்பதையும், ஆரியக் கலப்பே இம் மாற்றங்களுக்கான காரணம் என்பதையும் தெளிவுபடுத்துகிறார்.

ஆற்றுப்படை வீடுகளா? ஆறுபடை வீடுகளா?

ஆற்றுப்படை வீடுகளே, ஆறுபடை வீடுகளாயின. படை வீடுகள் நான்கே, அவை திருப்பரங்குன்றம், திருச்சீரலைவாய், திரு ஆவினன்குடி, திருஏரகம் என்பன. குன்றுதோறாடலும், பழமுதிர் சோலையும் முருகன் மகிழும் இயற்கையழகு மிக்க பொதுவான இடங்களே என்பதைப் பல சான்றுகளைக் காட்டி விளக்குவது அருமையிலும் அருமை.

தமிழ்மறைப்பு அதிகாரம் என்பதே நூலின் மையப்புள்ளி என்பார் இந்நூலாசிரியர். இதில் அமிழ்தம் வேறு அம்ருதம் வேறு என்பதை நலம்பட விளக்குகிறார். அம்ருதம்—வடமொழிச்சொல். அ+மிருத்யு என்றால் சாகாமல் இருக்கச் செய்வது. அமிழ்தம் என்பது நமக்குள் அமிழ்ந்து உள்ளிறங்கிச் சுவையூட்டுவது. இவ்விரு சொற்களும் ஒலிப்பதற்கு ஒன்றுபோல் தோன்றினும் வெவ்வேறு சொற்கள்; வெவ்வேறு பொருள். அடிப்படையே வெவ்வேறு வேர்ச் சொல். தமிழ் வடமொழியிலிருந்து எவ்வாறு வேறுபடுகின்றது என்பதை விளக்கும் இந்த ஆய்வு பயன்மிக்கது.

சங்கம் தமிழ்ச்சொல்லே

முச்சங்கத்தில் இடம் பெறும் சங்கம் என்னும் சொல் தமிழ்ச் சொல்லே. ‘சகரக் கிளவியும் அவற்றோர் அற்றே அவை ஔ என்னும் ஒன்று அலங்கடையே’ என்றே தொல்காப்பிய நூற்பா அமைய வேண்டும். புத்த ‘ஸங்கம்’ வேறு, தமிழ்ச் சங்கம் வேறு; விளக்கு விளக்கம் ஆனது போல், சங்கு சங்கம் ஆயிற்று. சங்கு ஒலித்து ஒழுங்கு பெறும் அவைக்குச் சங்கம் என்று பெயர் வழங்கலாயிற்று. சங்கம் என்பது தமிழ்ச் சொல்லே என்பதை அறுதியிட்டு உறுதிபட மொழிதல், ‘கண்டறியாததைக் கண்டேன்’ என்னும் எண்ணத்தைத் தோற்றுவிக்கின்றது.

‘ஜாதி’ வேறு - ‘சாதி’ வேறு

தமிழில் சாதி அஃறிணைச் சிறப்பைக் குறித்து வரும் சொல். ‘சாதிமல்லி’, ‘சாதிமுத்து’ என்பவற்றைக் காட்டுகிறார். ‘சதுர் வர்ணம் மயா சிருஷ்டம்’ என்பது கீதை சுலோகம். இதன் பொருள் நான்கு வருணங்கள் இறைவனால் படைக்கப்பட்டவை என்பதாகும். ஜாதி குணத்தால் வருவதல்ல என்பதை ‘ஸ்ரேயான் ஸ்வ—தர்மோ விகுண, பர தர்மாத் ஸ்வ—அனுஷ்திதா’ எனக் கீதை கூறுகிறது. ‘உனக்குத் திறமை இருப்பினும் மேல் வருண வேலையைச் செய்யாதே! உனக்கு விதிக்கப்பட்ட வேலையை மட்டும் செய்; வேலையில் பிழை வரினும் பரவாயில்லை’! இதனால் கீதை முதலான வடமொழி நூல்கள் பிறப்பால் பேதம் கற்பிக்கின்றன. ஆனால், பிறப்பொக்கும் எல்லா உயிர்க்கும் என்பதே தமிழர் கடைப்பிடித்து வந்த நெறி என்பதை ஆசிரியர் அழகுபட விளக்குகிறார்.

இந்நூல் தெளிவும், செறிவும், திட்பமும், நலனும் நிறைந்து விளங்கும் ஓர் அரிய நூல். தமிழிலக்கியப் பகுதிகளில் அறியப்படாத இருண்ட பகுதிகளுக்கு ஒளியூட்டும் ஒப்பற்ற பனுவல் இது எனலாம். நாம் இந்நூலில் பாவாணரையும், பெருஞ்சித்திரனாரையும், இளங்குமரனாரையும் கருத்து வடிவில் கண்டு மகிழ்கிறோம்.

(அ.கலியமூர்த்தி IPS**)**

ஜனவரி 19, 2018

வாசக அணிந்துரை

கா.ஆசிப் நியாஸ்
கனடா

கீச்சுலகில், முனைவர். கண்ணபிரான் இரவி சங்கரும் (கரச), நானும் நல்ல நண்பர்கள். தமிழ் மொழி, பெரியாரியல் கருத்து சார்ந்து ஒரே அணியில் இணைந்து பல களமாடுவோம்.

'இரும்பு அடிக்கும் இடத்தில் ஈ-க்கு என்ன வேலை?' என்றொரு சொலவம் உண்டு. கிட்டத் தட்ட அதே தொடர்பு தான் எனக்கும், இலக்கிய இலக்கணத்திற்கும்.

ஒரு சராசரியான தமிழார்வலன், வெகுசனப் பார்வையில், நம் தமிழ் மரபைப் பொய்யின்றி மெய்யாக அறிந்து கொள்வது எப்படி? அறிஞராய் இல்லாது சாதாரண பொதுமக்களாய் அறிய வேண்டியது என்ன? இது பற்றி ஒரு வாசகனாக, என்னையும் அணிந்துரை நல்கச் செய்த தோழர் கரச எனும் கே.ஆர்.எஸ்! அதற்கு முதற்கண் நன்றி.

மொழிஞாயிறு பாவாணர், செந்தமிழ்ச் செல்வி ஏப்ரல் 1948 இதழில், "தமிழின் தூய்மையை வடவர் நெடுங்காலமாய் மறைத்துள்ளமை காரணமாக, ஒவ்வொரு தமிழ்ச் சொல்லையும் தமிழ்ச் சொல்லென்று காட்டுதற்கு அரும்பாடு படவேண்டியுள்ளது. அங்ஙனம் அரும்பாடு பட்டாய்ந்து தக்க சான்றும் ஏதுவுங் கொண்டு நாட்டியும், அதை நம்பாத பெருமை தமிழ்நாட்டிற்கே உள்ளது" என்று மிகவும் வருந்தி இருப்பார்.

இன்று தமிழ்நாட்டில் தமிழை ஒரு மொழியாகப் படிக்காமலேயே, பொறியியல், மருத்துவம் எனச் சகல படிப்பையும் படிக்க முடியும் என்ற நிலை உள்ளது. பெரும்பாலான நகர்ப்புற மாணவர்கள், தமிழை ஒரு மொழிப் பாடமாகப் படிப்பதேயில்லை.

தமிழே அறியாமல் இருப்பவர்களுக்கு, மறைக்கப்பட்ட தமிழ் எங்கிருந்து தெரியும்? அது போன்றவர்களுக்கும் சரி, மொழி ஆர்வலர்களுக்கும் சரி, இந்த நூல் ஒரு கையேடு! பல அரிய உண்மைகளை எளிமையாக அறிமுகப்படுத்தும்!

பல்வேறு தலைப்புக்களை 18 படலங்களாகப் பிரித்து, இந்நூலில் கொடுத்துள்ளார் கே.ஆர்.எஸ். நூலின் முன்னுரையில் தனிப்பட்ட மதப் பிடித்தம், அரசியல் பிடித்தம் தவிர்த்து, தமிழைத் தமிழாக அணுகக் கோரியுள்ளார். சிவனின் உடுக்கையிலிருந்து பிறந்த மொழி, 50,000 ஆண்டுகளுக்கு முன் தோன்றிய மொழி, உலகின் முதல்மொழி எனச் சில நேரம் அதீத உணர்ச்சிப் பிடிப்புடன் அறிவியல் பார்வையைத் தவிர்த்து விடுகிறோம். இது போன்ற புராணக் கதைகளைத் தவிர்த்துவிட்டு அறிவியல் பார்வையுடன், மொழியை மொழியாக அணுகுதலே இன்றைய தேவை.

மேடைப் பேச்சுகளில் பலமுறை கேட்ட 'கல் தோன்றி மண் தோன்றாக் காலத்தே' மற்றும் 'அணுவைத் துளைத்தேழ்' போன்றச் சொற்தொடர்களின் பின்னே இருக்கும் மெய்ப்பொருளை விளக்கி அமர்க்களமாக ஆரம்பம்.

தந்தை பெரியார், தமிழ் மொழி ஏன் தேவை எனச் சொல்ல வரும் போது "சிவபெருமானால் பேசப்பட்டது என்பதற்காக அல்ல. அகத்திய முனிவரால் திருத்தப்பட்டது என்பதற்காக அல்ல. மந்திர சக்தியால் எலும்புக் கூட்டைப் பெண்ணாக்கிக் கொடுக்கும் என்பதற்காக அல்ல. பின் எதற்காக? இந்திய நாட்டின் பிற எம் மொழியையும் விடத் தமிழ், நாகரிகம் பெற்று விளங்குகிறது. நல்ல தமிழ் பேசுதல் மற்றும் வேற்றுமொழிச் சொற்களை நீக்கிப் பேசுவதால் நம்மிடையே உள்ள இழிவுகள் நீங்குவதோடு மேலும் மேலும் நன்மையடைவோம்" என்றார்.

கடவுளே இல்லை என்றவரிடம் தமிழ்க் கடவுள் யார் என்று கேட்டால் என்ன சொல்லியிருப்பாரோ? மனிதனுக்கே கடவுள் தேவையில்லை என்று சொன்னவர், மொழிக்கு மட்டும் தேவை என்றா சொல்லியிருப்பார்? தமிழ்ச் சங்கத்தில் சிவனே அமர்ந்தார் என்பதும், தமிழ் மொழிக்கு முருகன் மட்டுமே கடவுள் என்பதும் மதத்தோடு வந்த பொய்ப்புராணக் கதைகளே. முருகன் தமிழ்க் கடவுளா? என்ற பகுதியில் இதற்கான விளக்கம் நன்கு கொடுத்துள்ளார் கே.ஆர்.எஸ்.

தொல்காப்பிய அகத்திணையியல் சூத்திரத்தைக் கொண்டு, தமிழ் ஆதிகுடிகளின் நடுகல் வழிபாட்டு முறையும், அதன் உருவம் மாறி இன்று பெருந்தெய்வ வழிபாடாய் மாறி இருப்பதையும், தொல்காப்பியம் கொண்டே காட்டுவது அழகு!

தமிழ் மறைப்பு தான் நூலின் மையப்புள்ளி; அதை விரிவாக விளக்குகிறது 'தமிழ் மறைப்பு அதிகாரம்'. உலகம் முழுதும்

செய்த அரசியலால் இன்று உலக மொழியாக வளர்ந்து நிற்கிறது ஆங்கிலம். உலக மொழிகளிடமிருந்து, தான் கடன் வாங்கியதே தவிர இன்னொரு மொழியின் அடிப்படையைச் சிதைத்ததில்லை ஆங்கிலம். இங்கோ ஒட்டுண்ணியாய் வந்த சமஸ்கிருதம் (சங்கதம்) தமிழ் மொழியின் இலக்கணத்திலும் புகுந்து மொழியின் அடிப்படைக் கட்டமைப்பையே சிதைக்கப் பார்க்கிறது.

பன்னிரு பாட்டியல் என்னும் பிற்கால இலக்கண நூல். 'அகரம் முதல் னகர இறுவாய், முப்பஃது' எனத் தொல்காப்பியம் கூறும் தமிழ் எழுத்துக்களை பிராமண எழுத்து, சத்திரிய எழுத்து, வைசிய எழுத்து என்று பிரித்து, தமிழின் சிறப்பான ழ-வை சூத்திர எழுத்து என்று வகைப்படுத்துகிறது. இன்று தொல்காப்பியம் கிடைக்காமலே போயிருந்தால்? இதுவே நம் இலக்கண நூலாய் மாறி, சூத்திர எழுத்தென்றே படித்திருப்போம். தமிழ் மறைப்பு அதிகாரம் இந்த ஆதிக்க மறைப்பைத் தான் விரிவாக விளக்குகிறது.

ஒரு தமிழ்ச் சொல்லை, சங்கதச் சொல் என்று வலிந்து காட்டும் விவாதம், பல நூற்றாண்டுகளாக மேட்டுக்குடிகள் நிகழ்த்தி வருகிறார்கள் என்றே நினைக்கிறேன். இன்றைய சில வலைத்தளங்கள் அதை இன்னும் முழு வீச்சில் முன்னெடுக்கின்றன. தமிழ் இலக்கண, இலக்கியங்கள் அனைத்துமே சமஸ்கிருதம் கொடுத்த பிச்சை என ஜோடிக்க முயன்று கொண்டிருக்கின்றன. அதையே தரவு போல் காட்டி வேறு சிலரும் அதை ஜோடிக்கப் பார்க்கிறார்கள். அதில் ஒன்று தான் "இலக்கணம், இலக்கியம், காப்பியம் போன்ற சொற்கள் தமிழா? சமஸ்கிருதமா?" என்ற விவாதம்.

இது இன்று ஆரம்பித்ததல்ல! பாவாணார் தென்சொற் கட்டுரைகள் நூலிலேயே, செந்தமிழ்ச் செல்வியில் அவரெழுதிய "இலக்கணம், இலக்கியம் எம்மொழிச் சொற்கள்?" என்ற கட்டுரையைக் கொடுத்திருக்கிறார். ப.அருளி அய்யாவும் "வேரும் விரிவும்" தொகுதி 1-இல், இலக்கணம், இலக்கியம் தமிழ்ச் சொற்களே என விளக்கியுள்ளார். பாவணார், அருளி வழிநின்று கே.ஆர்.எஸ் அவர்களும் தமிழ்ச் சொற்களே என்பதைச் சங்கத நூலும் காட்டி நிறுவியுள்ளார்.

பெரியார், ஜாதி என்பதற்குத் தமிழில் வேர்ச் சொல்லே இல்லை என்பார். கிரந்தம் தவிர்த்து சாதி என்று எழுதினாலும் அது தமிழ்ச் சொல் அல்ல! ஆனால் நான்கு வர்ணக் கோட்பாடுகள் தொல்காப்பியத்திலும் உண்டு எனத் திரிக்கும் கூட்டம் இங்கு உண்டு. தொல்காப்பியத்தில் நால்வர்/ நான்கு என வந்தாலே,

அது நான்கு வர்ணத்தைக் குறிப்பதாகவும், நூல் என வந்தாலே அது பூணூலைக் குறிப்பதாகவும் உரை எழுதி வைத்துள்ளனர். தொல்காப்பியத்தில் இடைச் செருகல் தான், நான்கு வர்ண மேற்கோள்கள். இதைப் பலமான தரவுகளுடன் நிறுவியிருக்கும் படலம் தான் "தொல்காப்பியத்திலேயே சாதி உண்டா?" என்ற கட்டுரை. இந்த நூலில் எனக்கு மிக விருப்பமான படலமும் இது தான்.

இந்நூலில் துக்கடா எனத் தலைப்பிட்டு ஒரு தனி நூலாக எழுத வேண்டிய செய்திகளை எல்லாம் அதில் எழுதியிருக்கிறார் கே.ஆர்.எஸ்.

ஒவ்வொரு ஆண்டும் நடக்கும் தமிழ்ப் புத்தாண்டு எது? என்ற சர்ச்சைக்கு ஒரு முடிவு கொடுத்துள்ளார். தமிழ்ப் புத்தாண்டாக தை ஒன்றைத் தேர்ந்தெடுத்தது ஓர் அரசாங்கம் அல்ல; மறை மலையடிகள், நாவலர் சோமசுந்தரபாரதி போன்ற தமிழறிஞர்கள் என்பதற்கு ஏகப்பட்ட தரவுகளைக் கொட்டியிருக்கிறார். புரிய வேண்டியவர்களுக்குப் புரிந்தால் சரி.

இன்றைய புதிய அரசியல் சூழலில், திராவிடம் என்ற சொல்லின் பொருள் என்னவென்று பலரும் பலவிதமான கருத்துக் களைச் சொல்கிறார்கள். பெரியார் தான் இந்தச் சொல்லைத் தமிழர்களின் தலையில் கட்டிவிட்டதாகவும், கால்டுவெல் என்பவர் தெலுங்குமொழியைக் குறிக்கவே திராவிடம் என்ற சொல்லைப் பயன்படுத்தினார் என்றும், அவருக்கு முன் யாருமே திராவிடம் என்ற சொல்லைப் பயன்படுத்தவில்லை என்றும் சிலர் பொய்யுரைக்கிறார்கள்.

இவையெல்லாம் அரசியல் ஆதாயங்களுக்காகச் செய்யப் படுபவை. சங்க இலக்கியத்தில் திராவிடம் என்ற சொ.்லே இல்லையே? என ஒரு கேள்வியை முன் வைப்பார்கள். திருக்குறளில் கூடத் தமிழ் என்ற சொல்லே இல்லை. அதனால் அது தமிழ்நூல் இல்லை எனச் சொல்ல முடியுமா? பெரியார் ஆரியத்திற்கு எதிராக ஒரு குறிச்சொல்லாய்த் திராவிடம் என்றார். பாவாணர் திராவிட மொழிக்குடும்பம் என்றார். தமிழ் என்ற சொல்லே திராவிடம் எனத் திரிந்தது என்றார். கே.ஆர்.எஸ் இந்தச் சொல்லின் மூலத்துக்கே சென்று காட்டியுள்ளார். யவனம், சீனம் என்பது போல, திராவிடமும் ஒரு திசைச் சொல்லே என்பதற் கான ஏராளமான உலகத் தரவுகளைக் காட்டியுள்ளார். பல தமிழறிஞர்களின் நூல்களைத் தேடித் தேடிப் படித்தால் கிடைக்கக்

கூடிய செய்திகளை, ஒரு பிழிவு போல இந்த நூலில் தொகுத்துக் கொடுத்துள்ளார் கே.ஆர்.எஸ்.

யாவரும் அறிந்து கொள்ளும் வகையில், எளிமைத் தமிழ் கொண்டிருக்கும் இந்நூல் தமிழ் ஆர்வலர்களுக்கும், மாணவர் களுக்கும், ஆராய்ச்சியாளர்கட்கும் பேருதவியாக அமையும் என்பதில் எந்த ஐயமும் இல்லை! வாழ்த்துக்கள்!

(கா.ஆசிப் நியாஸ்)
நவம்பர் 15, 2017
றொறன்றோ, கனடா
Twitter Handle: @Aasifniyaz

அறியப்படாத தமிழ் மொழி

(தமிழ் மறைப்பு அதிகாரம்)

1. கல்தோன்றி மண்தோன்றா - தமிழ்ப் பொய்யா?

மேடைகளில் மிகப் பரவலான (பிரபலமான) Punch Dialogue *கேட்டிருப்பீங்க!*

கல் தோன்றி, மண் தோன்றாக் காலத்தே
வாளோடு, முன் தோன்றிய மூத்த குடி!

"அது எப்படிய்யா, கல்லு தோன்றி, மண்ணு தோன்றா முன்னரே, தமிழ் தோன்றும்? பூமி-ன்னு ஒன்னு தோன்றி, மக்கள் தோன்றி, அப்பறம் தானே-ய்யா மொழியே தோன்றும்? இது என்னய்யா பகுத்தறிவு? ☺ தமிழர்களுக்கு மிகை உணர்ச்சி-ப்பா! எப்படி அடிச்சி விட்டிருக்காங்க பாரேன்! இரும்பு தோன்றி, அப்பறம் தானே வாள் கருவி உருவாக்கம்? எப்படிய்யா Iron Age-*க்கு முன்பே, வாளோடு நீங்கள்-லாம் தோன்றுவீங்க?*

ஒரு வேளை, வாலோடு முன் தோன்றிய மூத்த குடிகளோ? குரங்குப் பய புள்ளக் குடிகளோ? ☺ ஓலைச் சுவடியில், வால்-வாள் என்று பாடபேதம் ஆகி விட்டதோ?" என்றெல்லாம் உங்களில் சிலர், இளமையில் கலாய்த்து இருக்கலாம்! வாருங்கள், கல்தோன்றி மண்தோன்றா உண்மைகளைப் பார்ப்போம்! ஆனால் அதற்கு முழுப் பாடலையும் பார்க்க வேண்டும்; நுனிப்புல் மேயக் கூடாது; முழுமை அறிவதே உண்மை! கலாய்த்தல் வேறு; Serious *உண்மை வேறு!*

கல்தோன்றி Punch Dialogue *வரும் பாட்டைப் பாருங்க:*

பொய் அகல, நாளும் புகழ் விளைத்தல் என் வியப்பாம்?
வையகம் போர்த்த வயங்கு ஒலி நீர் - கை அகலக்
கல்தோன்றி, மண்தோன்றாக் காலத்தே, வாளோடு
முன்தோன்றி மூத்த குடி! *(கரந்தைப் படலம் 35 - குடிநிலை)*

புறப்பொருள் வெண்பா மாலை - *இது ஓர் இலக்கண நூல். இதன் காலம்* 9th CE; *இதன் ஆசிரியர் ஐயனாரிதனார். இது சங்கத் தமிழெலாம் இல்லை. மிகவும் பின்னாளில் எழுந்த இலக்கண நூல். இதில் வரும் இப்பாடலின் பொருள் என்ன?*

- கல் தோன்றி மண் தோன்றாக் காலத்தே, வாளோடு = கல்லும் மண்ணும் தோன்றும் முன்பே, கையில் வாளோடு,
- முன் தோன்றி, மூத்த குடி = முன்பே தமிழ் மக்கள் தோன்றிவிட்டார்கள்; தமிழ் தான் உலகில் முதல்! அப்படியா சொல்கிறது இந்தப் பாடல்? அல்ல!

கல் = மலை என்ற பொருளும் உண்டு!
திண்டுக்கல், நாமக்கல் என்ற ஊர்களை நாம் அறிவோம். அதன் மலையே, அதற்கு ஆகி வரும் ஆகுபெயர்.

கல் உயர் தோள், கிள்ளி பரி = மலை போன்ற உயரமான தோள் உடைய கிள்ளிச் சோழன் என்ற பாடலும் உண்டு.

மண் = வயல் என்ற பொருளும் உண்டு!
பொன் விளையும் மண் என்பது சொலவம்.

மணிநீரும் 'மண்ணும்' மலையும் - அணிநீழல்
காடும் உடையது அரண் *(குறள்)*

இங்கே மண்வளம் என்பது வயல்வளம் தானே? இப்போ, நீங்களே கூட்டிக் கழிச்சிப் பாருங்க!

- கல் தோன்றி = மலை தோன்றி
- மண் தோன்றா = வயல் தோன்றா

குறிஞ்சி (மலை) தோன்றி, மருதம் (வயல்) தோன்றாத காலத்தே கையில் வாளோடு, முன்பு இருந்த ஆதிகுடிகள்!

வயல் வெளி நாகரிகம் (மருதம்) தோன்றாக் காலத்தே, காடும்/ மலையும் தானே ஆதி மனிதன்? அவன் கையில், கல்/எஃகு/ இரும்பால் ஆன ஆயுதங்கள்; Natural Evolution Process! இயற்கையான படிமலர்ச்சி.

சரி, வாளோடு முன் 'தோன்றி' என்பதற்கு என்ன பொருள்? 'தோன்றுதல்' என்றால் 'பிறத்தல்' என்று நாமாகவே பொருள் எடுத்துக் கொண்டு விடுகிறோம். வாளைப் புடிச்சிக்கிட்டே, ஒரு தமிழ்க் குழந்தை பிறக்குமா என்ன? ☺

தோன்றிற் புகழொடு தோன்றுக - அஃதிலார்
தோன்றலின் தோன்றாமை நன்று *(குறள்)*

பிறக்கும்போதே, புகழோடு பிறந்துவிடு! அப்படிப் பிறக்காத குழந்தை, பிறப்பதை விடச் சாவதே மேல் என்றா சொல்கிறார்? இல்லை, நம் ஐயன் அப்படிச் சொல்லார்! இங்கே, தோன்றல்

= Appearance! வெளிப்படுதல்; தோன்றிற் புகழொடு தோன்றுக = மேடையில் வெளிப்படும் போது, திறமையுடன் வெளிப்படுக. அஃதிலார் வெளிப்படாது, அடங்கியிருத்தல் நன்று!

இப்போது, முழுப் பொருளையும் கொண்டு கூட்டுங்கள்:

- கல் தோன்றி = குறிஞ்சி தோன்றி
- மண் தோன்றாக் காலத்தே = மருதம் தோன்றாக் காலத்தே
- வாளோடு முன்தோன்றி = கையில் வாளோடு வெளிப் பட்டார்கள்
- மூத்த குடி = ஆதிகுடிகளான தமிழ் மக்கள்!

இப்போ சொல்லுங்க!

- இதுல 'கப்சா' இருக்கின்றதா?
- இது தமிழர்களின் வெத்துப் பெருமையா?
- இதில் பகுத்தறிவு கெட்டுப் போயிருச்சா?
- இது அறிவியலுக்கு மாறாக உள்ளதா?

இல்லை! அறிவியல் கெடாமல், இயற்கை இயல்பாகத்தான் இருக்கு!

கல்/மண் = குறிஞ்சி/மருதம் என்பது சரியே. ஆனால், எதுக்கு முல்லை/குறிஞ்சியைத் திடீர் என்று இந்தப் பாட்டிலே சொல்ல வருகிறார் கவிஞர்?

அதற்குத் தான் பாடலின் '**சூழலை**'யும் பார்க்கவேண்டும் என்று சொல்வது! வெறுமனே பாட்டில் இருந்து 2 வரிகளை '**உருவி**'யெடுத்துச் சொன்னால், பொருளே விலகிப் போய், வேறேதோ பொருள் தந்துவிடும்! சிலர், தமிழைத் திரிப்பதற்காக வேண்டுமென்றே கூட இப்படிச் செய்வதுண்டு.

பாடலின் சூழலோடு சொல்லும்போது தான், 'நோக்கம்' என்ன? என்பதே தெரிய வரும்! இப்பாடலின் சூழல்-இயல் என்ன? அதற்கு, தமிழ்மொழியின் திணைகள் பற்றிச் சற்றே அறிந்து கொள்ளுதல் தேவை! அறிந்து கொள்வோமா? வாங்க

| **திணை** = வாழும் ஒழுக்கம் என்று பொருள்! |

ஒழுக்கம் என்றால் Good Conduct அல்ல. இங்கு ஒழுக்கம் = ஒழுகல்; ஒரு முறையோடு வாழ்தல்! உலகத்தோடு ஒட்ட ஒழுகல் என்கிறோமே, அந்த ஒழுகல்!

தொல்காப்பியர், இயற்கையோடு இசைந்த வாழ்வாய், வகுத்துத் தரும் திணைகள்:

- அகத்திணை = 7
- புறத்திணை = 7
- அகம் = காதல்/வீட்டு வாழ்வு!
- புறம் = சமூகம்/வெளி வாழ்வு!

அகத்திணையில் எது முதல் திணை? குறிஞ்சியா? முல்லையா? என்று பின்னால் வரும் படலத்தில் (Chapter) பார்ப்போம். இப்போது, இந்தப் பாட்டுக்குத் தொடர்பான புறத்திணையை மட்டும் இங்கு காண்போம்.

புறத்திணையில் முதல் திணை = வெட்சி X கரந்தை:

போர் துவங்கு முன், தன் நாட்டு & எதிரி நாட்டு எல்லையில், ஆயத்தம் செய்துகொள்வது தமிழ் வழக்கம். இது பெரும் போர் அல்ல; சிறு குடிப் போர்!

அதான் இன்னும் வயல்வெளி நாகரிகம் (மருதம்) தோன்ற வில்லையே? மருத நிலத்தில் தானே, பண்ணைத் தலைமையும், அதுவே பின்பு சிற்றரசன், பேரரசன் என வளர்ந்து, அவர்களின் பெரும் போர்களும்? இது முல்லை/குறிஞ்சி, காடு/மலையில் ஒரு குழுவுக்கும் இன்னொரு குழுவுக்கும் சண்டை; குடிகளின் போர்!

தற்காத்துக் கொள்ளமுடியாத முதியோர், நோயாளிகள், மருந்தகம், இன்ன பிற மனிதநேயங்கள், விலங்குகள் இவற்றையெல்லாம் போர்ச் சூழலில் இருந்து அப்புறப்படுத்துவது, ஒரு வகையான போர் ஆயத்தம். எதிரி நாட்டு எல்லையில் உள்ள விலங்குகளை மட்டும் ஓட்டிவந்து விடுவது, ஒருவிதமான போர்முறை; போர்த் துவக்க அறிவிப்பு!

- வெட்சி = ஒரு படை, மாடு (ஆநிரை) & பிற விலங்குகளைக் கவர்தல்
- கரந்தை = இன்னொரு படை, அந்த ஆநிரைகளை இழக்காது தடுத்தல்

சில திரைப்படங்களில், இது போல் 'குடிப் போர்'களைப் பார்த்து இருப்பீங்க! என்ன படம், நினைவிருக்கா? ☺ இயக்குநர் வசந்தபாலன் அவர்களின் அரவான் திரைப் படம். எழுத்தாளர் சு. வெங்கடேசனின் புதினமான காவல் கோட்டம் தழுவியது.

அதில், கரந்தைத் திணையில் வருவதே இந்தப் பாட்டு! பாட்டின் 'சூழல்' = எதிரிகளிடம் இருந்து, ஆநிரைகளை மீட்கப் போர்!

பொய் அகல, நாளும் புகழ் விளைத்தல் என் வியப்பாம்?
வையகம் போர்த்த, வயங்கு ஒலிநீர் கையகலக்
கல்தோன்றி, மண்தோன்றாக் காலத்தே, வாளோடு
முன்தோன்றி மூத்த குடி!

பாட்டின் பொருள்: அடேயப்பா! என்னமா ஆநிரை காக்குறாங்க ஆதிகுடிகள்! தோல்வி எனும் பொய் அகல, புகழை நிலைநாட்டும் வீரம்! என்ன வியப்பு? ஆதியில் உலகம் நீர் போர்த்தி இருந்து, பின்பு வாழ்வு துவங்கிற்று. Tribal மலை/காட்டு வாழ்வு தான் முதல்!

- கல் தோன்றி = மலை தோன்றி
- மண் தோன்றா = வயல்கள் தோன்றா

முல்லை/குறிஞ்சி தோன்றி, மருத நாகரிகம் தோன்றாத காலத்தே, கையில் வாளோடு வெளிப்பட்டு, வீரமாக ஆநிரை காக்கிறார்களே, கரந்தைத் திணையில்! வாழ்க இந்த ஆதிகுடிகள்! இதான் பாடலின் முழுப் பொருள்.

இதில் ஆநிரை கவர்பவர்களும் = தமிழ்க் குடிகளே; ஆநிரை காப்பவர்களும் = தமிழ்க் குடிகளே. கவர்பவர்கள், ஏதோ தமிழின

எதிரிகள் என்று எண்ணிக் கொள்ள வேண்டாம் ☺. ஒரே தமிழ்க் குடியில், இரண்டு குழுக்களிடையே ஆநிரைப் போர். **இந்தச் 'சூழல்' அறியாது, ஏதோ தமிழினத்தின் புகழ்மாலையாக,** Punch Dialogue **போல் பேசிவைக்க, பொருளே மாறிவிட்டது பொதுவெளியில்** ☺

- கல்தோன்றி, மண்தோன்றா = 'கப்சா' அல்ல! வெத்துப் பெருமை அல்ல! இயற்கையான ஆதிகுடி படிமலர்ச்சி (Evolution).
- கல்தோன்றி, மண்தோன்றாக் காலத்து மூத்தகுடி = வயல்வெளி நாகரிகம் தோன்றாத காலத்தே, Tribal மக்களின் சிறுகுடிப் போர்கள்; Tribal Warfare!

இனியாச்சும் பாட்டின் சூழல் அறிந்து கொள்வோம் மக்களே! என்ன, சரியா? ☺

படலக் குறுந்தொகை

1. கல்தோன்றி மண்தோன்றாக் காலத்தே என்ற வரி, 9th CE இலக்கண நூலான புறப்பொருள் வெண்பா மாலையில், ஒரு திணை விளக்கப் பாடலாகும்; Punch Dialogue அல்ல!

2. கல் = மலை; மண் = வயல் ; மலை (குறிஞ்சி) தோன்றி, வயல் (மருதம்) தோன்றாத காலத்திலேயே, ஆதிகுடிகள், தங்களின் உள்நாட்டு எதிரிகள் முன்பு வாளோடு தோன்றி, ஆநிரை காக்கப் போர் செய்கிறார்கள்.

3. இது, தமிழ் இலக்கணத்தில் வரும் புறத் திணை! திணை என்றால் வாழும் ஒழுகலாறு! அகத் திணை = தன்னளவில்; புறத் திணை = சமூக அளவில்.

4. புறத் திணையில், 'கரந்தை' என்ற ஆநிரை காக்கும் போர்த் திணையை விளக்கும் இலக்கணப் பாடலே, "கல்தோன்றி மண்தோன்றாக் காலத்து, முன்தோன்றிய மூத்தகுடி!" இது வெத்துப் பெருமை அல்லவே அல்ல!

திருக்குறளில் முரண்பாடுகள் ஏன்?

திருக்குறள் = தமிழ் மொழியின் முத்திரை!

பொய்யா மொழியான குறள், தமிழர்களின் சிறப்படையாளம் என்று நம்ம எல்லாருக்குமே தெரியும்; அதனால் நேரடியாகப் பேசுபொருளுக்கு வந்து விடுவோம்; திருக்குறளில் ஏனுங்க இத்தனை முரண்பாடுகள்?

பள்ளிப் பாடநூலில் படிக்கும் போதே, என்னைப் போல் சில தோண்டித் துழாவன்களுக்கும், வல்-வம்பன்களுக்கும் இக்கேள்வி எழுந்திருக்கும் ☺

தெய்வத்தால் ஆகாது எனினும் முயற்சி தன்
மெய்வருத்தக் கூலி தரும்!

வகுத்தான் வகுத்த வகை அல்லால் கோடி
தொகுத்தாலும் துய்த்தல் அரிது!

தெய்வத்தாலேயே முடியவில்லை என்றாலும், உன் முயற்சி பலன் அளிக்கும் என்று ஒரு குறளில் சொல்கிறார்; நீ என்ன தான் முயன்றாலும், வகுத்தவன் ஊழை வெல்ல முடியுமா? என்று இன்னொரு குறளில் சொல்கிறார். எதை நம்புவது? ஏன் முன்னுக்குப் பின் முரண்? ஐயனே இப்படிச் செய்யலாமா?

ஐயன், முரண் செய்யவில்லை! நாம் தான், திருக்குறளை முரணாகவே வாசித்துப் பழகிவிட்டோம்! பேச்சுப் போட்டி, எழுத்துப் போட்டி, மனப்பாடப் போட்டி.. என்றெல்லாம் திருக்குறளை இயந்திரத்தனமாய் ஆக்கினோமே தவிர, குறளை எப்படி அணுக வேணும்? என்ற மனிதம் மட்டும் நாம் கற்கவே இல்லை! ☹

'1330 குறளும் மனப்பாடம்' என்கிற போலிப் பெருமை கருதி, சிறு குழந்தைகளைப் பொருளறியா வயதில் காமத்துப் பால் மனப்பாடம் செய்து, ஒப்பிக்க வைக்கும் நம்மைக் கண்டால், சான்றோன் ஐயனே சினக்கப்பல் ஏறிவிடுவார் ☹

- திருக்குறள் = (ஓரளவு) உலக நூல்!
- ஆனால், உலகம் = ஒரே தன்மை கொண்டதல்ல! மொத்த உலகுக்கும் ஒரே நூல் என்பது செல்லாது. பல்சுவையே உலகம்; பல் பொருண்மையே உலகம்!

'ஏக' இறைவன், ஒன்றே குலம் ஒருவனே தேவன் என்பதெல்லாம் பன்முகத்தன்மை மறுப்பே! கேட்க நன்றாக இருப்பது போல் தோன்றினாலும், அவை மத ஆதிக்க மனப்பான்மைக்கே இட்டுச் செல்லும்!

உலகில் பலவே குலம், பலவே தேவன்! அவரவர் இனம்/ மொழிக்கு ஏற்ற இறைமை, வளமை, வாழ்வு! ஒரே செருப்பு எல்லார் காலுக்கும் பொருந்தாது ☺

| பன்முகத் தன்மையே = அறம், அறிவியல், இயற்கை! |

'உலகப் பொது' என்ற ஒன்றுமே கிடையாது; சிற்சில இடங்களில், சிற்சில பொருட்கள், அந்தந்த மொழி/நாடு/பண்பாட்டுக்கேற்ப மாறும்!

உலக மக்கள் அனைவருக்கும், 'ஓரளவு பொதுவாக' அறம்- பொருள்-இன்பம் உரைக்க விரும்பினான் ஐயன் வள்ளுவன். கடினமான பணி தான்! அதனால் தான் முல்லை, குறிஞ்சி என்ற அகத்திணை இலக்கணம் கூடக் கடந்து, 'தமிழ்' என்ற சொல்லைக் கூட குறளில் எங்குமே பயன்படுத்தாது, 'ஓரளவு பொதுவாகவே' அறம் உரைத்தான்! அந்த 'ஓரளவு பொது'-விலும், எல்லாக் குறளும் எல்லாருக்கும் அல்ல! அவரவர் வாழ்வியல் 'சூழலுக்கு' ஏற்பவே குறள்; இதை மனத்தில் வையுங்கள் முதலில்!

எல்லாக் குறளும் எல்லாருக்குமானது அல்ல!

- புலால் மறுத்தல் = துறவறவியல்
- புதல்வரைப் பெறுதல் = இல்லறவியல்

ஒரு துறவியோ/Corporate சாமியாரோ, "திருக்குறளில் புதல்வரைப் பெறுதல் வருகிறது; அதன்படியே, நான் நடிகையோடு கூடிப் புதல்வரைப் பெற்றுக் கொண்டேன்" என்று சொன்னால் சும்மா விடுவீர்களா? ☺

வாங்க, குறளில் பல 'முரண்பாடு'களைப் பார்ப்போமா? அவை முரண்பாடுகளா? இல்லை அவரவர் 'சூழல்நெறியா'? என்பதையும் விசாரிக்கலாம், வாங்க.

புலால் மறுத்தல்:

பொருளாட்சி போற்றாதார்க்கு இல்லை - அருளாட்சி
ஆங்கில்லை ஊன்தின் பவர்க்கு

செல்வத்தைக் காப்பாற்றாதவர்கள், செல்வ ஆட்சி பெற மாட்டார்கள்; போலவே, ஓர் உயிரைக் கொலை செய்து அதன் ஊன் தின்போர், 'அருளாட்சி' பெறமாட்டார்கள்!

இதிலிருந்தே தெரிகிறது அல்லவா, இக்குறள் யாருக்கு உரைக்கப் பட்ட அறம்? மன்னனுக்கா? மக்களுக்கா? அருளாளர்களுக்கா?

மன்னன் புலால் தின்பான்; சூழல் அப்படி; அவன் நோக்கம் பொருளாட்சி! ஆனால் அருளாளர்களின் நோக்கம்? = பொருளா? அருளா? இங்கு Corporate சாமியார்களை விட்டுருவோம்; அவர்களின் நோக்கம் பொருளே என்பதை நாம் அறிவோம்! ☺

அதனால் தான், குறளில் புலால் மறுத்தல் = துறவறத் தொகுதிக்குள் அமைந்து வருகிறது; இல்லறத் தொகுதிக்குள் வரவில்லை!

உடனே, இல்லறத்தில் உள்ளவர்கள் எல்லாரும் புலால் தின்னே ஆக வேண்டும் என்ற கட்டாயப் பொருளும் கொள்ளக் கூடாது ☺ இல்லத்தில் அவரவர் விழைவு; ஆனால் துறவில் 'அருளாட்சி' கட்டாயம்! ஆகவே அவர்கள் புலால் மறுத்தல் அருள் நலம் - இது ஐயனின் கருத்து; ஐயன் எழுதும் சட்டம் அல்ல!

இல்லறத்தில் இருப்போர்களும் அருள் (இரக்கம்) உடையவர்களே! ஆனால் அவர்கள் அன்றாடச் சூழல்/சுவை வேறு; பார்த்துப் பார்த்து, விலக்கி விலக்கி, தேடித்தேடி உண்ணுதல் எல்லோராலும் இயலாது. அவரவர்க்கு வெவ்வேறு கடமைகள் உள்ளன.

- இல்-அறம் = அருள்
- துறவு-அறம் = அருளாட்சி

மனிதனின் இயல்பான அருளும் கடந்து, அருளையே ஆட்சி செய்யும் சான்றோர்(அவர்கள் துறவறமோ/இல்லறத்திலேயே துறவுநிலையில் இருக்கிறார்களோ), ஒருவித அருள் சூழலிலேயே வாழ்வதால், அவர்கட்கு மட்டும் இரக்கம் மிகுதியான புலால் மறுத்தல் = சிறப்பு அறம்; அவ்வளவே!

இப்போது புரிகிறதா, திருக்குறளின் அமைப்பு? தட்டையாக Hardcode செய்யாது, அவரவர் சூழலுக்கேற்ப, சூழல்நெறி!

உழைப்பா? ஊழா (விதியா)?

தெய்வத்தால் ஆகாது எனினும் - முயற்சிதன்
மெய்வருத்தக் கூலி தரும்! *(அரசியல், ஆள்வினையுடைமை)*

வகுத்தான் வகுத்த வகை அல்லால் - கோடி
தொகுத்தாலும் துய்த்தல் அரிது! *(பாயிரம், ஊழ்)*

நன்கு உழைப்பவனிடம், "நீ என்ன உழைச்சாலும் உன் விதிப்படி தானடா!" என்ற மதம்/வேதாந்தம் பேசமாட்டார் வள்ளுவர். மாறாக, அவனுக்கு உற்சாகம் ஊட்டுவார். "தெய்வத்தாலேயே முடியலை என்றாலும், அடேய்! உன் கடின முயற்சி உனக்கு வெற்றி தரும்டா!" என்பார்.

ஏனென்றால் அந்தப் பகுதி = **ஆள்வினை உடைமை!** அரசு - இயல்! அரசு-இயல் என்றால் அரசர்களுக்கு மட்டும் தானே? என்று அப்பாவியாய்க் கேட்டு விடாதீர்கள் ☺ இல்லறம்/துறவறம்/ எல்லாருக்குமே அரசு-இயல் உண்டு! அரசியல் = அரசர்களால் மட்டுமே நடத்தப்படுவதில்லை; மக்களாலும் தான்!

- அரசர்கள் = தலைமை
- நாம் எல்லோரும் = அதில் அன்றாட வாழ்வியல் ஓட்டம்

அதனால் ஆள்வினை உடைமை, நமக்கும் + ஆள்வோருக்கும், பொதுவானது!

துறவியே ஆனாலும், தன்னுடைய அருட்பாதையில் செல்ல, அவருக்கும் ஆள்வினை வேண்டும்! அவரும் அரசு-இயலுக்கு ஆட்பட்டவரே! மன்னன் எடுக்கும் முடிவால், அனைவருமே ஏதோவொரு வகையில் பாதிக்கப்படுவர்!

ஆனால் சில சமயங்களில், என்ன முயன்றாலும், எதிர்பார்த்த வெற்றி கிடைப்பது இல்லை! எங்கே கோட்டை விட்டோம்? என்று நமக்கே தெரிவதில்லை. அப்போது அதிலேயே உழன்று தேங்கிவிடாமல், அடுத்த இலக்கு நோக்கிச் செல்கிறோம் அல்லவா? அதற்கு ஓர் ஆறுதல் = ஊழ்!

அதான் அரசு-இயல்/ஆள்வினை உடைமையில், தெய்வத்தால் முடியலை-ன்னாலும் உன் கடினமுயற்சி பலன் தரும் என்றவர், சரி, இந்த முயற்சி தோற்று விட்டதா? வகுத்த வகை போலும் என்று பொதுவான சிந்தனையாக, பாயிரத்தில் முன்வைக்கிறார்!

- ஒன்று, உலகம் பற்றிய பொதுத் தத்துவம் = ஊழ் (அறத்துப்பால்)
- இன்னொன்று, உலகில் வாழ ஊக்கம் = ஆள்வினை (பொருட்பால்)

ஊழிற் பெருவலி யாவுள? மற்றொன்று
சூழினும் தான்முந் துறும். (ஊழ்)

ஊழையும் உப்பக்கம் காண்பர் உலைவின்றித்
தாழாது உஞற்று பவர் (ஆள்வினையுடைமை)

இப்போது சொல்லுங்கள், இந்த இரண்டும் முரண்பாடுகளா? சூழல்நெறியா??

குறள் ‘முரண்பாடு’களை எல்லாம், ஒரே பக்கத்தில் அருகருகே வைத்துப் பார்க்க உங்களுக்கு ஆசையா? நீங்க எங்குமே போக வேண்டாம்! ஐயன் வள்ளுவரே உங்க கைப்பிடிச்சி, “இதோ என் முரண்பாடுகள்”! என்று காட்டீருவாரு ☺

இரவு & இரவச்சம் என்ற 2 அதிகாரங்கள்! இரண்டுமே, ஒரே குடி— இயலில் வரும்!

- இரவு = ஒருவர், நம்மிடம் இரந்து உதவி கேட்கும் போது, நம்முடைய நிலை
- இரவு - அச்சம் = ஒருவர், நம்மிடம் உதவி கேட்கும்போது, அவருடைய அச்சநிலை

இரக்க, இரத் தக்கார்க் காணின் - கரப்பின்
அவர்பழி; தம்பழி அன்று!(இரவு)

கரவாது உவந்து ஈயும் கண்ணன்னார் கண்ணும்
இரவாமை கோடி உறும்! *(இரவச்சம்)*

பெரும் துன்பத்தில், நல்ல சான்றோரிடம் உதவி பெறலாம்! தன்னிடம் இல்லை என்று மறைத்தால், அவருக்கே பழி; நமக்கு அல்ல!

இதை உதவி கேட்பவருக்குச் சொல்லவில்லை; உதவி கொடுப்பவருக்குத் தான் சொல்கிறார் ஐயன்! ஏன்? ஒருவன் தன் மானம் விட்டு, உதவி என்று கேட்கும் போது, நம்மிடம் செல்வ வளம் இருந்தும் வலிந்து மறைத்தால், "உனக்குத் தான் அறப் பழி" என்று சொன்னால் தானே, உலகில் கொஞ்சமாச்சும் ஈகை நிலைக்கும்?

அதே சமயம், கொடுப்பவரின் ஈகைக் குணத்தைத் தவறாகப் பயன்படுத்தி, "நன்கு கறந்து விடலாம்" என்று நினைத்தால்? உதவி கேட்பவனுக்குத் தான் பழி! அதான் இரவு & இரவு+அச்சம் என்று தனித்தனியாகச் சொல்லி, உவந்து ஈந்தால் கூட, சிறுசிறு துன்பத்துக்கும் போய் நிற்காதே; உன் மானம்! என்றும் சொல்கிறார்.

உலகில் இரண்டுமே உண்டு = நேர்ப் புள்ளி & எதிர்ப் புள்ளி! ஒன்றை ஒதுக்கவும் முடியாது, இன்னொன்றைப் போற்றவும் முடியாது; வாழ்க்கை வாழ்ந்தாக வேண்டும்! சரி/தவறு என்பதைத் தாண்டிய 'வாழ்க்கை', நம் அனைவரின் சுகமான சுமை. அதான் இரண்டுக்குமே அறம் வகுக்கும் ஐயன்; சூழல்நெறி = வள்ளுவம்!

அடுத்து, நீங்க என்ன கேட்கப் போறீங்க-ன்னு எனக்கு நல்லாவே தெரியும் ☺

திருக்குறளில், அதிகாரம் எல்லாம் பின்னாளில் தானே? வள்ளுவர் 'அதிகார' வாரியாக-ல்லாம் குறளை எழுதலையே? அப்பறம் எப்படி இயல் அறிந்து / அதிகாரம் அறிந்து, அவரவர் சூழலுக்கேற்பக் குறள் வகுத்தார் என்று சொல்லமுடியும்? இது நாமாகச் சொல்லிக் கொள்வதா?

அதானே உங்கள் கேள்வி? சரி நானும் உங்களைப் பதில்-கேள்வி கேட்கட்டுமா? ☺ அதெப்படிச் சரியாக 1330 எண்ணிக்கை வருது குறளில்? 10-10 அடுக்காய்? 1008 குறள், 10-10 அடுக்காய் வராதபடி, 5-3-8-2 என்று வரலையே? ஏன்? சொல்லுங்க!

ஏன் பத்துப் பத்தாக 1330 குறள்? 133 Theme-களில், 13 இயல்களாக, 3 பால்களாக.. ஒவ்வொரு கருத்துக் கொத்திலும் 10 என்று எப்படிச் செய்ய முடிந்தது?

எழுதும் போதே, இன்னின்ன Theme, இன்னின்ன கருத்து என்று வகுத்துக் கொண்டால் தானே, தொகுதி-தொகுதியாகச் சரியாக 1330 எண்ணிக்கை வரும்?

இது பற்றி, வரலாற்றில் ஏதேனும் இருக்கா? ஐயனின் சொந்த ஊர், வாழ்ந்த வாழ்க்கை, அவரின் சமயம், தத்துவம்.. இவை பற்றியெல்லாம் ஏதேனும் தெரிந்தால், இந்த 1330, 133, 13, 3 என்ற புதிர் வரிசையைத் துப்பு துலக்க முடியுமா?

ஒரே விடை தான்: வள்ளுவர் வரலாறு கிட்டவில்லை!

குறளின் மேல் எந்தப் புராணக் கதையும் சொல்ல முடியாது. ஆனால் முருகன்/மாம்பழம் என்று பொய்க்கதை கேட்டுக்கேட்டே பழகிவிட்டதால், எல்லாத்துக்குமே ஒரு 'கதை' எதிர்பார்க்குது நம்ம மனசு ☺ ஆனால் வள்ளுவர் மேலும் கதை எதிர்பார்க்கலாமா? மதம் பரப்பப் பொய்க் கதைகள் சொன்னார்கள்; புரிகிறது! அது மதத்துக்குச் சரிவரும்; ஆனால் தமிழுக்கு? வரலாற்றுக்குச் சரி வருமா?

வள்ளுவர் மேலும் வாஸுகி என்ற வைதீகப் பொய்யேற்றி, அவர் சாப்பிடும் போது ஊசியும் நீர்க் கிண்ணமும் வைக்கணும். கீழே சிந்திய சோற்றுப் பருக்கை கூட வீணாக்காமல், ஊசியால் குத்திக் கழுவித் தின்பாரு. "அடியே வாஸுகீ" என்று அவரின் குரல்கேட்டு அந்தம்மா ஓடிவர, கிணத்தடி Bucket அப்படியே நிற்கும். Gravity-ஐ வென்ற கற்பு என்றெல்லாம் கதை அடிச்சிவிட்ட, மதம் பிடிச்ச பின்னாள் புலவர்கள்.

வள்ளுவத்தை அரங்கேற்ற உதவியதே சிவபெருமான் தான்! மதுரை பொற்றாமரைக் குளத்தில் திருக்குறளை வீசி எறிய, சிவன் அருளால் குறள் மூழ்காமல் கரையேறியது என்றெல்லாம் சைவப் புலவர்களின் தமிழ்ச் சிதைப்புகள் ☹

ஔவையார் என்ற 1953 திரைப்படம் பாருங்கள். எஸ்.எஸ். வாசன் - கொத்தமங்கலம் சுப்பு கூட்டணியில், புராணீகப் பொய் அரங்கேற்றம்! நம் மனத்துக்கினிய கே.பி. சுந்தராம்பாள் அம்மாவே நடித்தாலும், அது இயக்குநர் செய்த தமிழ்ச் சிதைப்பே!

வள்ளுவர் வரலாற்றில் நமக்குக் கிடைப்பவை மிகச் சொற்பமான தகவல்களே! பிற யாவும் 'ஊகித்து உணர்பவை'யே! வள்ளுவர்

சமயம் = சமணம் என்பது கூட, பெரும்பான்மைத் தமிழ் அறிஞர்களின் 'ஊகித்து உணரலே'; நேரடித் தரவுகள் இல்லை!

முன்பெலாம் வள்ளுவர் சமயம் குறித்த பலத்த ஆராய்ச்சி, பண்டிதர்களிடையே நடக்கும். இன்றைய அறிவியல் காலத்தில் அது வீண்! வள்ளுவர் சமயநோக்கில் தன் நூலைச் செய்திருந்தால், ஆண்டாள் போலவோ, அப்பரடிகள் போலவோ வெளிப்படையாகச் செய்திருப்பார். ஆனால் அவர் அப்படிச் செய்தாரில்லை! ஏனெனில், அவர் 'நோக்கம்' சமயநூல் அன்று! மதம் அன்று!

ஆக, ஐயனின் 'நோக்கமே' வேறாக இருக்கும் போது, நூலில் அங்கொன்றும் இங்கொன்றுமாய் வரும் சொல்பிடித்து, இதான் அவர் சமயமோ? அதான் அவர் சமயமோ? என்று வீணே சமய ஆராய்ச்சி ஏன்? நேரடித் தரவுகள் இல்லாத போது?

நிற்க! 'வள்ளுவரின் வரலாறு' தான் கிடைக்கவில்லை என்று சொன்னேனே தவிர, 'வள்ளுவத்தின் வரலாறு' நமக்கு ஆங்காங்கு கிடைக்கவே செய்கின்றது!

- காலந்தோறும் குறள் வளர்ந்த விதம்!
- குறள் ஆசிரியர் = ஒருவரே! நாலடியார் போல், பல கவிஞர் தொகுப்பு அல்ல!
- திருவள்ளுவ மாலை எனும் புகழ்நூலின் புனைவுகள் & உண்மைகள்
- குறள் வரிகளைப் பிற காப்பியக் கவிஞர்கள், தங்கள் நூல்களில் எடுத்தாளல்
- ஒவ்வொரு குறளுக்கும் ஒவ்வொரு வெண்பா என்று பாட்டாலேயே குறளுக்கு உரை எழுதிய புதிய முயற்சியான 'திருக்குறள் குமரேச வெண்பா'
- திருக்குறளின் சுவடிகள் கிடைத்த விதம்
- உரையாசிரியர்களின் உரைப்பு & சிதைப்பு
- குறட்பாக்களின் வரிசை அவரவர் மாற்றிமாற்றி அடுக்கல்.. என்று பற்பல வரலாற்றுத் தகவல்கள் நமக்குக் கிடைக்கவே செய்கின்றன!

ஐயன் எழுதும் போதே 1330 குறள், அதிகாரத்துக்கு 10 என்று

எழுதினாலும், உரையாசிரியர்கள் அந்த 10-இல், எது முதல் குறள்? எது கடைசிக் குறள்? என்று, குறள் வரிசையை மாற்றிமாற்றி அடுக்குகிறார்கள். இதோ, கீழே சான்று காண்க!

(தொகுபடம் #1 : குறள் வைப்புமுறை பக் :43)

இதில் மணக்குடவரே ஆதி; அவர் வைப்புமுறை கொள்வதே ஓரளவு நலம். ஆனால் பிற்காலப் பண்டிதாளிடம் பரிமேலழகர் பெற்ற மிகுபெருஞ் செல்வாக்கால், அவர் அடுக்கிய முறையே நிலைத்துப் போய், அதையே இன்று நாமும் பின்பற்றுகிறோம்!

கிடைத்த சுவடி கொண்டும், தத்தங்கள் மதப் பிடிப்பு கொண்டும், எது முன்னால்? எது பின்னால்? என்று குறளை அடுக்கி வைத்தல் மட்டுமே உரைநூலார் மாற்றம் செய்தார்கள். ஆனால் பால் பிரிவு/ அதிகாரப் பிரிவை அவர்கள் செய்யவில்லை!

'முப்பால்' என்ற பேரே திருக்குறளுக்கு உண்டு! 3 பால்களாகப் பகுப்பும், 1330 என்ற எண்ணிக்கையும் வள்ளுவரே செய்தது என்பதில் பல தமிழறிஞர்கள் ஒன்றுபட்டாலும், 13 இயல்/133 அதிகாரம் என்று வரும் போது மட்டும், ஏனோ பலவாறாகச் சிக்கித் தவிக்கிறார்கள்.

- 3—க்கும் 1330-க்கும் இடையே,
- 13—க்கும் 133-க்கும் மட்டும் தான் தவிப்பு ☺

தமிழறிஞர் முனைவர் கு. மோகனராசு, திருக்குறள் உரைகளை நன்கு ஆய்வு செய்த பெருந்தகை; ஆனால் அவரும் பண்டிதாள் எழுதிய உரைகளையே தன் அடித்தளமாகக் கொண்டு இதை ஆய்கிறார்! ஏன் உரை அடித்தளம்? வேண்டாம்! நேரடிக் குறளே அடித்தளம் என்று துணிந்து விட்டால், இச் சிக்கலில் இருந்து விடுபடல் எளிது ☺

குறளின் 13 இயல்களுக்குள் 133 அதிகாரங்களின் உள்ளடக்கம், கீழே காண்க:

(தொகுபடம் #2: பால் -இயல் வைப்பு முறை)

பால்								இயல்
அறம்	பாயிரம்	இல்லறம்	துறவறம்	ஊழ்				4
பொருள்	அரசு	அமைச்சு	அரண்	கூழ்	படை	நட்பு	குடி	7
காமம்	களவு	கற்பு						2
3								13

திருக்குறள் முதற்குறிப்பு	மணக்குடவர்	பரிதியார்	காலிங்கர்	பரிப்பெருமாள்	பரிமேலழகர்
கடவுள் வாழ்த்து	10th CE	10-13th CE	10-13th CE	10-13th CE	13th CE
அகர முதல எழுத்தெல்லாம்	1	1	1	1	1
கற்றதனால் ஆய பயன் என்	2	2	2	2	2
மலர்மிசை ஏகினான்	3	3	3	3	3
வேண்டுதல் வேண்டாமை	6	5	7	6	4
இருள் சேர் இருவினையும் சேரா	7	6	6	7	5
பொறிவாயில் ஐந்தவித்தான்	8	7	7	8	6
தனக்கு உவமை இல்லாதான்	4	6	4	4	7
அற ஆழி அந்தணன் தாள்	5	10	9	5	8
கோளில் பொறியில் குணம்	10	8	5	10	9
பிறவிப் பெருங்கடல் நீந்துவர்	9	9	10	9	10
அன்புடைமை					
அன்பிற்கும் உண்டோ	10	8	3		1
அன்பிலார் எல்லாம்	5	9	7		2
அன்போடு இயைந்த	6	5	8		3
அன்பீனும்	8	6	6		4
அன்புற்(று) அமர்ந்த	7	7	5		5
அறத்திற்கே அன்பு	9	10	9		6
என்பில் அதனை	1	1	1		7
அன்பகத் தில்லா	2	2	2		8
புறத்துறுப்(பு) எல்லாம்	3	3	4		9
அன்பின் வழியது	4	4	10		10

- ஓர் அதிகாரம் = இந்த இயலுக்குள்ளா? அந்த இயலுக் குள்ளா?
- ஓர் இயலின் பெயர் = அதே தானா? வேற ஏதாச்சும் பெயரா?
- ஓர் அதிகாரத்தின் பெயர் = அதே தானா? பின்னாளில் மாற்றி விட்டார்களா?
- இரண்டு இயல்களை ஒன்றுசேர்த்து, புதுப்பெயர் நாமாக் கொடுத்துறலாமா?

இவையே உரையாசிரியக் குளறுபடிகள்; அதனால் நமக்கும் குழப்படிகள் ☹ ஆனால், ஒன்றை நன்றாகக் கவனித்துப் பாருங்கள்!

குறட்பாக்கள் யாவும் ஓர் '**அடிப்படை ஒழுங்கு**'-க்குள் தான் நிற்கின்றன! அறம் → அறத்துக்குள் இல்லறம் → இல்லறத்துக்குள் புதல்வரைப் பெறுதல்

- அந்த இயலுக்குப் பேர் = இல்லறமா? மனையறமா?
- அந்த அதிகாரத்துக்குப் பேர் = புதல்வரைப் பெறுதலா? மக்கட்பேறா?

இவை மட்டும் தான் குழப்படி! காரணம், உரையாசிரியத் தற்பிடித்தம் ☹ ஆனால் கிடைத்த சுவடிகளின் பாடபேதம், அவர்களைக் காட்டிக் கொடுத்து விட்டது. துறவற இயலையே, விரதம் / ஞானம் என்றெல்லாம் வெட்டுவார் பரிமேலழகர். ஏனென்றால் அவர் மனு தர்மப் பிடிப்பாளர்; வைதீகப் பண்டிதர்!

தங்கிய நூற்பா தமிழ் 'மனு' நூலிற்கு
இதுவே உரை என யாவரும் வியப்பப்
பரிமேலழகன் எனப் பெயர் படைத்துத்
தரைமேல் உதித்த தகைமையோனே
(பரிமேலழகர் உரைப் பாயிரம்)

- மனு = நால் வருணச் சாதி காட்டும்!
- வள்ளுவர் = பிறப்பொக்கும் எல்லா உயிர்க்கும் என்பார்

இரண்டும் எதிர் எதிர் துருவங்கள்! அப்புறம் எப்படி, குறள் = 'தமிழ் மனு' ஆகும்? ☹ இப்படியெல்லாம் தற்பிடித்தம் கலந்தார்கள், குறள் உரைகளில்! வள்ளுவம் பெரும் புகழ் பெற்று விட்டதால், அதில் தங்களின் தனிப்பட்ட மதம் ஏற்றி 'மறைப்பு' செய்து விடுவது காலங்காலமாக நடக்கும் உத்தி தானே?

பரிமேலழகரின் உரை, சில இடங்களில் மிக அருமை! உண்மையே! **நாளென ஒன்றுபோற் காட்டி உயிர் ஈரும் வாள்** -விளக்கம் அழகே; மனதார ஒப்புக் கொள்கிறேன்! ஆனால் ஒப்புமை காட்டலால், பொழிப்பு மேற்கோளால் பரிமேலழகம் அழகு பெற்றாலும், ஓர் உரை மூலநூலையே மிஞ்சிவிடாது!

மூலநூலுக்கு உட்பட்டே உரைகள்;
மூலநூலையே முழுங்கிவிட அல்ல!

இதை உணர்ந்தால், பரிமேலழக மாயம் விலகி, வேறு எவர் மாயமும் விலகி, குறளைக் குறளாக மட்டுமே காண்போம்; 'மறைப்பு' விலக்கி வாசிப்போம்!

எனவே, இப்படி இயல்/அதிகாரப் பெயர்கள் மாறினாலும்/ மாற்றினாலும், குறளின் 'அடிப்படை ஒழுங்கு' மாறவில்லை என்று அறிக! 133 தொகுதி, 10-10 அடுக்கு, 1330 எண்ணிக்கை = ஓர் ஒழுங்குடன் செய்ததே!

அந்த ஒழுங்கில்,

- மனித வாழ்க்கையின் விதங்கள் (இல்லறம்/துறவறம்)
- மனிதனின் நிலைகள் (அரசன்/அமைச்சு/குடிமக்கள்)
- மனிதர்களோடு உறவு கொள்ளும் முறை (காதல்/நட்பு)

அவரவர்க்கு, அவரவர் சூழலில், அவரவர் அறம் உரைக்கின்றார் ஐயன்! ஒரு சூழல், ஒருவருக்குப் பொருந்தும், இன்னொருவருக்குப் பொருந்தாது. ஒரு சூழல், ஒருவருக்கே முதலில் பொருந்தும், பிற்காலத்தில் பொருந்தாது. மனிதன் = சூழல் விலங்கு! அவ் விலங்கை, முறைமை செய்யும் குறளும் = சூழல் நெறியே! Hardcoded நெறி அல்ல! எல்லாக் குறளும் எல்லாருக்குமானது அல்ல!

பெண்வழிச் சேறல் எனும் அதிகாரம் பொருட்பால்; அரசு-இயல்! அதை, இல்லறவியலில் வைக்காது, அரசு-இயலில் வைத்த ஐயன்! அது ஓர் அரசாங்கத்தில், வீட்டுப் பெண்கள்/குடும்பம்

தலையிடாமை பற்றிப் பேச வந்த அதிகாரம் (அன்று அரசர்கள் ஆண்களாகவே இருந்தது வேறு; அது உலகம் முழுதும் இருந்த ஆணாதிக்கச் சூழல்).

ஒருவர் அரசு-இயலில் உள்ளவர் என்பதாலேயே, அவரின் மனைவி/குடும்பம் போன்றோர் அரசாங்கத்துள் நுழைந்து ஏவல் செய்யக் கூடாது என்பதைச் சொல்ல வந்த அதிகாரம்; அது எல்லாருக்குமானது அல்ல; அரசு-இயல் குடும்பத்துக்கு மட்டுமே! இந்த அதிகாரம் அறிந்து வாசிக்கும் உண்மை அறியாமல், "ஐயோ, ஐயன் பெண்களைக் கொஞ்சம் இளக்காரமாப் பேசிப்புட்டாரு போலயே!" என்று சிலர் பதறுவார்கள் ☺

அறிக: திருக்குறள் = பெண்ணடிமை அல்ல! பெண் புரட்சியும் அல்ல!

எல்லாக் குறளும் எல்லோருக்கும் அல்ல!

உலகப் 'பொதுமறை' என்பதொரு சிறப்புப் பட்டமே! 'பொது' மறை = Common என்ற பொருளில் தான்; Universal என்ற பொருளில் அல்ல!

- குறளை = 'ஏக இறைவன்', உலகுக்கே ஒரே மதம்/ஒரே நூல் ஆக்கிவிடாது,
- குறளை = 'சூழல் நெறி'யாக, நம் மனிதச் சூழல்களுக்கு, அவரவர் வாழ்க்கைச் சூழல்களில், 'வாழ்வியல் வழிகாட்டி' என்று கொள்வோம்!

அதுவே நம் ஐயனுக்கு, நம் தமிழர்களின், தலைமுறைக் கடன்!

வாழி, வாழ்வியல் வள்ளுவம்!
வாழி, தமிழ் - வையகம்!

படலக் குறுந்தொகை

1. திருக்குறளில், முரண்பாடுகள் அல்ல! சூழல் நெறியே!
2. எல்லாக் குறளும், எல்லாருக்குமானது அல்ல!
3. புதல்வரைப் பெறுதல் = இல்லறவியல்; புலான் மறுத்தல் = துறவறவியல்
4. இரவு & இரவச்சம், கொடுப்பவர்/பெறுபவர் அறங்கள்
5. ஆள்வினை = உலக வாழ்வின் ஊக்கம்; ஊழ் = உலக வாழ்வின் தத்துவம்!
6. வள்ளுவர் வரலாறு = தரவு இல்லை; குறள் வரலாறு = தரவு உண்டு!
7. வாசுகி, சிவன், பொற்றாமரைக் குள அரங்கேற்றம் = மதப் பொய்களே!
8. வள்ளுவர் சமயம் = சமணம்; இது பெரும்பான்மை அறிஞர்களின் ஊகித்து உணரலே! நேரடித் தரவுகள் இல்லை
9. ஐயன் வள்ளுவன், ஓர் 'அடிப்படை ஒழுங்கில்' தான், தன் நூலை அடுக்கி வைக்கின்றார் = 3 பால், 13 இயல், 133 அதிகாரம், 1330 குறள்
10. இயல் பேர்கள், அதிகாரப் பேர்களையெல்லாம் உரை யாசிரியர்கள் மாற்றினாலும், வள்ளுவ ஒழுங்கு மாறாது!
11. ஒரே அதிகாரத்துள், குறட்பா வரிசையை, பல உரையாசிரியர்கள் மாற்றி அடுக்கியுள்ளனர்; இன்றைய வரிசை = பரிமேலழகர் வரிசையே!
12. பரிமேலழகர் உரையின் வடிவ அழகு வேறு! கருத்து மறைப்பு வேறு! என்று உணர்வோம்.
13. திருக்குறளில், நம் தற்பிடித்த மதம் கலக்காது, எல்லாருக்கும் பொதுச் சட்டம் ஆக்காது, அவரவர் 'சூழல்நெறி' என்று உணர்வோம்!

நூற்கருவி:

1. முறை மாறிய திருக்குறள் உரைகள் - முனைவர். கு. மோகனராசு (மணிவாசகர் பதிப்பகம்)
2. வள்ளுவர் வாழ்ந்த தமிழகம் - சாமி சிதம்பரனார்
3. திருக்குறள் உரைகள் (பல) - மணக்குடவர், பரிமேலழகர், பாவாணர், பெருஞ்சித்திரனார்
4. வள்ளுவம் (ஆராய்ச்சி) - டாக்டர் வ.சுப.மாணிக்கம்

அணுவைத் துளைத்து... தமிழர் அறிவியலா?

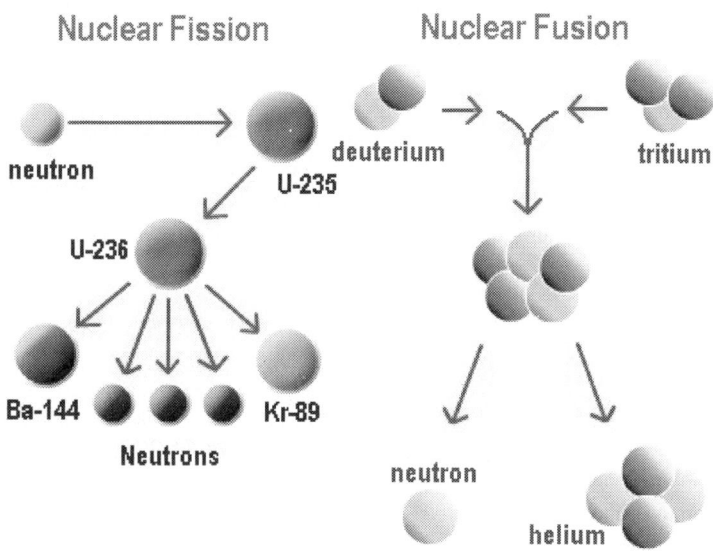

"நம் முன்னோர்கள் ஒன்றும் முட்டாள்கள் அல்ல!" என்று தொடங்குகிற Whatsapp Messageகள், எனக்கு வந்தது போலவே, உங்களுக்கும் வந்திருக்கும் என நினைக்கிறேன் ☺

கம்ப ராமாயணத்தில் Missile Technology (ஏவுகணைத் தொழில் நுட்பம்), Aero Space Engineering (விமானப் பொறியியல்).. இன்னும் என்னென்னமோ இருக்கு! நம் முன்னோர்கள் முட்டாள்கள் அல்ல! என்று சிலபலரின் பெருமை பீற்றல்கள் ☺

உண்மை! நம் முன்னோர்கள் எல்லாரும் முட்டாள்கள் அல்ல! ஒவ்வொரு காலச் சமூகத்திலும் அறிஞர்களும் உண்டு; முட்டாள்களும் உண்டு; இன்றைய காலம் போலவே! காலம் என்பது வளர்ச்சியின் சுழற்சி; சுழன்று கொண்டே தான் இருக்கும்.

இப் பாடலைப் பலரும் கேள்விப்பட்டிருப்பீர்கள்:

அணுவைத் துளைத்தேழ் கடலைப் புகட்டிக்
குறுகத் தறித்த குறள் *(திருவள்ளுவமாலை, ஔவையார்)*

அணுவைத் துளைத்து = Atomic Fission. அணுவைத் துளைக்கும் Nuclear Technology தமிழர்களுக்கு அன்றே தெரிஞ்சிருக்கு பாரேன்; என்னே தமிழனின் 'பெருமை'!

இதைக் கேட்ட மாத்திரத்தில், அட! நமக்கே தூக்கி வாரிப் போடும். உண்மை தானா இது? நம் ஔவைப் 'பாட்டி' Atomic Science அறிந்தவளா?

- உரேனியம் (Uranium 235) அணுவை, Neutron கொண்டு, அணு உலையில் துளைப்பு
- அது Uranium 236 ஆகி, அதன் கூடவே அணு உட்துகள் (Subatomic Particles) உருவாக்கம்
- இந்த நிறை (Mass) மாற்றங்களால், எண்ணற்ற ஆற்றல் (Energy) விளைவு

மேற்சொன்ன செயல்முறையில், அணு மின்சாரமெல்லாம் எடுக்கலாமே? தமிழ் முன்னோர்கள் எடுத்தார்களா? அன்றே ஔவை, அணு மின்விளக்கில் படித்தாளா? சபாஷ் ஔவை! Benjamin Franklin, Tesla & Edison-க்கெல்லாம் நீயே ஆசிரியை. அன்றே தமிழர்களின் இல்லம் தோறும், அணு மின்விளக்கு எரிந்து கொண்டிருந்தது! என்னய்யா நீங்க இப்ப போய் கூடங்குளத்தை எதிர்த்துக்கிட்டு? ☺

இதை ஆராயும் முன், இன்னொரு உண்மையும் தெரிந்து கொள்ளுங்கள்; உங்கள் ஔவை = பாட்டி அல்ல! இளவழகி

<u>தமிழில், மொத்தம் 6 ஔவையார்கள்!</u>

1. சங்க கால ஔவை (2nd CE) = பாரி/அதியமானின் இளமையான தோழி
2. பாரி மகளிர், அங்கவை-சங்கவை -க்குத் திருமணம் செய்து வைத்ததாய்ச் சொல்லப்படும் ஔவை = இது பின்னாள் கதை! இப்படியொரு ஔவையே இல்லை! கபிலரே அந்த மணமுயற்சிக்குப் பாடுபட்டவர்
3. 9th CE = விநாயகர் அகவல் பாடிய ஔவை (சுந்தரமூர்த்தி நாயனார் - சேரமான் பெருமாள் நாயனார் காலத்து ஔவை)
4. 12th CE = ஆத்தி சூடி & கொன்றை வேந்தன் எழுதிய ஔவை

5. 17th CE = 'பேய் விரட்டி' பாடல் பாடிய ஔவை

6. 18th CE = பந்தன் அந்தாதி பாடிய ஔவை

ஔவை என்ற சொல்லுக்கு, 'முதுமகள்' என்ற பொருள்! 'அவ்வா' என்று இன்றும் தெலுங்கு மொழியில் சொல்லுவார்கள்; முதுமகள் என்றாலே பாட்டி அல்ல ☺ அறிவில் முதிர்ந்தவளும் முதுமகளே! கொற்றவை = கொற்றம்+அவ்வை; வெற்றியில் மூத்த மகள்!

2nd CE சங்ககால ஔவையார், அறிவும் அழகும் இளமையும் நிரம்பிய விறலி/பாடினி; அரசன் அதியமானோடு கள் அருந்தி மகிழ்ந்தவள்! இப்படியான ஓர் அழகியை, வயசான பாட்டி ஆக்கிய பெண்பாவம் சும்மா விடாது ☺

விநாயகரே Import ஆகியிராத தமிழகத்தின் 2ஆம் நூற்றாண்டில் வாழ்ந்த ஔவை!

- சங்கத் தமிழிலேயே இல்லாத விநாயகர் மேல், "சங்கத் தமிழ் மூன்றும் தா" என்று Logic இல்லாமல் பாட்டெழுதிய பின்னாள் பண்டிதாள், ஔவை மேலும் பொய்யான விநாயக புராணம் ஏற்றி, யானை Fantasy உருவாக்கினார்கள்.

- எழுத நல்ல ஓலையா? என்பதற்குக் கீறிப் பார்க்கும் 'உ' எனும் 'சுவடிச் சோதனை'யே, 'பிள்ளையார் சுழி' என்று பரப்பப்பட்டது

- மூவேந்தர்கள் மேல் 1000 யானைகள் ஏவி, கோட்டை இடித்து, பாட்டு பாடியே போரில் ஜெயித்த ஔவையார் என்றெல்லாம் புராணம் + சினிமா. இவை யாவும், சைவ சமயப் பின்னாள் கட்டுக்கதை! தமிழ் வரலாறு சிதைத்தல்! ☹

2nd CE அதியமான் ஔவை, கைலாஸத்தில் "பழம் நீயப்பா" பாடினாளா?

எனில், கிறிஸ்து பிறப்பிற்கு 200 ஆண்டு கழிச்சித் தான் முருகன் (சுப்ரமண்யன்) அவதரித்தானா? பழம் நீயப்பா பாடப்பட்டதா? என்று கேட்டுப் பாருங்கள்; உடனே மறுப்பார்கள். "இல்லையில்லை! சுப்ரமண்ய ஸ்வாமி, இயேசு/கிருஷ்ணனுக்கு வெகு முன்னால்; அநாதி நாதன்" என்பார்கள். ஆனால் ஔவை Logic இடிக்கும் ☺

ஔவை நொந்து போய், திருக்குறளைப் பொற்றாமரைக் குளத்தில் தூக்கி வீச, சிவன் அருளால் திருக்குறள் மூழ்காமல், மதுரைக் கோயிலில் கரையேறி அரங்கேறியது என்ற சிதைப்பெல்லாம் உச்சக்கட்டக் கயமை! குறளுக்கே இழிவு ☹

மதக் கதைகளில் என்னமோ கற்பனை சொல்லிக் கொண்டுப் போகட்டும். ஆனால் அப்பொய்யை, ‘வாழும் தமிழறிஞர்கள்’ மேல் ஏற்றலாமா? மதம் மதமாக இருக்கட்டும்; மொழி மொழியாக இருக்கட்டும்! என்ற அடிப்படை அறம் கூட இல்லாமற் போனது; தமிழ் வரலாறு சிதைந்து போனது.

இச்சிதைப்புக்கள், இனிமேலும் தொடர வேணுமா?

வளரும் தலைமுறை, நீங்களே சிந்தனை செய்து பாருங்கள்! மீளுங்கள்!

Harry Potter கதைகள், கற்பனை என்று தெரிந்தே தான் காண்கிறோம். ஆனால் Harry Potter-ஐத் தெய்வம் ஆக்கி, துன்ப காலங்களில் ஹோமம் வளர்த்துப் பரிகாரம் செய்வதில்லை; ஆங்கில இலக்கிய வரலாற்றில், Harry Potter தான் Shakespeare-க்கு Macbeth நூலை அரங்கேற்ற உதவினான் என்ற பொய்யைக் கலப்பதில்லை!

இத் தெளிவு நமக்குள் வருவது, அறிவியல் சிந்தனைக்கு நல்லது! மதம் மதமாக இருக்கட்டும்; தமிழ் தமிழாக இருக்கட்டும்... அன்பின் இளந் தலைமுறையே!

இன்னொன்றும் சொல்லட்டுமா? ஔவை/அவ்வை = எது சரி?

இரண்டும் சரியே! ஐ = அய்; ஔ = அவ் என்பது தந்தை பெரியாரின் சீர்திருத்தம் அல்ல! அவருக்கு 2500+ ஆண்டுக்கு முன்னாலேயே, தொல்காப்பியர் சீர்திருத்தம்!

அகரத்து இம்பர் யகரப் புள்ளியும்
ஐஎன் நெடுஞ்சினை மெய்பெறத் தோன்றும்
(தொல்காப்பியம் - மொழிமரபு 23)

இதை அறியாமல், பெரியாரை எதிர்க்கிறேன் பேர்வழி என்று, இன்றும் சில பண்டிதாள், ஐ = அய்; ஔ = அவ் முறையைக் கண்மூடித்தனமாய் எதிர்ப்பார்கள்.

‘அவ்விய’ நெஞ்சத்தான் ஆக்கமும் செவ்வியான்
கேடும் நினைக்கப் படும் *(குறள்)*

ஔவியம் (பொறாமை) என்று எழுதாமல், அவ்வியம் என்று எழுதும் நம் ஐயன் வள்ளுவன், பெரியார் கட்சியா என்ன? ☺

‘அவ்வை’ உயிர்வீவும் கேட்டாயோ தோழி
அம்மாமி தன்வீவும் கேட்டாயோ தோழி *(சிலப்பதிகாரம்)*

இளங்கோவடிகளும், அவ்வை என்றே பயன்படுத்துவார்; இஃதொரு மொழி ஓசை நுணுக்கம்!

தமிழ் இலக்கணம் = இறுக்கம் அல்ல; நெகிழ்வு!
ஔ = 2 மாத்திரை; அவ் = 1.5 மாத்திரை

இவ்வாறு குறுகுதல், **ஔகாரக் குறுக்கம்** என்று சொல்லுவார்கள்; இந்த வரியை வாசிக்கும் போதே 'ஔவையார்' என்று வாய்விட்டுச் சொல்லிப் பாருங்கள்.

- Ouuvaiyaar-ன்னு ரொம்ப வாயைக் குவிக்கறதில்லை;
- Auvaiyaar-ன்னு சற்று லேசாகச் சொல்லுவோம்; அதான் ஔகாரக் குறுக்கம்!

அப்பறம் எதுக்கு 'ஔ' என்ற ஓர் எழுத்து வீணாக இருக்கு? எல்லாமே 'அவ்' என்றே எழுதி விட்டுப் போகலாமே? என்றால்.. அதுவும் கூடாது ☺ எல்லா ஔ-வும் அவ் ஆகாது! அப்படி 'ஆகாத' இடங்கள் என்னென்ன?

- அளபெடையில் ஆகாது | பாடல்: **ஔஉ வெகுளல்**
- Exclamation/வியப்பில் ஆகாது | பாடல்: **ஔஔ ஒருவன் தவம்**

எங்கெல்லாம் வாயை ரொம்பக் குவிக்காமச் சொல்கிறோமோ, அந்த ஔகாரக் குறுக்கங்களில் மட்டுமே, ஔ→அவ் ஆகலாம்! கவனிங்க: 'ஆகணும்' என்ற கட்டாயம் இல்லை; 'ஆகலாம்' எனும் நெகிழ்வு.

ஏன் நெகிழ்வு? சூழல் தான் காரணம்! அவ்வைப்பாட்டி என்று சேர்த்தெழுதும் சூழலில், 'அவ் வைப்பாட்டி' என்று யாரேனும் பிரிச்சிப் படிச்சா என்ன ஆகும்?

ஔவைப்பாட்டி என்று எழுதும்போது, இச் சிக்கல் வராது. முதற்கண் பாட்டியே அல்லள்! சினிமாப் பாட்டிக்கு மட்டும் ஔவைப்பாட்டி என்று எழுதிக்கிடுங்க; பாட்டியல்லாத தமிழ் ஔவை = அவ்வை என்றே எழுதலாம்.

வவ்வினான்/வௌவினான், அவ்வை/ஔவை = இரண்டும் சரியே! இனிமேல் இணையத்தில் யாரையும் 'மிகைத் திருத்தம்' செய்யாதீர்கள்! முதலில் நீங்கள் தெளிந்து கொண்டு, பிறகு.. பிறரைத் திருத்தும் தொண்டு செய்யலாம், சரியா? ☺

ஔவையைப் பார்க்கப் போய், நாம் எங்கோ வந்துட்டோம். மீண்டும் "அணுவைத் துளைத்து" என்ற Atomic Fission-க்கே வருவோம், வாங்க!

'அணு' என்றால், தமிழில் 'மீச்சிறு' (மிகச் சிறிய) என்று பொருள்!

- ஓர் அணு புற்கலம், புற உரு ஆகும் (மணிமேகலை)
- அணு எனச் சிறியது, ஆங்கு ஓர் ஆக்கை உடையன் (கம்ப ராமாயணம்)

அணுகுவதால், அணு; அணுகுதல் = நெருங்குதல்; மிகச் சிறிய பொருட்களை, நெருங்கிப் பார்த்தால் தானே தெரியும்? இதைத் தானே, இன்றைய நுண்ணோக்கி (Microscope) செய்யும்? இலக்கியத்திலோ மண்துகள், கடுகு, மயிர்நுனி எல்லாமே 'அணு' தான்! பின்னாளில் Atom எனும் Technical Term/கலைச்சொல்லுக்கும், 'அணு' என்றே ஆகி வந்தது.

Atom = அணு; Nucleus = கரு; சங்கத் தமிழில், கருப்பொருள் என்று வருவதால், அதை Nucleus/Proton/Neutron என்றெல்லாம் பொருள் எடுத்துக்க முடியுமா? ☺

அணுவைத் துளைத்தேழ் கடலைப் புகட்டிக்
குறுகத் தறித்த குறள்

மிகச்சிறிய பொருளைத் துளைத்து, அதில் ஏழ்கடலைப் புகுத்தினாற் போலே, மிகச்சிறிய அடிகளில், ஏழ்கடல் ஆழமான கருத்தைச் சொல்வது திருக்குறள்!

கடுகைத் துளைத்தேழ் கடலைப் புகட்டிக்
குறுகத் தறித்த குறள்

அதே திருவள்ளுவமாலையில், இடைக்காடரும் குறளைப் புகழ்ந்து பாடுவார், மீச்சிறு என்ற பொருளில்! கடுகு & அணு = குறளின் Size-க்கு ஓர் உவமை மட்டுமே; அறிவியல் கண்டுபிடிப்பல்ல!

இது போல், பல நுண்-செய்திகள் தமிழ் இலக்கியத்தில் உண்டு; ஆனால் அவை அறிவியல் கண்டுபிடிப்புக்கள் ஆகா! அவை, ஒரு வளமான கற்பனையே! பின்னாளில் அது போன்ற கற்பனைகளை நனவாக்கியது அறிவியல் ஊழி! (யுகம்)

விசும்பின், வலவன் ஏவா, வான ஊர்தி எய்துப என்ப
(புறநானூறு 27)

ஆளில்லா விமானம் (அல்லது) Unmanned Drone Technology அன்றே தமிழர்கள் அறிந்து, Drone Camera Shot எடுத்தார்கள் என்று பொருளாகாது ☺ ஒரு கவிஞரின் வளமான கனவு/கற்பனையால், ஒட்டுமொத்தச் சங்கத் தமிழ்ச் சமூகமே வானூர்தியில் பறந்து கொண்டிருந்தது என்பது பொய்ம்மை!

வானூர்தி பாடிய முதுகண்ணன் சாத்தனார் சொல்வது என்னவென்றால், "சோழனே! வாழ்க்கையில் உன் நற்செயல்கள் எல்லாம் முடித்தபின், நீ ஆளில்லா விமானம் மூலமாய் நல்லுலகம் (சொர்க்கம்) ஏகுவாய்" என்று தான் பாடுகிறார். அது செத்த பின் சொர்க்கத்துக்குப் போகும் கற்பனை வானூர்தி; Aeronautical Engineering அல்ல! சாத்தனார் Aerodynamic Drag Coefficient பற்றியோ, Wing Drag பற்றியோ, Wind Tunnel Vortex பற்றியோ ஒரு நுட்பமும் புறநானூற்றில் தரவில்லை! தராத தொழில்நுட்பத்தைத் தந்தது போல் புறம்பேசுதல், நம் தமிழுக்கே பிடிக்காது! தமிழின் 'பெருமை' என்கிற பேரிலே பொய்கள் பரப்புதல் = தமிழறம் அல்ல!

இதிலிருந்து நாம் கொள்ள வேண்டியது என்னவென்றால், ஓர் அழகான மொழியாக்கம் மட்டுமே! Captain/Pilot = வலவன்; வல் + அவன் = வலவன்; வல்லிய முறையில் விரைந்து ஓட்டுபவன். என்னவோர் அழகான தமிழ்ச் சொல்! இதுவே புற400 அழகு!

இதேபோல், ஐம்பெருங் காப்பியத்துள் ஒன்றான சீவக சிந்தாமணியில், மயில்பொறி விமானம் ஒன்று வரும்! ஒரு பெண்ணே ஓட்டுவாள். ஆனால் ஏதோவொரு கலக்கத்தில், சுக்கானைச் சரியாகத் திருப்பாமல், 'விசயை' என்னும் பேர்கொண்ட அந்த அரசி, விமானத்தோடு கீழே விழுந்து விடுவாள். இதுவொரு 'கதை' மட்டுமே! அன்று Peacock Airways-இல் தமிழக மக்கள் யாரும் பறக்கவில்லை ☺

இன்று நாம் செல்லும் விமானத்தையே, மின்னல் தாக்கும் வெளியில், சிக்கலான கருவி கொண்டே காத்துச் செல்கிறோம். முதற்கண் மின்னற் கருவியே இலாத காலத்தில் இது முடியுமா? 'போலிப் பெருமை' பேசும் புத்தி விட்டுருவோம் ☺

(அல்லது) கம்ப ராமாயணக் 'கதை'யில் ஸ்ரீராம புட்பக விமானம், மின்னல் தாக்காது, Cabin-க்குள் Atmospheric Pressure maintain செய்து சென்றது எப்படி? என்று கம்பனிடம் செய்முறை வாங்கி வருக! அதே செய்முறையில் நீங்களும் அடுத்த விமானப் பயணம் சென்று வந்து காட்டுக; உயிரோடு மீண்டுவந்தால் பெருமை பேசலாம்!

உண்மை! அந்தக் காலத்திலும், தமிழகத்தில் அறிவியல் உண்டு!

- கரும்பைச் சாறு எடுக்கும் இயந்திரம் - கரும்பின் எந்திரம் களிற்று எதிர் பிளிற்றும் *(ஐங்குறுநூறு 55)*

- நெடுந்தூர வண்டிகளுக்கு/தேர்களுக்குச் சேம அச்சு (Stepney Tyre) - கீழ் மரத்து யாத்த, சேம அச்சு அன்ன *(புறநானூறு 102)*

- குறுநீர்க் கன்னல் எனும் கடிகார Hour Glass! நாழிகைக் கணக்கர்கள் என்ற அரசவைப் பணி - குறுநீர்க் கன்னலின் எண்ணுநர்; யாமம் கொள்பவர் ஏத்து ஒலி அரவம் *(அகநானூறு 43/மணிமேகலை)*

அவை, அன்றாட வாழ்வை எளிதாக்கும் 'சிறுசிறு கண்டு பிடிப்புகள்'. மலைபடுகடாம் தரும் பல்வேறு கருவி நுட்பங்கள் கூட Instrumentation அறிவியலே! உலகெங்கும் மனிதன், அறிவு-இயலால் தான் பல தலைமுறையாகச் சிறுகச் சிறுக வளர்ந்து வந்தான்! சிறு பொறிகள் வேறு, கதையில் விமானக் கற்பனை வேறு!

பாரதியின் "காசி நகர்ப் புலவர் பேசும் உரை தான், காஞ்சியில் கேட்பதற்குக் கருவி செய்வோம்" - வளமான கவிதைக் கற்பனை; பாரதியார் Radio கண்டுபிடிக்கலை ☺ "சட்டைப் பையிலேயே தொலைபேசி வைத்துக் கொள்ளும் காலம் வரும்" என்று, 'இனிவரும் உலகம்' நூலில் வருங்கால ஆசையாக எழுதிய ஈ.வே.ரா.பெரியார் Cell Phone, Semiconductor Scientist என்று சொல்வோமா? அதைப் பெரியாரே விரும்புவாரா?

- மக்கள், அன்றாடக் கருவி பயன்படுத்தியதைக் காட்டும் பாடல்கள் வேறு

- கவிஞர்களின்/எழுத்தாளர்களின் வளமான கற்பனைப் பாடல்கள் வேறு

இந்த வேறுபாட்டைப் புரிந்து கொண்டால், வெத்துப் பெருமைகள் எழா! இன்றைய அறிவியல்/மருத்துவ வீச்சு அன்று இல்லையே? என்ற இளக்காரம் பேசவும் வேண்டாம்; அன்றே கண்டுபிடிச்சிட்டோம் என்ற மடத்தனம் பேசவும் வேண்டாம்! நம் தமிழை, துதிப் பாடல்களிலிருந்து, அறிவியல் பாதைக்குத் திருப்புவோம்!

மெய்மிகு அறிவியல் தமிழ் வாழி!

படலக் குறுந்தொகை

1. அணு = மீச்சிறு, மிகச் சிறிய என்று பொருள்; பின்னாளில் Atom என்ற Technical Term/கலைச்சொல்லுக்கும் அதுவே ஆகி வந்தது

2. "அணுவைத் துளைத்து" என்ற பாடல், மிகச் சிறிய கடுகைத் துளைத்து, அதில் ஏழு கடல் ஆழமுள்ள கருத்தை வைத்தாற் போல் என்று குறளின் நுட்பம் சொல்ல வந்த உவமை மட்டுமே; Nuclear Fission அல்ல!

3. தமிழில் மொத்தம் 6 ஔவைகள்!

4. முதலாம் ஔவை = பாரி மன்னன் காலம், 2nd CE; இவள் பாட்டியோ, விநாயக பக்தையோ, பழம் நீயப்பாவோ அல்லள் ☺

5. ஔவை/அவ்வை, இரண்டும் சரியான பயன்பாடே! ஐகார-ஔகாரக் குறுக்கம்; தமிழில், மிகைத் திருத்தம் வேண்டாம்

6. இலக்கியத்தில், மக்கள் பயன்பாடாக வரும் கரும்பு இயந்திரம், சேம அச்சு (Stepney Tyre), குறுநீர்க் கன்னல் கடிகாரம், இசைக் கருவிகள் போன்றவையே அக்காலச் சிறுச்சிறு அறிவியல்! பிற உயர் தொழில்நுட்ப விமானங்கள் போன்றவை, கவிஞர்களின் கதைக் கற்பனையே!

7. தமிழுக்கு வெத்துப் பெருமை நலம் அல்ல. அறிவியலே நலம்; மெய்ம்மையே நலம்!

நூற்கருவி:

1. காலம் தேடும் தமிழ் - மணவை முஸ்தபா.
2. அறிவியல் தமிழ் - வா.செ. குழந்தைசாமி

முருகன் = தமிழ்க் கடவுளா?
சம்ஸ்கிருதக் கடவுளா?

முருகன்　　　　　சுப்ரமண்யன்

தமிழ்க் கடவுள் முருகன்! என் காதல் மிக்க அவனுக்கு, அன்பு கெழுமிய வணக்கம்; இந் நூல் வணக்கம்!

முருகன் = தமிழ்க் கடவுள் தான்; எல்லாருக்கும் தெரியும்! ஆனால் இன்று முருகன் சார்ந்து சொல்லப்படும் கதைகள்/குறிப்புக்கள் யாவும் தமிழ் தானா?

இதென்னய்யா கேள்வி?

- பழத்துக்கு மயில் மேலேறி, உலகையே சுற்றியது என்ன?
- தந்தைக்கு 'உபதேசம்' செய்தது என்ன?
- தாயிடம் வேல் வாங்கியது என்ன?
- சூரனோடு Antiballistic Missile போர் புரிந்தது என்ன?
- அரக்கனைக் கொல்லாமல் 'கருணை'யோடு, ஆறறிவு மனிதனை ஐந்தறிவு மயிலாக்கி, தனக்கு Royal Enfield Bike ஆக்கிக் கொண்டதென்ன?

எத்தனை எத்தனை கதைகள், எத்தனை எத்தனை சினிமாக்கள்? ஆனால், நீங்கள் ஒரேயொரு கேள்வி மட்டும் கேட்கவே இல்லை!

"அதெப்படிச் சூரனை மயில்வாகனம் ஆக்கிக் கொள்ளும் முன்பே, பழப் போட்டியில் மயில்வாகனம் ஏறி உலகையே சுற்றிவந்தான்"? Logic இடிக்கிறதே? ☺

இப்படிக் கேள்வி கேட்க ஆரம்பித்து விட்டால், நீங்க இந்த நூலின் விசைப் படகில் நன்கு பயணிக்க ஆரம்பிச்சிட்டீங்க என்று பொருள் ☺

மற்றவர்களைக் கூடக் கேள்வி கேட்க வேண்டாம்; கோவிச்சிக்கப் போறாங்க! உங்களை நீங்களே கேட்டுக்கோங்க! இப்பல்லாம் சினிமாவில் கூட Logic/Continuity பிழைகள் கண்டுபிடிக்கும் ரசிகர்கள் வளர்ந்து விட்டார்கள். சினிமாவிலேயே Logic பார்க்கும் போது, தமிழ் வரலாற்றில் Logic பார்க்க வேண்டாமா? என்ன சொல்றீங்க?

முருகன், தமிழ்க் கடவுள் தான்! இது மாற்றுச் சமயத்தில் உள்ளவர்களுக்குக் கூடத் தெரியுமே? ஆனால், முருகன் ஏன் தமிழ்க் கடவுள்?

"அது வந்து.. அது வந்து.. போய்யா யோவ்! அப்படித் தான்யா எல்லாரும் காலங்காலமாச் சொல்லிக்கிட்டு வராய்ங்க"

சரி, காலங்காலமாச் சொல்லிக்கிட்டு வரட்டும்! ஆனால், ஒரேயொரு கேள்வி கேளுங்கள்! முருகன் கூடவே, வீரபாகு இருக்காருல்ல? அதாங்க நடிகர் திலகம் சிவாஜி, கந்தன் கருணை படத்தில் நடந்து வருவாரே, Style காட்டி? அந்த வீரபாகுவே தான்; வீரபாஹு = கிரந்த எழுத்து தவிர்ப்பால் வீரபாகு ஆனது; நீங்க எல்லோரும் பாஹுபலி படம் பார்த்தீங்களா?

'பாஹு' என்றால் தோள், சம்ஸ்கிருத மொழியில்! தமிழ்க் கடவுள், தமிழ்க் கடவுள் எனப் பெருமை பேசப்படும் முருகனுக்கு, எப்படிச் சம்ஸ்கிருத 'பாஹு'?

முருகன் = தமிழ்க் கடவுளா? சம்ஸ்கிருதக் கடவுளா?☺

கோபித்துக் கொள்ள வேண்டாம்; கேள்வி நியாயமானது தானே? கேள்வியில் உள்ள உண்மைகளை மட்டும் காண்போம். முருகன், தமிழ்க் கடவுள் தான்! ஆனால், ஏன்?

ஏனெனில், முருகன் = தமிழ் ஆதிகுடிகளின் தெய்வம்; அவன் முறைமைகளை அறிந்தால், ஆதிகுடித் தமிழ் மக்களின் வாழ்வியலை நாம் அறியலாம். இன்றைய தமிழர்களின் மரபுவழிப் பாதையும் நன்கு அறியலாம். அதனால் முருகன் = தமிழ்க் கடவுள்!

மற்றபடி, எல்லையிலாது எங்கும் பரந்த கடவுளுக்கு, ஏது மொழியும், இனமும், நாடும்? இறைமை = பொது! தெய்வம் = அவரவர் மரபு! தமிழர்களின் மரபியலில், தெய்வம் என்ற சொல்லே வேறு! Theivam; அது Deivam அல்ல! தெய்வம்/கடவுள் = பால் அறியாக் கிளவி; இறைவன் = பால் அறி கிளவி

சரி, முருகன் மட்டுமே தமிழ்க் கடவுளா? இல்லை!

மாயோன் எனும் திருமாலும், கொற்றவையும் கூடத் தமிழ்க் கடவுளே!

ஏன்? அதே காரணம் தான். முல்லையின் மாயோன், பாலையின் கொற்றவையை அறிந்தால், தமிழர்களின் மரபியலை நன்கு அறியலாம்; அதனால் தமிழ்க் கடவுள்!

அப்போ, மருத நில இந்திரன்? நெய்தல் நில வருணன்? இவர்களும் தமிழ்க் கடவுள் தானே? இவர்கள் சம்ஸ்கிருத வேதத்திலும் இருக்கிறார்களே? அது எப்படி?

இங்கு தான் ஆரம்பிக்கறது, சிக்கல் ☺ இங்கு தான் ஆரம்பிக்கிறது, பொய்-மெய் கலப்பு!

மருத நிலத் தலைவன் = வேந்தன்; இந்திரன் அல்லன்!

தொல்காப்பியர், 'வேந்தன்' என்றே குறிக்கின்றார்; பின்னாள் உரையாசிரியர்களே, வேந்தனை = இந்திரன் என்று மாற்றி உரை எழுதுகிறார்கள். அவர்கள் ஏன் அப்படிச் செய்தார்கள்? இனி வரும் பகுதிகளில் காண்போம்!

தமிழ் மரபியல் = இயற்கை சார்ந்த ஒன்று! அதீதமான கதைகள், புராணங்கள், மாயமந்திரச் சாலம் இராது! எதற்கெடுத்தாலும் ஒரு 'கதை' எதிர்பார்க்கும் புத்தியை நாம் விட்டுருவோம். உலகில், மற்ற தொன்ம இனங்களைப் போல், தமிழ் இனமும் இயற்கையாக

வளர்ந்து, படிமலர்ச்சி (Evolution) பெற்றதே. தமிழ், எந்தச் சைவக் கடவுளாலும் உருவாக்கப்படவில்லை; ஒரு மொழி அப்படி உருவும் ஆகாது! மனித வளர்ச்சியே = மொழி வளர்ச்சி!

ஆதிகுடிகள், காடு/மலைகளில் வசித்தனர்; அதுவே முல்லை/குறிஞ்சி! சினிமாவில் வரும் காட்டுவாசி போல முடிவு கட்டி விடாதீர்கள் ☺ அவர்களுக்கும் உணவு, உடை, வீடு, சமூகம், மொழி, கலை, போர், இசை, பணம் என்று பல உண்டு! குடி சார்ந்த இயற்கை வாழ்வு; அவ்வளவே!

- முல்லையின் தலைவன் = மாயோன் (திருமால்)
- குறிஞ்சியின் தலைவன் = சேயோன் (முருகன்)

சேயோன்/மாயோன், அந்தக் குடிகளின் Evolution-இல் என்றோ அமைந்து, குடிகாத்த தலைவர்களே; மாயாஜாலத் தெய்வங்கள் அல்ல! முருகனுக்கு அம்மா அப்பா யாரு? தெரியாது; மாயோன் என்ன வீரம் காட்டினார்? தெரியாது; ரொம்ப ரொம்ப ஆதிகுடி!

குடி வளரவளர என்ன ஆகின்றது? தங்களுக்கென தனித்த இன-அடையாளங்கள் உருவாகின்றன; என்றோ குடிகாத்த தங்களின் வீரத் தலைவர்கள் = தெய்வங்கள் ஆகின்றனர். அவர்களை முன்னிட்டுக் கொண்டு, குடி மேலும்மேலும் வளர்கிறது!

வையத்துள் வாழ்வாங்கு வாழ்பவன் வானுறையும்
தெய்வத்துள் வைக்கப் படும் *(குறள்)*

எவ்வளவு நாள் தான், காட்டில்/மலையிலேயே வாழ்வது? மனிதன் தலையும் உள்ளவன்; காலும் உள்ளவன்! தலை சொல்லக் கால் செல்லும்; சென்றார்கள்! எல்லோருமா? அல்ல! சிறுகச் சிறுக, குழுக்களாய்ச் சென்றார்கள்!

மலையிலிருந்து இறங்கும் ஆற்றை ஒட்டியே, வயல்வெளிக்கு வந்தார்கள். வேறு உணவுமுறை/வேளாண்மை கண்டார்கள். குடி மேலும் வளர்ந்தது. 'முல்லை/குறிஞ்சி' நகர்ந்து விரிந்து.. இப்போ 'மருதம்' மலர்ந்தது!

மருதம் = வயல்வெளி நாகரிகம்; புதிய வாழ்க்கைமுறை; புதிய தலைவன்! யார் அவன்? = அவனே **வேந்தன்**! சிறிய நிலக்கிழானில் துவங்கி, பெரும் பண்ணைத் தலைவன் ஆகி, நாட்டின் வேந்தனும் ஆனான். 'இறை' எனும் வரி விதித்ததால், **'இறை'வன்** என்ற பேரும் அவனுக்கு உண்டு. இறுக்குவது இறை! குடிகளை ஒருசேர இறுக்கி, நாடு காணுதல்!

முல்லை/குறிஞ்சியை நீங்கிவிட்டதால், தங்கள் பழைய அடையாளங்களை விட்டு விட்டார்களா? இல்லை! உணவு/உடை மாறலாம்; ஆனால் மனசு மாறுமோ? பழைய மாயோனுக்கும் முருகனுக்கும், புது மருத நிலத்திலும் கோட்டம்/கோயில் எல்லாம் உண்டு! ஆனால் புதிய நாகரிகத்தின் தலைமைத் தெய்வம் யார்? கண் முன்னேயே உருவான நாகரிகம் இது; தாங்களும் பங்களித்து வளர்த்த நாகரிகம்! அதனால் தனி ஒருவன், நிலப் பெருந்தெய்வம் ஆகவில்லை!

வேந்தன் மாறிக் கொண்டே இருப்பான்; ஒரு வேந்தன் போய், அடுத்த வேந்தன், அதற்கடுத்த வேந்தன்! அதனால் வேந்தன் = மாயோன்/சேயோனைப் போல் **'தனித்த அடையாளம்'** கிடையாது; தனியாகக் கோயிலோ, மக்கள் வாழ்வியல் கூத்தோ வேந்தனுக்குக் கிடையாது! இறைவன் என்ற சொல், இறை (வரி) விதித்த வேந்தனையே குறித்தது! பின்பே தெய்வம்/கடவுள் என்ற பொருளைப் பெற்றது!

இத்தோடு முடிந்துவிடுமா மனிதப் பயணம்?

அப்படி முடிந்திருந்தால் விலங்கு வேறு, மனிதன் வேறு அல்லவே! மூளை உந்த உந்த, மேற்சென்றதால் தானே, Twitter/

Whatsapp வரை வந்துள்ளோம்? ☺ விலங்குகளோ, அன்று முதல் இன்று வரை, அதே விலங்குநிலை தானே?

Big Bang உலகம் உருவாகி, வெகு ஊழி கழித்து, கடலில் தோன்றிய முதல் Cell-உயிர், Ozone போர்வை கிடைத்ததும், நிலத்தின் மேலும் ஏகிப் பெருகியது அல்லவா? ஊழி ஊழியாக Evolution எனும் படிமலர்ச்சி கண்டதல்லவா?

அப்படி என்றோ கடலை விட்டு, நிலத்துக்கு வந்த உயிரின வளர்ச்சி, மீண்டும் கடல் பக்கம் போனது! மருத நில ஆற்றை யொட்டியே மேலும் மேலும் நகர்ந்தால் எங்கு போய் முடியும்? கடலில் தானே! அதுவே 'நெய்தல்' ஆயிற்று!

மாந்தவியல், அக் கடலையும் தாண்டச் சொன்னது; மரக்கலம் காணச் சொன்னது! கலத்துக்கு எது துணை? = காற்று! அதுவே, புதிய நிலத்தின்/நாகரிகத்தின் தெய்வத் துணையும் ஆகியது. **வருள்+நன் = வருணன்**; வருளுதல் = சூழுதல்; நிலத்தைச் சூழும் கடற்காற்று! அதுவே புதிய நிலத்தெய்வம்.

முது "வருண்" முந்து கிளவாச் செறிவு என்பது குறளில் வரும் வருள்தல்/சூழுதல். அந்த வருள் எனும் "சூழும்" பொருளே வருணன்!

தெள்+நலம் = தெண்ணலம்; வருள்+நன் = வருணன் (ணளமுன் டணவும் ஆகும் தநக்கள் ஆயுங் காலே என்பது நன்னூல் புணர்ச்சி விதி)

பேர் ஒன்றுபோல் இருப்பதாலேயே, இது சம்ஸ்கிருத வருண பகவான் அல்ல!

- *வேத வருண பகவான் = மழை, ஆறு, குளம் எல்லா நீருக்கும் அதிபதி*
- *தமிழ் வருள்நன் = கடற்காற்று மட்டுமே*

பேர்கள் ஒன்று போல் ஒலித்தாலும், அவை வெவ்வேறு வேர்ச்சொற்கள்; மருத வேந்தன் போலவே, நெய்தல் கடற்காற்றும் மாறிக்கொண்டே இருப்பது! வருணனும் = தனித்த அடையாளம் இல்லை! கோட்டமோ மக்கள் கூத்தோ இல்லை!

இப்போது, முழுவதையுமே கூட்டிக் கழித்து வாசிங்க!

மாயோன் மேய, காடு உறை உலகமும்,
சேயோன் மேய, மை வரை உலகமும்,
வேந்தன் மேய, தீம் புனல் உலகமும்,
வருணன் மேய, பெரு மணல் உலகமும்,
முல்லை, குறிஞ்சி, மருதம், நெய்தல் எனச்
சொல்லிய முறையான் சொல்லவும்படுமே!
(தொல்காப்பியம், அகத்திணையியல் 5)

இயற்கையின் போக்கிலேயே உருவான படிமலர்ச்சி (Evolution), தமிழ்த் தொன்மத்தின் வேர்க்காலாறுகள் இப்போது தெரிகிறதா? தொல்காப்பியர், இந்த இயற்கையான மலர்ச்சியை, இயற்கையை ஒட்டியே நிறுவிச் செல்கிறார்!

இப்போது புரிகிறதா, முல்லை, குறிஞ்சி → மருதம், நெய்தல் என வளர்ந்த முறைமை? இப்போது புரிகிறதா, ஏன் மாயோன்/சேயோன் போல், வேந்தன்/வருணன் தமிழ்க் கடவுள் என்ற தனித்த அடையாளம் ஆகவில்லையென்று?

"புரிகிறது; புரிகிறது; இயற்கையின் போக்கில் தமிழ் மரபியலின் அழகு புரிகிறது! ஆனால் கொற்றவை? அது பற்றி இன்னும் ஒன்றும் சொல்லவில்லையே?"

கொற்றவை = பாலைத் தெய்வம்; *பாலை நிலமும் இயற்கையே!* ஆனால் நீங்கள் அறிந்து வைத்துள்ளது போல், பாலை = எங்கோ

ஒரு தனித்த Desert அல்ல ☺ பாலை நிலம் குறிஞ்சியில் கூட இருக்கும்; முல்லையில் கூட இருக்கும். மலையில் காட்டுத் தீயால் எரிந்து போன காடு (முல்லை) = பாலையே! ஒரு நிலம், அதற்குரிய முறைமை அழிந்து போய்விட்டால், பாலை ஆகிவிடும்!

> முல்லையும் குறிஞ்சியும் முறைமையின் திரிந்து
> நல்லியல்பு இழந்து, நடுங்கு துயர் உறுத்துப்
> பாலை என்பதோர் படிவம் கொள்ளும்
> *(சிலப்பதிகாரம்: காடுகாண் காதை 64)*

முல்லை, குறிஞ்சி, மருதம், நெய்தல் = 4 நிலங்களும் ஒரே ஊரில் கூட இருக்கலாம்!

- பழனி = குன்றின் மேல் குறிஞ்சி
- பழனி = குன்றின் கீழ் நெல்வயல் மருதம்

முல்லை குறிஞ்சி என்றாலே.. எங்கோ வெகு தொலைவில், தனித்த இரு வேறு நிலங்கள்/ஊர்கள் என்று நீங்களாக எண்ணிக் கொள்ளாதீர்கள் ☺

பாலை நிலத் தெய்வம் = கொற்றவை; கொற்ற+அவ்வை! அவ்வை என்றால் முதுமகள்/தலைமகள். தெலுங்கு மொழியில் இன்றும் அவ்வா என்று பாட்டியை அழைப்பதுண்டு. கொற்றம் எனில் வெற்றி; வெற்றி மிக்க முதுமகள்/தலைமகள் = கொற்றவை! பாலை நிலத் தலைவி!

> மறம் கடைக்கூட்டிய குடிநிலை, சிறந்த
> கொற்றவை நிலையும் அத் திணைப் புறனே
> *(தொல்காப்பியம், புறத்திணையியல் 62)*

- பிற நிலங்களுக்கெல்லாம் ஆண்பால் தலைவன் அமைந்து,
- கொடுநிலம் பாலைக்கு மட்டும் பெண்பால் தலைவி அமைந்தது ஏன்?

இந்த நுட்பமான மாந்தவியல் (Anthropology) பற்றி யோசித் துள்ளீர்களா?

தங்கள் நிலம் எரிந்து போனாலும், வேறுவழி பெயராமல் அங்கேயே வாழ்பவர்கள் எயினர்கள், வேடர்கள், கள்வர்கள்! பாலைநில ஆண்கள் அந்நிலத்தில் வாழ்ந்தாலும், அவர்களின் பிழைப்பு, பிற நில எல்லைகளே; அங்கு செய்யும் கொள்ளைகளே!

சண்டையே வாழ்வாகிப் போன வாழ்வியலில், அத்துணைப் பேருக்கும் மருந்திட்டு, பேணி, வீடும் வெளியும் காக்கும் சுமை, பெண்ணுக்கு நேர்ந்தமையாலோ என்னவோ, அந்நிலத்தில் பெண்ணே தெய்வமாகி நின்று போனாள்!

"மறம் கடைக் கூட்டிய குடிநிலை" தொல்காப்பியக் கொற்றவையை, வெறும் செய்யுளாக இல்லாது, மனமொழியாக உணர்ந்து நோக்குங்கள்; புரியும்! கொடுநிலத்தின் ஆதிகுடி = கொற்றவை எனும் தலைவி! அவளுக்கும் நடுகல், கோட்டம், கூத்து எல்லாமுண்டு. **மாயோன்/சேயோன் போலவே, கொற்றவையும் = தமிழ்க் கடவுளே!**

ஆக, நீங்கள் 'தெளிய' வேண்டியது:

- சேயோன்/முருகன் = சுப்ரமண்யன் அல்ல! ஆதிகுடித் தலைவன்!

- மாயோன்/திருமால் = விஷ்ணு அல்ல! ஆதிகுடித் தலைவன்!

- வேந்தன் = இந்திரன் அல்ல! பல அரசர்கள்! நிலைத்த அடையாளம் இல்லை!

- வருள்நன் = வருணபகவான் அல்ல! கடற்காற்று! அடையாளம் இல்லை!

- கொற்றவை = துர்கா தேவி அல்ல! பாலை முதுமகள்!

இவர்கள், இயற்கை வழிவந்த நிலத் தொன்மங்கள்! நினைவாக நடுகல்லும், அக் கல்லில் உருவம் எழுதிய கோட்டமும், கூத்தும் என ஆதிமக்கள் வாழ்வியலே!

- மயில் = குறிஞ்சி, நிலப் பறவை

- வேல் = குறிஞ்சி, மலை மறவர், வேட்டுவ ஆயுதம்

- காவடி = குறிஞ்சி, மலை மேல் பாரம் சுமக்கும் எளிய கருவி

எவையெல்லாம் குறிஞ்சியின் கருப் பொருட்களோ, அவையெல்லாம் அந்த நிலத் தலைவனுக்கும் ஆகி வந்தன. அவ்வளவே! வேறு எந்த இடும்பன்/சூரன் பொய்க் கதையும் இல்லை. இயற்கைப் பொருட்கள் மேல் கூட, ஏதாச்சும் ஒரு 'கதை' எதிர்பார்க்கும் கெட்ட பழக்கம் விட்டுருவோம்! இயற்கையை, இயற்கையாகவே காண்போம்! நேசிப்போம். சரியா? ☺

இயற்கையான முருகன் = எப்படி 6 தலை, 12 கை, 18 கண், தோளில் பூநூல் போட்டுக்கொண்டு, சுப்ரமண்ய ஸ்வாமி ஆனான்? மயில் = சூரபத்மன், காவடி = இடும்பாசுரன் என்று புராணம் ஆனது எப்படி? அதெல்லாம் இப்போது பார்க்க வேண்டாம்; **தமிழ் மறைப்பு அதிகாரம்** என்ற பின்வரும் படலத்தில் (Chapter) விரிவான தரவுகளுடன் காண்போம். சரியா? ☺

ஒரு பக்கம் முருகனை = தமிழ்க் கடவுள் என்று பின்னாள் சைவ சமயப் பெருமைக்காகச் சொல்லிக் கொண்டு, இன்னொரு பக்கம் அத் தமிழ்க் கடவுளின் மேல், பூராவும் சம்ஸ்கிருதப் புனைவுகளையே ஏற்றிச் சதாய்த்துக் கொண்டு, ஆற்றில் ஒரு கால், சேற்றில் ஒரு கால் என்ற அவல நிலை வேண்டாம்!

இயற்கை மிகு **தமிழ்க் கடவுள்** = திருமால், முருகன், கொற்றவை!

- முன்னை மரபின் முதுமொழி முதல்வ = திருமால்!

- அரும்பெறல் மரபின் பெரும்பெயர் முருக = முருகன்!

வாழி இயற்கைத் தமிழ் மரபியல்!
வாழி இயற்கைத் தமிழ்த் தெய்வ-இயல்!

படலக் குறுந்தொகை

தமிழ்க் கடவுள் = திருமால் (மாயோன்), முருகன் (சேயோன்), கொற்றவை

1. முல்லை, குறிஞ்சி = ஆதி நிலங்கள்; காடு/மலை நாகரிகம்
2. மருதம், நெய்தல் = நாகரிக வளர்ச்சி; வயல்/கடல் நாகரிகம்
3. இது இயற்கையான படிமலர்ச்சி (Evolution)
4. இந்த நான்கு நிலங்களின் இயல்பு திரிந்துவிட்டால் = பாலை
5. திருமால், முருகன், கொற்றவை = தமிழ் ஆதிகுடியின் நிலைத்த அடையாளங்கள்!
6. வேந்தன், வருணன் = நிலைத்த அடையாளங்கள் அல்ல; மாறிக் கொண்டே இருக்கும் நிலக் குறியீடுகள்
7. வேந்தன் = இந்திரன் அல்லன்; வருணன் (வருள்+நன்) = வருண பகவான் அல்லன்!
8. தமிழ் முருகன் வேறு; Sanskrit சுப்ரமண்யன் வேறு!
   தமிழ் திருமால் வேறு; Sanskrit விஷ்ணு வேறு!
   தமிழ் கொற்றவை வேறு; Sanskrit துர்க்கா வேறு!
9. தமிழ்க் கடவுள் முருகன் மேல், இன்றுள்ள கதைகள் (பழக் கதை, தந்தைக்கு உபதேசம், அசுரன் மயில் ஆனான்) யாவும் சம்ஸ்கிருத புராணப் பொய்களே! மயில், வேல், காவடி.. குறிஞ்சி நிலக் கருப்பொருள் என்பதால், அவை முருகனுக்கும் ஆகி வந்தன. இயற்கை மேல் செயற்கைப் பொய்க்கதைகள் வேண்டா!

நூற்கருவி:

1. Tamil Traditions on SubrahmanyaMurugan, Kamil V. Zvelebil
2. தமிழர் மதம் - மொழிஞாயிறு, தேவநேயப் பாவாணர்

ஆறுபடை வீடுகளில் எத்தனை வீடுகள்?

இந்த நூலின் விசைப்படகில், கூடவே பயணிப்பதற்கு நனி நன்றி!

ஆறுபடை வீட்டில், எத்தனை படைவீடுகள்?
சொல்லுங்க பார்ப்போம்? 1, 2, 3 or 4?

"இதென்னய்யா அசட்டுக் கேள்வி, எட்டுக்கால் பூச்சிக்கு எத்தனை கால் என்பது போல்? அதான் பேரிலேயே இருக்கே? 6 படைவீடுகள்!"

பிழை! ஆறுபடைவீட்டில், மொத்தம் 4 படைவீடுகள்! முதலில் அது **'ஆறுபடை'யே அல்ல! 'ஆற்றுப்படை'**!

திருமுருகாற்றுப்படை என்ற நூல் கேள்விப்பட்டு இருப்பீங்கல்ல? சங்கத் தமிழின் பத்துப் பாட்டு நூல்களுள் ஒன்று; போலவே பொருநர் ஆற்றுப்படை, சிறுபாண் ஆற்றுப்படை, பெரும்பாண் ஆற்றுப்படை, கூத்தர் ஆற்றுப்படை (மலைபடுகடாம்) என 5 கவிதை நூல்கள்.

"ஆறு மனமே ஆறு, ஆண்டவன் கட்டளை ஆறு"-ன்னு சினிமாப் பாட்டு; அந்த 'ஆறு' மனமே = 6 மனசுகளா? ஒரே மனசுதானே? ☺

● தடாகம் வெளியீடு

ஆறு = மனசு ஆறல்; எண்ணிக்கை 6 அல்ல! யார் மனசு ஆறல்? நம் மனசு; துன்பப்படுவோர் மனசு ஆற்றுதல்! மனிதனின் துன்ப நிலையில், பற்றுக்கோடோ/ஆறுதலோ தேவைப்படுகிறது. அது குடும்பத்திடம் இருந்தோ, நண்பர்களிடம் இருந்தோ, அல்லது கற்பனையாகத் தெய்வத்திடம் இருந்தோ கூடக் கிட்டுகிறது!

ஆற்றுப்படை என்றால் என்ன?

வறுமையில் வாடும் படைப்பாளிக் கலைஞர்களை மனசு ஆறச் செய்து, "கவலைப் படாதீர்கள்; எனக்குத் தெரிஞ்சவொரு தலைவன் இருக்கின்றான்; கலை போற்றும் மன்னவன்; அவனிடம் சென்று உங்கள் திறமை காட்டுங்கள்; நல்ல பரிசு நல்குவான்; அவன் ஊருக்குப் போகும் வழி இதுவே" என்று மனசு ஆற்றி, வழிப்படுத்துவதே (ஆற்றுப்படுத்துவதே) ஆற்றுப்படை!

ஆறு = வழி; எவ்வாறு வந்தீர்கள்? என்றால் எவ்+ஆறு, எந்த வழியில் வந்தீர்கள்? என்று பொருள். நீர் நிரம்பி ஓடும் ஆற்றுக்கும் அந்தப் பெயரே ஆகிவந்தது.

- மன்னனிடம் ஆற்றுப்படுத்தாது,
- முருகனிடம் ஆற்றுப் படுத்துவது = முருகாற்றுப்படை

"கவலைப்படாதீர், இதோ பரங்குன்ற மன்னவனிடம் செல்லுங்கள், இதோ செந்தூர் மன்னவனிடம் செல்லுங்கள்" என்று அழகிய தமிழ்க் கவிதை!

மனசு ஆற்றுப்படையை, 6 போர்ப் படை என்று கதைகட்டி, சுப்ர மண்யன் போருக்குச் செல்லும் வழியில், 6 இடங்களில் Camp போட்டுத் தங்கினான் என்றெலாம் புனைவு செய்தார்கள் பின்னாளில்! வாங்க, புனைவு கடந்து, முருக உண்மை காண்போம்!

> சேவடி படரும் செம்மல் உள்ளமொடு,
> செலவு நீ நயந்தனை ஆயின்... பல உடன்,
> இன்னே பெறுதி, நீ முன்னிய வினையே!
> *(திருமுருகாற்றுப்படை 62)*

மொத்தம் எத்தனை ஊர்களுக்கு நம்மை ஆற்றுப்படுத்துகிறார், மதுரை நக்கீரர்?

1. கூடல் குடவயின், குன்று அமர்ந்து; அதாஅன்று
   = திருப்பரங்குன்றம் *(கூடல் மதுரை)* | பாண்டி நாட்டு வடக்கு

● அறியப்படாத தமிழ்மொழி

2. சீர் அலைவாய்ச் சேறலும்; அதாஅன்று
   = திருச்சீரலைவாய் (திருச்செந்தூர்) | பாண்டிக் கிழக்கு

3. ஆவினன்குடி அசைதலும்; அதாஅன்று
   = திருவாவினன்குடி (பழனி, மலையடிவாரம்) | பாண்டி மேற்கு

4. ஏரகத்து உறைதலும்; அதாஅன்று
   = திருவேரகம் (இன்று கும்பகோண ஸ்வாமிமலை); உண்மையில் நாஞ்சில் நாட்டின் வேளிமலையே ஏரகம் | பாண்டி நாட்டுத் தெற்கு)

இந்த 4 ஊர்கள் அல்லாது, 'பொதுவான' குறிஞ்சி இடங்களையும், முருகன் மகிழும் இடமாகக் குறிக்கின்றார். ஒரு குறிப்பிட்ட ஊரைச் சொல்லாது, "ஊர்ஊர் கொண்ட சீர்கெழு விழவு" என்று பொதுவான காட்சிகளை முன்வைக்கிறார்; அவை யாவை?

1. குன்றுதோறு ஆடலும் தன் பண்பே; அதா அன்று
   = குன்று தோறாடல் (திருத்தணி அல்ல! பலப்பல பொதுவான குன்றுகள்)

2. இழுமென இழிதரும் அருவி, பழமுதிர்சோலை, மலைகிழவோனே
   = பழமுதிர்சோலை (மதுரை அல்ல! பலப்பல பொதுவான சோலைகள்)

   - குன்றுதோறும் ஆடுவான் என்ற பொருளில் = குன்று தோறாடல்.

   - சோலைதோறும் ஆடுவான் என்ற பொருளில் = பழமுதிர் சோலைகள்.

அதான், இந்த இரண்டு வருணனையில் மட்டும், தனிப்பட்ட ஓர் ஊரை விவரிக்காது, "ஊர் ஊர் கொண்ட சீர்கெழு" பல ஊர்களின் குன்று / சோலைகளில் ஆட்டம், இசைக்கருவிப் பாட்டு, மரபு வழிப் பலிபூசைகள்! ஓர் ஊராய்க் காட்டாது, பல ஊர்கள்! காடுகளும், ஆறுகளும், குளங்களும் உள்ள பல்வேறு சோலைகளில், சதுக்க மன்றங்களில், கூடி வழிபட்ட மக்கள்!

"காடும் காவும், கவின் பெறு துருத்தியும்,
ஆறும் குளனும், வேறு பல் வைப்பும், சதுக்கமும் சந்தியும்"
(திருமுருகாற்றுப்படை 223, பழமுதிர்சோலை வருணனை)

புலால் 'Non Vegetarian' சுவையும் முருகனுக்குப் பழமுதிர் சோலைகளில் உண்டு ☺

கொழு விடைக் குருதியொடு,
விரைஇய தூ வெள் அரிசி, சில் பலிச் செய்து

கொழுத்த ஆட்டை வெட்டி, அதன் இரத்தம் தூவிய சோற்றை, முருகனுக்கு அளித்த பழமுதிர்சோலைகளின் காட்டு மக்கள்; இன்றைய மதுரை, அழகர்கோயில் மலை மேலுள்ள பழமுதிர் சோலைக் கோயிலில், நீங்க Non Veg நிவேதனம் கொடுக்க முடியுமா? ☺ அறிக: முருகன் = இனக் குழுத் தெய்வம்; புராணத் தெய்வம் அல்லன்!

பின்னாளில் வைதீகம் பரவி, ஆற்றுப்படை = 6 படை என்று மாறிப் போனதால், 6 ஊர்களைப் பிடித்துக் கட்டவேண்டும் என்கிற கோலத்தில், 5ஆம் வீடு = திருத்தணி, 6ஆம் வீடு = பழமுதிர்சோலை என்று ஆகிப் போனது! தங்கள் தங்கள் ஊர்களைப் 'புனிதப்படுத்தும்' முயற்சியில், மருதமலையை = 7ஆம் படைவீடு என்று இன்று 'பெருமை' பேசிக் கொள்வதைப்போல, திருத்தணியை = 5ஆம் படை ஆக்கி, மதுரை அழகர்கோயில் மலையை = 6ஆம் படை ஆக்கிக் கொண்டனர் ஸ்தல புராணிகள்.

சிலப்பதிகாரத்தின் ஒரு வரி, இவர்கட்குச் சாதகம் போல் திரிக்கும் முயற்சியில் இன்றும் ஈடுபடுவர் அதி தீவிர சைவர்கள்.

புண்ணிய சரவணம் பொருந்துவிர் ஆயின்
(காடு காண் காதை: 98)

கோவலன் & கண்ணகி மதுரைக்குப் போகும் வழியில், சமணத் துறவியார் அம்மா கவுந்தி அடிகளோடு, அழகர்மலைக்கு வருகிறார்கள்; அம் மலை மேல் 'சரவணம்' என்ற பொய்கை பேசப்படுவதால், அதுவே சுப்ரமண்ய Battle Camp என இவர்களாகச் செய்து கொண்ட முடிவு; அடுத்த வரியை, 'நைச்சியமாக' மறைத்து விட்டார்கள் ☺

புண்ணிய சரவணம், பவ காரணியோடு,
இட்ட சித்தி, எனும் பெயர் போகி
விண்ணவர் கோமான் விழு நூல் எய்துவிர்
(காடு காண் காதை 100)

அது சமண இந்திரனின் பொய்கை! அவன் எழுதிய (கற்பனை) நூலான ஐந்திரம் எனும் புத்தகம், அச் சரவணப் பொய்கையில் கிடைக்கும் என்ற நம்பிக்கை; சரவணம், பவகாரணி, இட்டசித்தி எனும் 3 பொய்கைகள் அங்குள்ளன. இதுவே சிலப்பதிகாரப் பயணச் செய்தி; இளங்கோவின் Tour Guide தகவல் ☺

சரவணன்/शरवण = Sanskrit சொல்!

பலரும் நினைப்பது போல், சரவணன் = தமிழ் அல்ல! சர+வனம் = தர்ப்பைக் காடு

6 தீப்பொறிகள்/சிவ இந்திரியத்தை வெப்பம் தாளாமல், அக்னி பகவான் தர்ப்பைக் காட்டிலே துப்பிவிட, சுப்ரமண்யன் அவதரித்தான் எனும் புராணக் கதை. சரவணம் என்ற சொல் வந்தாலே சுப்ரமண்யன் ஆகிடாது. அது பொதுவான 'தர்ப்பைக் காடு' என்றே குறிக்கும்; தர்ப்பைப் புல் வளரும் பொய்கை!

சரவணம் மட்டுமல்லாது, இட்டசித்தி/பவகாரணிப் பொய்கைகளும் அங்குண்டு என்ற குறிப்பை மறைத்து, 'சரவணம்' என்ற சொல் வந்து விட்டதாலேயே, அதுவே 'படைவீடு' என்று சாதித்து விட்டார்கள். அங்கே இந்திரம் என்ற புத்தகம் இருக்கே? விண்ணவர் கோமான் விழுநூலுக்கும் சுப்ரமண்யனுக்கும் என்ன தொடர்பு? என்று Logic கேட்பார் யாருமில்லை!

இதை ஒட்டியே, பிற்காலக் கவிஞர்கள் (அருணகிரிப் பெருமான், கந்த புராணக் கச்சியப்ப சிவாச்சாரி உட்பட) ஆற்றுப்படை = 6 படை என்று பல பாடல்களும் புனைந்து விட்டனர். பக்தி இயக்கக் கவிஞர்களின் நோக்கம் = பக்தியே! வரலாறோ, தொன்மமோ, தமிழ் இயலோ, அவர்கட்குப் பொருட்டு இல்லை!

பழமுதிர்சோலை ஆலயம், மிக அண்மையில் (1960) கட்டப்பட்டதே! அதற்கு முன், அங்கு புளிக்குமிச்சான் மேடு மண்டபமே! இம் மண்டபத்தை இடித்து, புதுக் கோயில் கட்டியதை எதிர்த்த நீதிமன்ற வழக்கு கூட உண்டு (Appeal 839 of 1962, Madras);

இந்திய விடுதலைக்கு முன் அப்படியொரு கோயிலே கூட அங்கு இல்லை. தொல் பொருள் துறையோ, பிற வரலாற்று ஆதாரங்களோ ஒன்றுமேயில்லை! கூறப்-படுகிறது; நம்பப்-படுகிறது; கருதப்-படுகிறது என்பதே வரலாறு ஆகாது! ☺

போலவே பழனி! 'பழநி' என்று எழுதாதீர்கள்! 'பழனி' என்றே

● ● தடாகம் வெளியீடு

எழுதுங்கள்! தமிழ்ச் சொல்லான பழனி = வயல் என்று பொருள்; கழனி போலவே பழனி.

கழனி = பயிர்-வயல்; பழனி = பழ-வயல். பழமரங்கள் சூழந்த வயல்! பழம்+நீ = பழநி ஆகாது, இலக்கணப்படி! அது புராணக் கதை!

பழனியின் மேலுள்ள ஆலயம் பின்னாளில் எழுந்ததே! பழனியின் கீழுள்ள ஆலயமே ஆற்றுப்படை! (திருவாவினன்குடி) ஆவி+நன்+குடி = சேரநாட்டு எல்லை வேள்-ஆவி மன்னனின் குடி.

திணிதோள் நெடுவேளாவி, பொன்னுடை நெடுநகர்ப் பொதினி *(அகநானூறு)*

நம் அருணகிரிப் பெருமானும் சேரனையே சொல்கிறார். "சேரர் கொங்கு, வைகாவூர் நன்னாடு அதில், ஆவினன்குடி வாழ்வே!" என்று பழனித் திருப்புகழ்.

இன்று திரு+ஆ+இனன் குடி = லக்ஷ்மி+பசு+சூரியன், பூஜை செய்த ஸ்தலம் என்று வரலாற்றையே மாற்றிவிட்டார்கள் புராணிகள். ஆவிநன்குடி வேளாவி, பொதினி மலைக்காடுகளின் புவியியல் வரலாறு என்பதே போய்விட்டது ☹

போலவே **திருப்பரங்குன்றம்**! முருகனுக்கு மட்டுமல்ல; சமண அருகனுக்கும் உரியது. சங்கத்தமிழ் நல்-அந்துவனார் பாடிய சமணப் பரங்குன்றம். அடுத்த முறை, பரங்குன்றச் சமணப் படுகைகளுக்கும் சென்று காணுங்கள்.

போலவே ஸ்வாமிமலை! மலையே இல்லாத தஞ்சை வயல் வெளிகளில், எப்படி ஸ்வாமி-'மலை' என்று திடீரென்று ஒரு மலை முளைக்கும்?

2 மாடிக் கட்டடம் கட்டி, அதற்கு 60 சம்ஸ்கிருத ஆண்டுகளாய் 60 படிகள் அமைத்து, அந்தக் கட்டடத்தையே = 'மலை' என்று சொல்லிவிட்டனர்; நாமும் நிறுவன மய ஜோதிக்குள்

கலந்துவிட்டோம். என்ன செய்ய? பக்தி என்ற பேரில் பொய் சொன்னாலோ/செய்தாலோ, பொய் = தப்பு கிடையாது என்று நாம் பழகியாச்சே ☺

மெய்யான 4ஆம் (ஆற்றுப்) படைவீடு = நாகர்கோயில்/நாஞ்சில் மாவட்டத்தில் உள்ளது; **வேளி(ர்)மலை**! *(சிலம்பு உரை: அடியார்க்கு நல்லார்/மா. இராசமாணிக்கனார் நூல்).* இன்று குமாரகோவில் என்று பேர்; வேளிமலை என்றும் சொல்வர். அந்த அழகிய ஊர் மக்களுக்கே, தங்கள் ஊர் தான் 4ஆம் ஆற்றுப்படை என்று தெரியுமோ என்னமோ? ☺

இவையெல்லாம் சொல்வதன் 'நோக்கம்' = உங்கள் பக்தியைச் சிறுமை செய்ய அல்ல! தனிப்பட்ட பக்திக்காக, பொதுச் சமூக வரலாற்றை/தமிழ் மரபியலைச் சிதைத்துவிடக் கூடாது என்பதற்கே சொல்வது! உங்கள் புரிதலுக்கு நனி நன்றி;

பொய்யான ஸ்தல புராணம் எழுதி, 'பக்தி' என்கிற பேரில் பொய் பேசலை, மெய்யே வடிவான அந்த இறைவனே விரும்புவானா? என்று நாம் யோசிப்பதே இல்லை! நம் 'சுயப்'-பிடித்தம் சுமக்கும் சுமைதாங்கியாகவே, இறைவனை இன்று ஆக்கிவிட்டோம்!

தமிழே வடிவான முருகனை.. ஏதோ மதம் சார்ந்த மாயமந்திர, பரிகாரக் கடவுளாக நினைத்துக் கொள்ளாது, நம் தன்னல வேண்டுதலுக்காக, முருகனையே காசால் விலைபேசும் Special Ticket தரிசனத்தில், அபிஷேகத்தால் அவன் திருமேனியைக் கரைத்து அழித்து விடாது..

- நம் தொல்தமிழ்க் குடியில் ஒருவனாக,
- இயற்கையோடு இசைந்த முருகனாக எண்ணி வாழ்தலே பேரின்பம்!

| (ஆற்றுப்) படைவீடுகள் = 4 ஊர்களே! |
| பிற இரண்டும் = இயற்கை அழகு மிக்க 'பொதுவான' இடங்களே! |

அரும்பெறல் தமிழ் மரபின்,
பெரும்பெயர் முருகன்; வாழி! வாழி!

படலக் குறுந்தொகை

1. ஆற்றுப்படை வீடுகள் = எண்ணிக்கை 6 அல்ல! நம்மைத் தமிழ் முருகனிடம் ஆற்றுப்படுத்தும் (வழிப்படுத்தும்) வீடுகள்
2. ஆற்றுப்படை வீடுகள் = 4; பரங்குன்றம், செந்தூர், ஆவிநன்குடி, ஏரகம்
3. பொதுவான வீடுகள் = குன்றுதோறாடல் & பழமுதிர் சோலைகள்
4. 4ஆம் ஆற்றுப்படை வீடான ஏரகம் = நாஞ்சில் நாட்டிலுள்ள வேளி(ர்)மலை/குமாரகோவில் என்பது அறிஞர் முடிபு
5. பழனி என்றே எழுதுவோம்; பழநி அல்ல.

நூற்கருவி:

1. அடியார்க்கு நல்லார் உரை, சிலப்பதிகாரம் (உவேசா பதிப்பு)
2. பத்துப்பாட்டு ஆராய்ச்சி - மா. இராசமாணிக்கனார்
3. Apeal# 839; Kallazhagar-Pazhamuthircholai Case; Madras High Court, 1962
4. அழகர் கோயில், தொ.பரமசிவன் (தொ.ப) - படையல் பதிப்பகம்

எது முதல் திணை? = குறிஞ்சியா? முல்லையா?

முல்லை   குறிஞ்சி   மருதம்   நெய்தல்

வாங்க, நாம் சிறுவயதில் படித்த பாடநூல்களுக்குப் போகலாமா? கோனார் தமிழ் உரை வாங்கிப் படிப்பீர்களா? இல்லை ஆசிரியர் சொல்லித் தருவதே உங்களுக்குப் போதுமானதா? ☺ மனப்பாடமா? மகிழ்பாடமா? எது உங்கள் பழக்கம்?

குறிஞ்சி, முல்லை, மருதம், நெய்தல், பாலை.. இதானே நமக்குச் சொல்லித் தரப்பட்ட வரிசை? ஆனால் ஆதி தமிழ் இலக்கணம் சொல்வது என்ன? இலக்கணத்தைக் கூட விட்டுருவோம்; இயற்கை சொல்லித் தருவது என்ன?

- முல்லையே முதல் திணை!
- பின்னரே குறிஞ்சி!

ஏன் இப்படி? முருகனைத் தானே எல்லாருக்கும் பிடிக்கும்? அவன் அமைந்த திணை = குறிஞ்சி தானே? அதைத் தானே முதலில் வைக்க வேண்டும்? தொல்காப்பியர், 'மாற்றி' வைப்பது ஏன்? தொல்காப்பியருக்கு முருகனைப் பிடிக்காதா? ☺

மாயோன் மேய, காடு உறை உலகமும்,
சேயோன் மேய, மை வரை உலகமும்,
வேந்தன் மேய, தீம் புனல் உலகமும்,
வருணன் மேய, பெரு மணல் உலகமும்,
முல்லை, குறிஞ்சி, மருதம், நெய்தல் எனச்
சொல்லிய முறையான் சொல்லவும் படுமே!
(தொல். அகத்திணையியல் 5)

நமக்குத் தான் தற்பிடித்தக் கடவுள்கள்! இயற்கையை இயற்கையாய்ப் பார்க்கும் சான்றோர்களுக்கு / ஆதிகுடிகளுக்கு/ தொல்காப்பியருக்கு, அத்தகைய தற்பிடித்தங்கள் இல்லை; தற்பிடித்தம் இருப்பினும், தன்னளவில்; அதைத் தமிழ் மேல் ஏற்றுவதில்லை! நாம் உணர வேண்டிய பாடம் இதுவே!

●◦ தடாகம் வெளியீடு

முல்லை ஏன் முதல் திணை?

தொல்காப்பியருக்குத் திருமால்/மாயோன் பிடிக்கும் என்பதாலா? அல்ல! அடுத்த வரிகளையும் சேர்த்துப் படித்துப் பாருங்கள்.

காரும் மாலையும் முல்லை
குறிஞ்சி: கூதிர், யாமம் என்மனார் புலவர்
(தொல். அகத்திணையியல் 6)

- முல்லைத் திணைக்குப் பெரும்பொழுது = கார்காலம் (மழைக்காலம்), சிறுபொழுது = மாலை
- குறிஞ்சித் திணைக்குப் பெரும்பொழுது = கூதிர்காலம் (குளிர்காலம்), சிறுபொழுது = யாமம் (நள்ளிரவு)

இப்போது, நீங்களே சொல்லுங்கள்! மாலை முதலில் வருமா? நள்ளிரவு முதலில் வருமா? மழைக்காலம் முதலில் வருமா? குளிர்காலம் முதலில் வருமா?

மாலைக்குப் பின் தான் இரவு! மழைக்குப் பின் தான் குளிர்! இந்த 'இயற்கை' முறையில் அமைந்தனவே திணைகள்; அதான் முல்லை முதல்! பின்பே குறிஞ்சி!

ஒரு திணைக்கு, மொத்தம் 3 பொருள்கள்:

1. முதற்பொருள் = நிலமும் காலமும்
2. கருப்பொருள் = அந்த நிலத்தின் பண்பாட்டுக் கூறுகள்.. விலங்கு, பறவை, மக்கள், இசை, யாழ், பறை, தெய்வம் etc etc.
3. உரிப்பொருள் = அந்த நிலத்தின் தன்மைக்கேற்ப, கவிதையில் பயிலும் காதல் செய்கை!

> முல்லை உரிப்பொருள் = இருத்தலும், இருத்தல் நிமித்தமும் (காதல் காத்திருத்தல்)
>
> குறிஞ்சி உரிப்பொருள் = புணர்தலும், புணர்தல் நிமித்தமும் (காதலில் கூடி மகிழல்)

காத்திருந்து, ஏங்கி, நினைவில் தோய்ந்து.. பின் அவனை/அவளைக் கண்டதும் ஓடிச்சென்று, கட்டியணைத்து.. இந்த Sequence தானே இயற்கையான இன்பம்? காத்திருந்த பின் களிப்பு! அதான் முல்லை

முதலில், அடுத்து குறிஞ்சி என்று வைக்கப்பட்டது! இயற்கையாக, உளவியல் ஒட்டி அமைந்த வரிசைமுறை.

உடனே, குறிஞ்சி/மலையில் வாழ்பவர்கள் மட்டுமே கூடிக் களிப்பார்கள்; முல்லை/காடுகளில் வாழ்பவர்கள், காத்திருந்தே காலம் கழிப்பார்கள் என்று கூறு கெட்டுப் பொருள் கொண்டுவிடக் கூடாது ☺. எல்லா நிலங்களிலும் காதல், காமம், இன்பம் என்று வாழ்க்கை எல்லாருக்கும் பொதுவானதே! ஆனால் நிலத்தின் தன்மை, மலையில் நன்கு குளிரும் என்பதால், அங்கு புணர்ச்சி உரிப்பொருளாக வைக்கப்பட்டது = கவிதைக்கு மட்டும்! காட்டில் அடர்த்தி என்பதால், அங்கு தேடலும் ஆற்றியிருத்தலும் உரிப் பொருள்; அவ்வளவே! கவிதைக்கு மட்டுமே!

அதே போல் பாலை = பிரிதலும், பிரிதல் நிமித்தமும்!

"பிரிதல்" என்றாலே Love Failure என்று இன்றைய பார்வையில் நாமாகவே எடுத்துக் கொள்வதால் தான் (assumption), இத்துணைக் குழப்பங்களும் ☺

பிரிதல் = வெளியூருக்குப் பொருள் தேடப் போவதால், காதலியை விட்டுப் 'பிரிந்து' இருத்தல்; அல்லது, இன்று இரவு கூடி, அடுத்த 2 நாட்கள் காண வராது பிரிந்து இருத்தல். அல்லது, மெய்யாலுமே காதல் தோல்வியில் ஒரேயடியாகப் பிரிந்து முறிந்து விடுவதும்!

எல்லாமே 'பிரிதல்' தான்; ஆனால் எல்லாமே 'முறிவு' அல்ல! நாம், ஒன்றை மட்டுமே எடுத்துக் கொள்ளும் ஒற்றைப் பரிமாண வாதி ஆகிவிடக் கூடாது ☺ தமிழ் பரந்துபட்டது; உளவியலும் இயற்கையும் பரந்துபட்டது!

போலவே இன்னொன்று : முல்லை / குறிஞ்சி வெவ்வேறு திணைகளே ஆயினும், ஒன்றுக்கொன்று மிகுந்த தொடர் புள்ளவை.

வெறுமனே மலை காண்பது கடினம்; மலையென்றால், மலையில் காடும் உள்ளடங்கியே இருக்கும். அப்படி வாழ்ந்த இரு நெருக்கமான குடிகளே, முல்லை/குறிஞ்சி மக்கள்! பின்பு குடிபெயர்ந்து, மருதம்/நெய்தல் கண்டார்கள்!

திணை என்றால் ஒழுக்கம் என்று முன்னரே கண்டோம். Character ஒழுக்கம் அல்ல! இது ஒழுகுதல்! முறையோடு வாழ்தல்; இயற்கையோடு இசைந்த வாழ்வு.

- அகம் = தன்னளவில் வாழ்தல் (internal)
- புறம் = சமூக அளவில் வாழ்தல் (external)

சங்கத் தமிழில் அகப்பொருளே மிகுதி! வீட்டின் ஒழுக்கமே நாட்டின் ஒழுக்கம்!

- அகம் = 1862 பாடல்கள், 78%
- புறம் = 519 பாடல்கள், 22%

மேற்சொன்ன கணக்கு, எட்டுத் தொகை மட்டுமே! பத்துப் பாட்டுக் காலத்தில் அகம் குறைந்து, அரசனின் புறம் மிகுத்து விட்டது! போர்களும் பெருத்து விட்டன!

திணைகளின் இயற்கைமிகு அகப்பொருள் இதோ, உங்கள் கையடக்கப் பார்வைக்கு!

(தொகுபடம் #3: அகத் திணை - முதல், உரி கருப்பொருள் (பக்.81)

புறப்பொருளும் இயற்கை சார்ந்ததே! போருக்கு யாராச்சும் பூக்கள் கொண்டு செல்வார்களா? கொண்டு சென்றது தமிழ்! வெட்சி முதல் வாகை வரை, 8 பூக்கள்!

1. வெட்சி X கரந்தை = எல்லையில் விலங்குவளம் கவர்தல் X எதிர்த்தல்
2. வஞ்சி X காஞ்சி = படை X எதிர்ப்படை நடத்திச் செல்லல்
3. உழிஞை X நொச்சி = மதில் தாக்கல் X காத்தல்
4. தும்பை = நேருக்கு நேர் போர்
5. வாகை = வெற்றி
6. பாடாண் = தலைவனைப் பாடுதல்
7. பொதுவியல் = பொதுவான பாடல்கள் (அறம்/உலகியல்)

முல்லையா? குறிஞ்சியா? = **முல்லையே** முதல்! என்று பார்த்தோம் அல்லவா?

தமிழ்த் திணைகள் : 'அகப்' பொருள் At-A-Glance!

	முல்லை	குறிஞ்சி	மருதம்	நெய்தல்	பாலை
1.முதற்பொருள்					
நிலம்	காடு	மலை	வயல்	கடல்	திரிந்த பிற
பொழுது-பெரும்	கார் காலம்	கூதிர்+முன்பனி	6 காலங்களும்	6 காலங்களும்	முதுவேனில்+பின்பனி
பொழுது-சிறு	மாலை	யாமம்	வைகறை	எற்பாடு	நண்பகல்
2.உரிப்பொருள்					
உரிய ஒழுக்கம்	(காத்து) இருத்தலும் இருத்தல் நிமித்தமும்	புணர்தலும் புணர்தல் நிமித்தமும்	ஊடலும் ஊடல் நிமித்தமும்	இரங்கலும் இரங்கல் நிமித்தமும்	பிரிதலும் பிரிதல் நிமித்தமும்
	Waiting	Enjoying	Sulking/ Fake Anger	Pining	Meaning : Not Together for now, His trip etc; Does not mean: always "Split"
3. கருப்பொருள்					
தெய்வம்	திருமால்	முருகன்	வேந்தன் (இந்திரன் அல்ல)	வருணன் (வருள்நன்)	கொற்றவை
தலைவர்	தமிழ்க் கடவுள் குறும்பொறை/தோன்றல்/கிழத்தி	தமிழ்க் கடவுள் பொருப்பன்/வெற்பன்/கொடிச்சி	மாறிக் கொண்டே இருப்பவை; ஊரன்/ மகிழ்நன்/ மனைவி	நிலைத்த அடையாளம் அன்று சேர்ப்பந்/புலம்பன்/நுளைச்சி	தமிழ்க் கடவுள் விடலை/ மீளி/எயிற்றி
மக்கள்	ஆயர்/ ஆய்ச்சியர்	குறவர்/குறத்தியர்	உழவர்/ உழத்தியர்	பரதவர்/பரத்தியர்	மறவர்/மறத்தியர்
பறவை	காட்டுக்கோழி/மயில்	கிளி/மயில்	நாரை/அன்னம்	கடல்காகம்	பருந்து/கழுகு
விலங்கு	மான்/ முயல்	புலி/ யானை	எருமை/ நீர்/ நாய்	சுறா	செந்நாய்
ஊர்/நீர்நிலை	பாடி/ குறுஞ்சுனை	சிறுகுடி/ அருவி/ சுனை	பேரூர்/ ஆறு	பாக்கம்/ உவர்நீர்க்கேணி	குறும்பு/கூவல்
பூ	முல்லை/ பிடவம்	வேங்கை/ குறிஞ்சி	தாமரை/ கழுநீர்	நெய்தல்/ முண்டகம்	குரா/மரா
மரம்	கொன்றை/ காயா	தேக்கு/ அகில்	காஞ்சி/ மருதம்	புன்னை/ ஞாழல்	உழிஞை/பாலை
உணவு	வரகு/ சாமை/ முதிரை	மலைநெல்/ தினை	செந்நெல்/ வெண்ணெல்	மீன்	வழிப்பறி உணவு
பறை	ஏறுகோட்பறை	தொண்டகம்	மணமுழவு	மீன்கோட்பறை	பகைத்துடி
யாழ்	முல்லையாழ்	குறிஞ்சியாழ்	மருதயாழ்	விளரியாழ்	பாலையாழ்
பண்	சாதாரி	குறிஞ்சிப்பண்	மருதம்	செவ்வழி	பஞ்சுரம்
தொழில் போக்கு	மேய்த்தல்/ஏறு தழுவுதல்	தேன்எடுத்தல்/ வெறியாடல்	நெல்அரிதல்/ விழாஎடுத்தல்	மீன்பிடித்தல்/ கடலாடுதல்	வெஞ்சமம்/ சூறையாடல்

கைக்கிளையா? முல்லையா? குறிஞ்சியா? என்றால், அங்கு கைக்கிளையே முதல்!

"ஆ! கைக்கிளை என்றால் One Sided Love ஆச்சே? போயும் போயும் அதுவா முதல்?" என்று கேட்கிறீர்களா? ☺ அல்ல! அப்படி ஆக்கிவிட்டனர், 'கலாச்சாரக்' காவலர்கள்! தொல்காப்பியருக்குப் பின்வந்த மதம் பிடிச்ச பண்டிதாள், இயற்கையான தமிழ் இலக் கணத்தில் கைவைத்து, செயற்கையான சிதைப்பு நிகழ்த்தினர் ☹

- கைக்கிளை = ஒரு பக்கக் காதல்/One Sided Love
- பெருந்திணை = பொருந்தாக் காமம்

என்று உரையாசிரியர்கள் எழுதி எழுதி, பாடநூல்களில் அதன் பொருளே மாறி அசிங்கமாகி விட்டது! ☹ ஆனால் இயற்கையோடு இசைந்து வாழ்ந்த ஆதிகுடிகள்/தொல்காப்பியர் அப்படிக் கருதவில்லை! அதுவும் காதல்/அகம் தானே?

கைக்கிளை/பெருந்திணை = 'அகத்'திணையிலேயே வைக்கும் தொல்காப்பியர்; எல்லாக் காதலும் கைக்கிளையில் தான் தொடக்கமாம்! தொல்காப்பிய உளவியல்!

கைக்கிளை முதலாப் பெருந்திணை இறுவாய்
முற்படக் கிளந்த எழுதிணை என்ப
(தொல், அகத்திணையியல் 1)

- கைக்கிளை
- முல்லை, குறிஞ்சி, மருதம், நெய்தல், பாலை
- பெருந்திணை

இதுவே 7 அகத் திணைகளின் வரிசை!

ஆனால் தொல்காப்பியரையும் மீறி, பின்னாளில் Moral Policing செய்த மதப் பற்றுள்ள பண்டிதாள், அகத்திணையை = 5 ஆக்கி, கைக்கிளை/பெருந்திணை இரண்டையும் வெட்டி, புறத்திணையில் கொண்டுபோய் வைத்துவிட்டார்கள்! இன்றும் அப்படியே பாடநூல்களில் தொடர்கிறது ☹

கைக்கிளை = மோசமான திணையா? அல்ல! கை = ஒழுக்கம்; காதலொழுக்கம்; அது கிளைவிட்டு விடுவது = கை+கிளை. அதாச்சும் காதலர்கள், 'ஒத்த எண்ணமாய்' வளராது, இரு வேறு எண்ணங்களாய்க் 'கிளை விடல்' = கைக்-கிளை!

- *காதல் தோன்றி, ஆனால் ஒருவருக்கொருவர் சொல்லாமல் இருப்பது*
- *காதலர்களிடையே தோன்றும் கருத்து வேறுபாடு, புரிந்து கொள்ளாமை*
- *புரிந்துகொண்டாலும், வீடு/சமூகம் ஒப்புக் கொள்ளாததால் புரியாமை*
- *முன்பு ஒத்துப் பழகி, பின்பு ஒருவரால் மட்டும் பிரியவே முடியாமை*
- *ஒருபக்கம் மட்டும் காதல்/இன்ப உணர்ச்சி அதிகமாய் இருத்தல்*

இவை எல்லாமே கைக்கிளை தான்! ஆனால் நாம், கடைசிப் புள்ளியான One Sided Love மட்டுமே கைக்கிளை என்று இன்று ஆக்கி விட்டோம்!

எந்தவொரு காதலும், கைக்கிளையில் தான் துவங்குமாம்! எப்படி?

முதல் விநாடியே, 'காதல்' = ஒருவரால் மட்டுமே உறுதி ஆகி விடுமா? எண்ணம் வளர்த்து, காதலைச் சொல்லி (Proposal), அது ஏற்றுக் கொள்ளப்படும் வரை, கைக்கிளை தானே? கண்டதும் காதல் கூட, சொல்லும் வரையிலாச்சும் கைக்கிளை தானே? அதான், மாந்தவியல் நன்கு உணர்ந்த தொல்காப்பியர், கைக்கிளையே முதல் திணையாக, 'அகத்'திணையாக வைத்தார்!

போலவே, **பெருந்திணையும் = 'அகத்'திணையே!**

பெருந் திணை = இறுதியான திணை; அதைப் 'பொருந்தாக் காமம்' என்று ஒற்றைப் பரிமாணம் ஆக்கிவிடக் கூடாது. அதில் பல 'பொருந்தா'-க்கள் உள்ளன.

- *வயது பொருந்தா*
- *பாலினம் பொருந்தா*
- *அன்பு/இன்பம் பொருந்தா*

அன்பு பொருந்தாத வெறுமனே பாலியல் நுகர்ச்சி பிழை யாகலாம்! ஆனால் வயது பொருந்தாவிடினும் மனம் பொருந்துதலை ஒதுக்கலாமா?

பிரெஞ்சு நாட்டு அதிபர் மேக்ரூனும், அவர் காதலியும் எத்துணைக் கால ஆழமான காதல்; அவர்கள் வயது வேறுபாடு 25 ஆண்டுகள்! ஒரு பெண், ஆணை விட மூத்தவர் என்பதாலேயே, அந்த ஆழமான காதல் = 'பொருந்தா' ஆகிவிடுமா என்ன? அகம் விலகிப் புறம் ஆகிவிடுமா என்ன? ஆகாது!

போலவே 'பாலினம் பொருந்தாக்' காதல்! LGBTQ என்று சொல்லப் படும் நங்கை/நம்பி/ஈரர்/திருநர்; திருநங்கை என்பதாலேயே, ஆழமான காதல் உள்ளம், கீழ்த்தரம் ஆகி விடுமா என்ன? அப்படிச் சொன்னால், நாமே கீழ்த்தரமானவர்கள் ☹

மருதத் திணை = எல்லா வித ஊடலும் குறித்தது; ஆனால் மருதம் என்றாலே பரத்தையால் ஊடல் என்று நாம் ஒற்றை Template ஆக்கிவிட்டோம்.

- காசுகொடுத்து பரத்தையிடம் செல்வதையே அகத்திணையில் வைக்கும்போது
- ஆழமான காதல், கைக்கிளை/பெருந்திணை, புறத்திணையிலா வைப்பது?

தமிழ், எந்தவொரு மனித அன்பு உணர்ச்சியையும் ஒதுக்காது! வகைப்படுத்த மட்டுமே செய்யும்! பெரும்பான்மை உணர்வு மட்டும் தான் மனிதம்; சிறுபான்மை உணர்வு மனிதம் அல்ல எனச் சொல்லாது சங்கத்தமிழ்! இத்துணை 'இயற்கை வாழ்வு' கொண்டது, தமிழ் அகத்திணை வாழ்வு.

தமிழ் இலக்கியம் = நிலம் + காலம் + மக்கள் + காதல் + வாழ்க்கை + சமூகம்

வெறுமனே கடவுள் என்று குறுகிப்போய், தமிழிலக்கியத்தை அணுகக் கூடாது; வேல் என்று வந்தாலே அது முருகன் அல்ல! ☺ வேல், குறிஞ்சியிலும் உண்டு; முல்லையிலும் உண்டு; வேல் = மலையில் வேட்டை ஆயுதம்; காட்டில் ஆநிரை காக்கும் ஆயுதம்.

வென்று பகைகெடுக்கும் நின்கையில் வேல்போற்றி, கூர்வேல் கொடுந்தொழிலன்.. என்றெல்லாம் திருப்பாவையில் ஆண்டாள் முருகனையா குறிக்கிறாள்? ☺ அது முல்லையில் ஆயர்க்குடி வேல் ஆயுதம்!

பின்னாள் பக்தி இலக்கியத்தால், நம் சிந்திக்கும் போக்கே மாறி விட்டதோ? வேல்-ன்னு வந்தாலே முருகன், துழாய்-ன்னு வந்தாலே பெருமாள், காளை-ன்னு வந்தாலே சிவன்; இப்படியே நம் சிந்தனை, சிறை ஆகிவிட்டதோ? மீள வேண்டும்!

சிந்துச் சமவெளி அகழ்வாய்வில், ஆதிகுடி ஒருவன், அவன் காளைக்கு அருகில் அமர்ந்திருந்தால், அதை பசுபதி/சிவன் என்று நன்கு படித்தவர்களே, சுய மதப் பிடித்தத்தால் எழுதிவிடுகிறோம் ☹ பின்பு, உலக அறிஞர்கள் Gregory L. Possehl & Herbert Sullivan வந்து, நமக்கு மறுப்பு சொல்ல வேண்டி இருக்கு!

Pashupathi Seal, Mohenjo-daro, Indus Valley, wrongly associated with Rudra/Shiva, just because a Bull is next to the Tribal Man & because of the seated posture.

Gundestrup Cauldron Seal, Denmark 200 BCE, Tribal looks similar to Pashupati Seal. Can he be associated with Rudra/Shiva of Denmark? No. It's Tribal Life form, across the world.

மாறுவோம் வாருங்கள்! மாற்றுவோம் வாருங்கள்!

மதம் கடந்து, தமிழை = இயற்கையாய்க் காதலிப்போம் வாருங்கள்!

சிறுகோட்டுப் பெரும்பழம் தூக்கி ஆங்கு,

உணர்ச்சி மிகு இயற்கைத் தமிழ் வாழி!

படலக் குறுந்தொகை

1. முல்லையே முதல் திணை; பிறகே குறிஞ்சி, மருதம், நெய்தல், பாலை!
2. இவ்வரிசை, காலம்: மாலை/இரவு எனும் இயற்கைவழி வரிசை!
3. திணை = வாழ்வில் ஒழுகுதல்!
4. அகத் திணை = தன்னளவில்; புறத் திணை = சமூக அளவில்
5. முதற்பொருள் = நிலம் & காலம்;
   கருப்பொருள் = வாழ்வியல் பொருட்கள்;
   உரிப்பொருள் = கவிதையின் காதல் நிலை!
6. அகத்திணை 7 = கைக்கிளை, முல்லை, குறிஞ்சி, மருதம், நெய்தல், பாலை, பெருந்திணை
7. புறத்திணை 7 = வெட்சி X கரந்தை, வஞ்சி X காஞ்சி, உழிஞை X நொச்சி, தும்பை, வாகை, பாடாண், பொதுவியல்
8. கைக்கிளை = One Side Love மட்டுமே அல்ல! காதலிக்கும் போது புரிந்து கொள்ளாமை கூட கைக்கிளையே;
9. பெருந்திணை = பொருந்தாக் காமம் மட்டுமே அல்ல! வயது பொருந்தா விடினும், பாலினம் பொருந்தா விடினும்.. உண்மைக் காதல்!
10. பாலை என்றாலே காதல் முறிவு அல்ல! மருதம் என்றாலே பரத்தை அல்ல! வேல் என்றாலே முருகன் அல்ல!
11. தமிழ் இலக்கியத்தை, கடவுள் கண்ணோட்டத்தில் மட்டுமே அணுகாது, இயற்கை/அறிவியலாக, தமிழைத் தமிழாய் அணுகுவோம்!

தமிழ் மறைப்பு அதிகாரம்

(இந் நூலின் குவி மையம்)

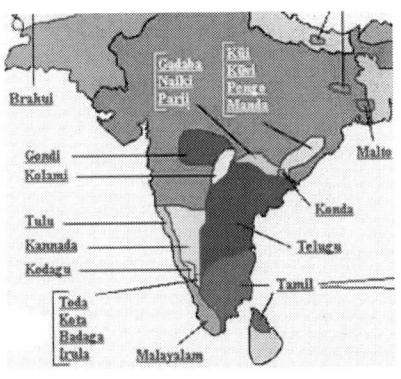

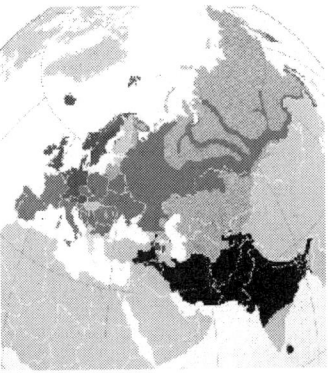

வாங்க, ஒரு விளையாட்டு விளையாடலாம்; கண்ணாமூச்சி! ☺

"ஆனால் நீங்கள், உங்களுக்கு விருப்பமான இடத்தில் போய் மறைந்துகொள்ள முடியாது; நாங்கள் தான் மறைத்து வைப்போம்! - உங்களை, உங்கள் பேரை, உங்கள் அம்மா அப்பாவை, உங்கள் கல்வியை, பல அடிப்படைத் தகவல்களையே மாற்றி விடுவோம்; பயப்படாதீங்க! உங்களுக்குச் சுடச்சுடப் பொங்கல், மிளகுவடைப் பிரஸாதம் தருகிறோம்!"

என்ன, இந்த விளையாட்டுக்கு ஒப்புக் கொள்வீர்களா? மாட்டீர்கள்! "நீ யாரடா என் தனித் தகவலையெல்லாம் ஒளித்து வைக்க?" என்று கேட்பீர்கள் அல்லவா? நாமே கண்ணாமூச்சி விளையாடினால், அது விளையாட்டு; ஆனால் பிறர் நம்மை வலிந்து மறைத்தால், அது திணிப்பு! இந்த எளிய உண்மை அனைவருக்குமே புரியும்!

அதே போல், தமிழ் மொழியும் மறைக்கப் படுகிறது; ஒளித்து வைக்கப்படுகிறது!

- யார் மறைக்கிறார்கள்?
- ஏன் மறைக்கிறார்கள்?

மறைக்கப்படும் நமக்கே, நாம் மறைக்கப்படுகிறோம் என்று தெரிய மாட்டேங்கிறதே? இது ஏன்? எப்படி? என்றெல்லாம்

பல கேள்விகள்! எடுத்துக்காட்டாக ஓர் உண்மை நிகழ்வைப் பார்ப்போம். ஒரு கதை போல் சொல்கிறேன், சரியா? ☺

துவிட்டர் (Twitter) தளத்தில் தமிழ் குறித்து, பல சேதிகளைக் குறுங்குறு தகவல்களாக இளைஞர்கள் மத்தியில் தருவது என் வழக்கம். ஒரு நாள், "தமிழ் என்ற சொல்லுக்குப் பொருள் என்ன?" என்றொரு கேள்வியைத் தூண்டி விட்டேன்.

தமிழ் என்ற சொல்லுக்கு இனிமை/நீர்மை என்று பொருள்!

இனிமையும் நீர்மையும் தமிழ் எனல் ஆகும் *(பிங்கல நிகண்டு)*

அமிழ்து என்ற சொல்லே, தமிழ் என்று வடிவம் பெற்றது. அமிழ்து = இனிமை! அடர்ந்து ஆழ அமிழ்வதால், அமிழ்து! அமிழ்து அமிழ்து அமிழ்து என்று வாய்விட்டு விரைவாச் சொல்லுங்க; தமிழ் தமிழ் தமிழ் என்று ஒலிப்பு.. தானே வந்துவிடும்!

இப்படியெல்லாம் நம் மொழிக்குப் பெயர் வைத்தது கடவுள் அல்ல; நாம் தான் வைச்சிக்கிட்டோம்! நம் முன்னோர்/சான்றோர் இட்ட பெயர். ஆதிகுடி மொழி உருவாகி, சிறிது சிறிதாக மக்கள் வாழ்வியலில் படிமலர்ச்சி (Evolution) ஆகும்போது, பேரில்லாத மொழிக்கு ஒரு பெயரும் அமைத்துக் கொள்கின்றன இனங்கள்.

அமிழ்து = தமிழ் என்று சொன்ன மாத்திரத்திலேயே, ஒருவர் பாய்ந்தோடி வந்தார்!

"அமிழ்தம் = சம்ஸ்கிருதச் சொல்; தேவாள் - அசுராள் பாற்கடலைக் கடைந்தபோது கிடைச்சது தானே அமிர்தம்? பார்த்தீர்களா, தமிழ் மொழியின் பேரிலேயே சம்ஸ்கிருதம் இருக்கிறது? இதிலிருந்து என்ன தெரிகிறது? தமிழ்---சம்ஸ்கிருதம் இரண்டுமே பிரிக்க முடியாதவை. இன்று தமிழில் உள்ள பலவும் சம்ஸ்கிருதம் கொடுத்ததே!" என்று முழங்கி முடித்தார்!

பலரும் திகைத்து விட்டார்கள்! ஆமாம், நம்புவது போல் தானே இருக்கு? தேவர் - அசுரர் பாற்கடல் கடைஞ்சி அமிர்தம் எடுத்தது, நாம் அனைவரும் அறிந்த 'வரலாறு' தானே? அப்படித் தானே நம் கதைகள், ஓவியம், சிற்பம், சினிமா என்று பலவற்றிலும் சொல்லியுள்ளார்கள்?

அது நம் Sub Conscious மனதுக்குள் ஆழமாக இறங்கி, நம் சிந்தையுள் தங்கி விட்டதல்லவா? தங்களை நிலைநாட்டிக் கொள்ள, தாங்களே எழுதிக் கொண்ட ஒரு புனைவுக் 'கதை', எப்படி 'வரலாறு' ஆகும்? ஒரு கடலை எப்படிக் கடைய முடியும்?

என்று கேள்வி கூடக் கேட்கத் தோன்றாமல், அதன் மேலேயே தமிழ் சார்ந்த நம் எண்ணங்களைப் பிழையாகவே வளர்த்துக் கொள்கிறோம் அல்லவா?

பாற்கடல் கடைதல்

கேள்வி கேட்ட அவரோடு, கும்பலாகப் பல பேர் சேர்ந்து கொண்டார்கள். பலரும், எளிமையே உருவான காஞ்சிப் பெரியவர் பக்தர்கள் என்று மட்டும் சொல்லி நிறுத்திக் கொள்கிறேன். உங்களுக்கே புரியும், யாரென்று? ☺ அந்த அன்பருக்குச் சம்ஸ்கிருதம் தெரியாது; ஆனாலும் அதன் மேல் 'ஏனோவோர்' இனம் புரியாத பாசம்! எனக்கோ சம்ஸ்கிருதம் தெரியும். "ஸ்லோகார்த்தம் ஏவ விவரண ஹஸ்தோபி" என்று விவரிக்கத் தொடங்கினேன்; அடங்கி விட்டார் ☺

அமிழ்தம் வேறு; அம்ருதம் வேறு!

- Sanskrit அம்ருதம்/अमृत = அ+மிருத்

மிருத்யு என்றால் சாவு; அ+மிருத்யு என்றால் சாகாமை; சாகாமல் இருக்கத்தானே, கடலைக் கடைந்து அம்ருதம் எடுத்து, மோகினி ஊற்ற ஊற்றக் குடித்தார்கள்? I mean, குடித்ததாகக் கதை ☺

- தமிழ் அமிழ்தம் = அ+மிழ்தம் எல்லாம் இல்லை; அமிழ்வதால் அமிழ்தம்;

நமக்குள் அமிழ்ந்து, உள்ளிறங்கிச் சுவையூட்டுவதால் இனிமை! அமிழ்தம் - அமிர்தம், பார்ப்பதற்கு/ஒலிப்பதற்கு ஒன்று போல்

இருப்பினும், வெவ்வேறு சொற்கள், வெவ்வேறு பொருள்; அடிப்படையே வெவ்வேறு வேர்ச்சொல்!

ரம்யா என்ற Sanskrit சொல்லின் வேர் தான் ராமன் என்ற சொல்! ரமந்தே இதி ராமஹ; ரமிக்கச் செய்வது எதுவோ அது ராமம்! ஆண் = ராமன்; பெண் = ராமி; அபி-ராமி; அதே சமயம், Rum என்கிற ஆங்கில/இலத்தீன் சொல்லும், குடிபானத்தைக் குறிக்கும். Rum குடிச்சா ரம்மியமா இருக்கும் என்பதற்காக, அந்த Rum தான், இந்த ரம்மியம்/ராமன் என்று சொன்னால், கோபம் வருது அல்லவா? ☺

- Rum/Rumbullion, கரும்புச் சருக்கரையில் திரளும் odd, strange, spurious பொருள்
- ரம்யம் = அழகு/இதம் என்று முற்றிலும் வேறான சம்ஸ்கிருதப் பொருள்!

இது போல், வேறுவேறு மொழிகளில், சில சொற்கள் நம் சொற்கள் போலவே ஒலிக்கும்; ஆனால் அவற்றின் அடிப்படையான வேர்ச்சொல் வேறு! உடனே அம்மொழிக்கு, எல்லாமே நாமே கொடுத்ததாக ஆகிவிடாது; இதை உணர்க!

- அங்கிருந்து தான் இங்கு வந்துச்சு! என்று பேசுவோர் பலரும்,
- இங்கிருந்து தான் அங்கு போச்சு! என்று பேசுவதே இல்லையே? ஏன்?

இங்கிருந்து அங்கு போகாதா என்ன? தாங்களே சம்ஸ்கிருதம் அறியாவிட்டாலும், ஏன் இப்படிச் சிலர் நடந்து கொள்கிறார்கள்? அறியாமலேயே எப்படிப் பேச முடிகிறது? இதற்கான விடை = ஆதிக்கம்! சமயம், பண்பாடு இன்ன பிறவற்றால், பலப்பல நாள் படிந்துவிட்ட ஆதிக்கம்; அந்த ஆதிக்கத்தால், மறைப்பு எளிதாகிறது!

மொழிஞாயிறு பாவாணர், 'தமிழ் வரலாறு' நூலில், 'தமிழ் மறைப்பு அதிகாரம்' என்று 16 புள்ளிகளை முன்வைப்பார். நாம் ஒவ்வொன்றாகப் பார்க்கலாம்; பாவாணர் நவில்வது மிகையா? உண்மையா? ஒரு சாரார் மேல் வெறுப்பா? பார்க்கலாமா?

பல்வேறு காலங்களாக நடைபெறும் '**தமிழ் மறைப்பு அதிகாரம்**' இவையே!

1. தமிழ் மறைப்பு
2. தமிழ் நாடு மறைப்பு
3. தமிழ் இன மறைப்பு
4. தமிழ் நாகரிக மறைப்பு
5. தமிழ்க் கலை மறைப்பு
6. தமிழ் முதல்நூல் மறைப்பு
7. தமிழ்த் தெய்வ மறைப்பு
8. தமிழர் சமய மறைப்பு
9. தேவார மறைப்பு
10. பொருள் இலக்கண மறைப்பு
11. தமிழ்ச் சொல் மறைப்பு
12. தமிழ்ச் சொற்பொருள் மறைப்பு
13. தமிழ்க் கருத்து மறைப்பு
14. தமிழ் எழுத்து மறைப்பு
15. முக்கழக மறைப்பு
16. தமிழ் வரலாறு மறைப்பு

அமிழ்தம் என்ற தமிழ்ச் சொல்லை, அம்ருதம் என்ற சம்ஸ்கிருதச் சொல் 'மறைத்ததைப்' பார்த்தோம் அல்லவா?

- சொன்னவர்க்குச் சம்ஸ்கிருதம் தெரியாது; தெரியாமலேயே சொன்னார்.
- நமக்கோ தமிழ் தெரியும்! ஆனாலும் மயங்கினோம்; மருண்டோம்; ஏன்?

அதுவே 'தமிழ் மறைப்பு அதிகாரம்'; காலங்காலமாக நமக்குள் ஊறிவிட்டது! மறுக்கக் கூடத் தெரியாது, நம்மை நாம் அறியாது வாழ்ந்து வருகிறோம் ☹

துவங்கும் முன் ஒரு வேண்டுகோள்: சம்ஸ்கிருத மொழியும் = செம்மொழியே; அம் மொழியை வெறுக்க வேண்டாம். மொழி ஆதிக்கத்தை மட்டுமே மறுப்போம்! அது, 'செத்த மொழி' என்று சிலர் சொன்னாலும், உங்களையும் அறியாமல், அது வாழ்ந்து கொண்டு தான் இருக்கு; பயிரில் ஒரு Parasite போல் உறிஞ்சி உறிஞ்சி! பல தென் மொழிகளில், அம் மக்களே அறியாதபடி, ஒட்டுண்ணியாக மறைவாழ்வு!

தமிழ்மொழி மறைக்கப்பட்ட 'சுவையான' கதை கேட்கலாமா? வாங்க!

உலகம் ஊமையாய் உள்ள அக்காலத்தில், Pangea எனும் ஒரே உலகப் பெருங்கண்டத்தில், மனித இனம் இன்னும் தோன்றவே இல்லை; அதனால் மொழியும் இன்னும் தோன்றவில்லை.

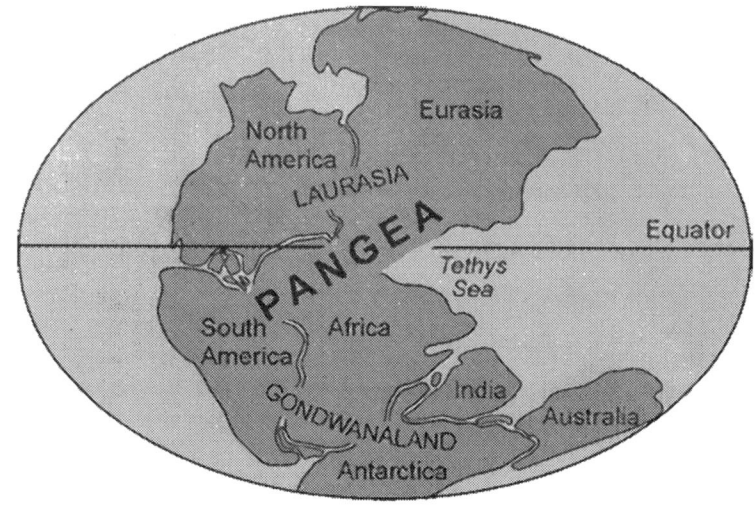

Pangea–250 million years ago

"கல்தோன்றி மண்தோன்றாக் காலத்தே, வாளோடு முன்தோன்றிய மூத்தகுடி" - முற் கட்டுரையிலேயே இதன் உண்மையான பொருளைப் பார்த்தோம். உலகம் உருவாகும் முன்பே, எந்தவொரு மொழியும் மாயமாய்த் தோன்றிடாது! மாந்த இனமும் மொழிகளும், உலகின் 'ஒரேயொரு புள்ளிப் பகுதி'யில் தோன்றிப் பரவுவதில்லை; அறிவியல் அப்படியல்ல! உயிர்த்தோற்ற அறிவியல் பரந்துபட்டது!

Big Bang அண்டவெளி நிகழ்வுக்குப் பின், Ozone திரை பெற்ற பூமி அடங்கி, கடலில் தோன்றிய முதல் 'செல்' உயிரினம், படிமலர்ச்சியால் நிலம் ஏகியது = தமிழகம் எனும் 'ஒரேயோர்'

இடத்தில் அல்ல; அது பரந்துபட்ட Pangea பெருங்கண்டம். அதில் தமிழகம் என்று இன்னும் பேர் பெறாத இடம் ஒரு துளி மட்டுமே!

எல்லா மொழிகளுக்கும் தமிழே ஆதிமொழி என்பதற்குத் தரவுகள் இல்லை! Mother of All Languages என்பது அறிவியலும் ஆகாது! ஆனால், தமிழ் = பெருங்கண்டத்தின் தொன்மை மிக்க பெருமொழி; அது பிற மொழிகளைச் சார்ந்து உருவான மொழி அல்ல! இனக்குழு ஆதிமொழியாகவே தோற்றம் பெற்ற தொல்மொழி!

Cell உயிரினத்திலிருந்து எப்படி எப்படியோ Homo Erectus வரை வந்த உயிரினம், Home Sapiens & Homo Neanderthal என இரண்டாகக் கிளைத்த போது கூட மொழி உருவாகிடவில்லை; விலங்கு நிலையே! Homo Sapiens மேலும்மேலும் Evolution அடைந்தது ஒரு குறிப்பிட்ட தமிழ் நகரத்தில் அல்ல ☺ பலப்பல இடங்களில்!

Homo Sapiens படிமலர்ச்சி அடையும் போது தான், எங்கோ ஒரு புள்ளியில், மொழியின் ஆதிகூறு தோன்றியிருக்க வேண்டும்; இது தமிழோ/சம்ஸ்கிருதமோ அல்ல! சைகை/சீழ்க்கை/ஒலிப்பு மொழிகளே!

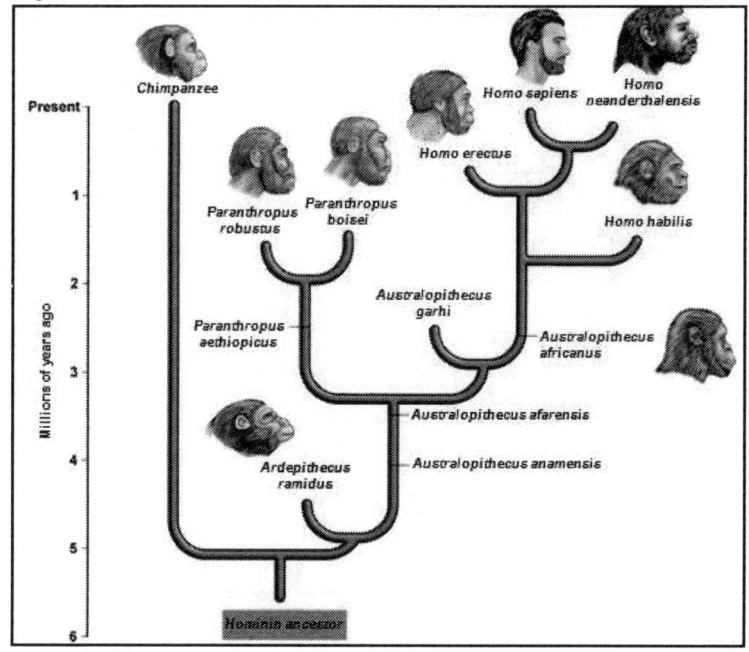

மொழிக்கு, இது தான் முதற்புள்ளி என்று யாரும் சொல்லிவிட முடியாது! ஆனால், பல்வேறு இடங்களில் நகர்ந்து கொண்டே இருந்த மாந்த இனம், அந்தந்த இடங்களில், தத்தங்களின் மொழித் தேவையை, வெவ்வேறு முறையில் உருவாக்கிக் கொண்டன! அதுவே உலகின் ஆதிமொழிகளாகக் கூறு பெற்று, பின்பு நாகரிக வடிவமும் பெற்றுக் கொண்டன!

சிவன் டமருகம்/உடுக்கை அடிச்சி, சம்ஸ்கிருதமோ அல்லது முருகன் சங்கத்தில் உட்கார்ந்து தமிழையோ 'உருவாக்க'வில்லை ☺

மாந்த இனங்களின் படிமலர்ச்சியே (Evolution) மொழிகள்! அப்படிப் படிமலர்ச்சி பெற்று, 'தமிழ்' என்று தங்களுக்கே ஒரு பேர் வைத்துக் கொள்ளும் வரை, எத்தனை எத்தனையோ படிக்கட்டுகள். ஆனால், தமிழ்மொழி என்ற ஒரு நிலை வந்துவிட்ட பின், அந்த இனக்குழுவுக்கு வாழ்வியல் நாகரிகமே மாறிவிடுகிறது. உணவு, உறையுள், உடை, உறவுகள், குழுக்கள், சமுதாயம் என்ற நிலை அடைந்து விடுகிறது. அப்படிச் 'சமுதாயம்' ஆன பின் உள்ள தமிழையே நாம் பார்க்கப் போகிறோம்! வாங்க, ஒரு தமிழ்ச் சமுதாயக் குடிசைக்குள் எட்டிப் பார்ப்போம்!

தமிழ் நிலத்தின் தொன்மம் = 'நடுகல்'!

ஆதிகுடிகளைக் காத்த நினைவாக, கல் சமைத்துப் போற்றுவது 'நடுகல்'! நீத்தார் பெருமை; அதுவே இறைமை!

'கந்து' என்பதும் உண்டு; குறுங் கல்தூண்; பற்றுக்கோடு! அந்தக் கந்து/நடுகல்லில், குடி காத்தவர்களின் பெயர்/படம் எழுதி

வைப்பதும் உண்டு! முல்லையின் மாயோன் (திருமால்), குறிஞ் சியின் சேயோன் (முருகன்), இப்படித் தோன்றியவர்களே = ஆதி குடிகளின் இனத் தலைமை!

முருகு = பெண்கள் மேல் இறங்கும் ஒருவகை 'ஆவி'த் தெய்வம் என்பதே சங்க மரபு! **அணங்குடை முருகன்!** அணங்குதல் = ஆவி இறங்குதல்.

நடுகல் = முன்னோர் தானே? நடுகல் முருகனை, முன்னோரின் 'ஆவி' என்று இன்றைய பேச்சு வழக்கில் நீங்கள் வைத்துக் கொள்க ☺ 'வேலன் வெறியாடல்' என்கிற நாட்டார் பூசை; அந்த வெறியாடிகளின் மேல் முருகு இறங்கல். காந்தள் பூ சிதறி, ஆட்டுப் பலி குடுத்து, 'சூர் மடிதல்' (வெறி அடங்கித் துன்பம் மறைதல்) என்றெல்லாம் முன்னோர்களின் அன்பு/இனம் சார்ந்ததே பழங்குடி வழக்கம்!

"கண்ணுக்குப், பச்சைப் பசேல் எனக் காட்சி வழங்கிய காட்டின் இயற்கை அழகை, 'மால்' என்று ஆதித் தமிழர்கள் வழுத்தினர்" என்பர் திரு.வி.க!

"மாயோன் வழிபாடு பூர்வீக வழிபாடுகளில் ஒன்றாகும்; மாயோன், கருமை நிறத் திருமால் எனப் பொருள்படும்" என்பர் ஈழத்து அறிஞர் கா. சிவத்தம்பி!

- முல்லை = காட்டின் அடர் கருமை ; மாயோன் (மாய், மை = கருமை)

- குறிஞ்சி = மலை உச்சியின் சிவப்பு ; சேயோன் (சேய், செம் = செம்மை)

கந்து வேறு; 'கந்து'வட்டி வேறு. நம்மை வட்டி மேல் வட்டியுள் வாட்டி, கந்தகம் (Sulphur) போல் கந்தி (எரித்து) விடுவதால், கந்து வட்டி!

'வட்டி' என்ற சொல்லே, வட்டம் என்ற தமிழ்ச் சொல்லில் உருவான காரணப் பெயரே! சுழற்சி வட்டமாய், முதற்பணம் சிறுகச்சிறுக அடைக்கப்பட்டு, தொடங்கிய இடத்துக்கே வந்து நிறையும் வட்டமே = வட்டி! அது நம்மைக் கந்தச் செய்தால் கந்துவட்டி; அது 'பற்றுக்கோடு' எனும் கல்தூண் கந்து அல்ல! 'பற்று' வைத்துப் பணம் தரல், எல்லா வட்டியிலும் உண்டு. 'பற்று'க்கோடு எனும் சொல்லில் உள்ள 'பற்று'க்காக, கந்து முருகனை, கந்து வட்டியோடு ஒப்பிட்டு விடாதீர்கள்

- **கந்து** = யானை கட்டிவைக்கும் குறுந்தூண்; பற்றுக்கோடு! அதையும் யானையே சுமந்து செல்லும்! தன்னைக் கட்டிப்போடும் ஒன்றையும் தானே சுமந்து செல்லுதல் போல், கட்டுப்படாத் தெய்வமும் கட்டுப்படல்; அதுவே கந்து+அன் = கந்தன்!

- **வள்ளி** = கந்து என்ற அந்தக் கல்தூணில் படரும் வள்ளிக் கொடி! இயற்கையாய், நடுகல்லில் படரும் கொடியே முருகும் வள்ளியுமாய், மறைந்த முன்னோர்களின் காதல் வாழ்வுக்கு அடையாளம் ஆகிப் போனது!

கொடிநிலை, கந்தழி, வள்ளி என்ற
கடவுள் வாழ்த்தொடு கண்ணிய வருமே *(தொல்காப்பியம் 3-85)*

கொடிநிலை = இறை வாழ்த்து; கந்து = வேல் போல் பகை யழித்தல்; வள்ளி = வள்ளல் தன்மையோடு, தாய் போல் அருளல் என்று குடிவாழ்வு; நினைவு போற்றுதல் மட்டுமே! இயற்கையோடு இசைந்த வாழ்வு என்பதால் பாவபுண்ணிய பரிகாரம் பிரம்மாண்டங்கள் இல்லை, தமிழ்க் குடியில்!

சூர் நசைத் தலையாய் 'நடுகல்' கண்டே
பரிந்தனென் அல்லனோ, இறை இறையானே *(குறுந்தொகை 52)*

அது மாயோனோ/சேயோனோ, தொல்காப்பிய நடுகல் = 'சீர்த் தகு மரபு'; அதில் தீ வேள்விகள் இல்லை; பூவால் வாழ்த்தும் பூவை நிலையே!

காட்சி, கால்கோள், நீர்ப்படை, 'நடுகல்'
சீர்த்தகு 'மரபில்' பெரும்படை வாழ்த்தல்
(தொல்.புறத்திணையியல் 5)

இந்த 'மரபு' தான் தமிழ்மரபு என்று நம் குடும்பங்களில் செழித் தோங்கி வளர்ந்தது!

- முன்னை 'மரபின்' முதுமொழி முதல்வ = திருமால்
- அரும்பெறல் 'மரபின்' பெரும்பெயர் முருக = முருகன்

முல்லை/குறிஞ்சி → மருதம்/நெய்தல் என்று விரிந்து, வயல்வெளி நாகரிகமாய்க் குடிபெயர்ந்து, வேந்தன் பெற்று, அரசுரிமைச் சமூகமாய் மாறியதை, முந்தைய கட்டுரையிலேயே கண்டோம்; அத் தமிழ் மரபில், Sanskrit வேத மரபு எவ்வாறு புகுந்தது? இனி, அதையும் காண்போம், வாருங்கள்!

கலப்பின் காலம்: வைதீகம்

ஆதி தமிழ்நாடு & ஆதி மகதநாடு; நாடுகளின் இடையே ஊடாடல்; தக்கண உத்தரப் பாதைகளின் வழிச்சாத்து இடை நகரல்கள்! வணிக அரசாங்கத் தொடர்பு காரணமாய், தமிழ் நிலத்தின் ஓரமாய் வந்து குந்தியது வடநெறி! குந்திய மரபு, தமிழ் மரபையே பின்தள்ளி, புதுமதம் மூலமாய்க் குபுகுபு என்று வளரவும் செய்தது! எந்த ஒன்றுக்கும், அரச ஆதரவைப் பெற்றுவிட்டால், பின்பு எல்லாமே எளிது! அன்று மட்டுமல்ல; இன்றும் இது செல்லுபடி ஆகிறது அல்லவா? ☺

இது தொல்காப்பியருக்கும் தெரியும்! அதனால் தான் **"வடசொற் கிளவி, வடஎழுத்து ஒரீஇ"** (ஒதுக்கு) என்று எழுதினார்! 'மொழித்தூய்மை' என்பது மாயை; மொழிகள்/பண்பாடுகள் சற்று, கலக்கத் தான் செய்யும்; தனித்து வாழவியலாது. ஆனால் கலக்கும் போது, ஒரு சமூகம், தன் 'வேர்'களை இழந்து விடக் கூடாது! மரியாதையுடன் கூடிய கொடுக்கல்+வாங்கலே நலம்! தமிழில் இல்லாத சொற்கள், கலை, அறிவியலை எங்கிருந்தும் நாம் பெற்றுக் கொள்ளலாம்; தமிழுக்கு/நமக்கு நல்லதே! ஆனால் தமிழில் சொல் இருக்கும் போதே அதனை 'மறைத்து', அதன் மேல் ஒட்டுண்ணி (Parasite) போல் குடியேறினால்? ஒட்டி உறிஞ்சியே இழுத்துவிடும்!

- 'சொல்/பொருள்' என்ற சொற்களே நாளடைவில் மறைந்து போய்,
- 'வார்த்தை/அர்த்தம்' என்றே இன்று புழக்கம் ஆகிவிட்டது அல்லவா?

ஆங்கிலமாச்சும் பரவாயில்லை; 'பிகர்'-ன்னு எழுதினா, நம் பாட்டி கூட 'Figure என்பது English அப்போய்' என்று சொல்லீருவாய்ங்க ☺ ஆனால் சம்ஸ்கிருத 'வார்த்தை/அர்த்தம்', தமிழ் தானே? என்று நம்மையே, நம் தலைமுறைகளையே நம்ப வைக்குது அல்லவா? தீமை! நம்மிடம் இல்லாத சொற்களைப் பெற்றுக் கொள்ளலாம்; இருக்கும் சொத்தை அழித்து, கடன் வாங்குதல் அறிவீனம் அல்லவா?

தொல்காப்பியர், வடசொற்கள்/பிறமொழிச் சொற்கள் தமிழில் புழங்க நெகிழ்வு கொடுக்கின்றார்; ஆனால் தமிழ் விதிகளுக்கு/தமிழ் நன்மைக்கு உட்பட்டு!

- भरत = தற்சமம் (வடசொல்லை அப்படியே சமமாக எழுதுவது, பரதன்)
- जानकी = தற்பவம் (தமிழ் விதிக்கு உட்பட்டு ஜானகி → சானகி என்று எழுதுவது)

இந்த Flexibility/நெகிழ்வு பெயர்ச்சொற்களுக்குச் சரிவரும்! ஆனால் இதையே எல்லாவற்றுக்கும் நுழைத்து, சொல்/பொருள் என்ற சொல்லையே, வார்த்தை/அர்த்தம் என்ற வடசொல்லால் அழித்துவிட்டால்? இதெல்லாம் முடிகிற காரியமா?

முடியும்! செய்தார்கள்! 'மதம்' என்கிற சக்தி வாய்ந்த போர்வை போர்த்தி வந்ததால், Emotional Attack! ஆங்கிலத்தில் Sentimental Blackmail என்று இன்றும் சொல்வார்கள்; "**உன் பித்ருமுன்னோர்கள், மேல் லோகத்தில் வைரவதி என்னும் நெருப்பு ஆற்றிலே, பசி பசி என்று அலறுகிறார்கள். ஆகவே பித்ரு தோஷம் நீங்க, பிண்ட தர்ப்பணம் கொடு!**" இப்படியெல்லாம் சொன்னால், "எதுக்கு வம்பு? உண்மையோ/பொய்யோ கொடுத்துத் தொலைச்சிருவோம்" என்று செய்வது மனித இயல்பு தானே?

அரசர்கள்/அதிகாரம் மூலமாய், மதப் போர்வையில் முதலில் நுழைந்தது வடநெறி! பண்டைத் தமிழ் மன்னர்களின் மறக் கொலைகள் = பாவம்; அப் பாவத்தை ஈடு கட்டணுமா? = புண்யம்; ஸ்வர்க்க, நரக, ஹோமம் எனும் இந்த Sentimental மாய வித்து தூவப்பட்டு விட்டது!

- பெருவழுதி = பல் 'யாகசாலை' முதுகுடுமிப் பெருவழுதியாய் மாறினான்
- பெருநற்கிள்ளி = 'இராஜசூய யாகம்' வேட்ட பெருநற்கிள்ளி என மாறினான்

> அது கடைச்சங்க காலம்!
> மதமிலாத் தமிழ்ச் சமூகத்துக்கு = 'மதம்' பிடித்து,
> ஜாதியும் பிடித்த காலம் ☹

அரச/அதிகாரப் பரவலே முதலில்; பின்பே இலக்கிய/சமூகப் பரவல்! அரசனைக் கைக்கொண்டது போலவே, சமூகத்தையும் எப்படிக் கைக்கொள்வது? வாழ்க்கையின் துன்பமெல்லாம் விலகணுமா? பூஜா புனஸ்கார பரிகாரம்! ஜோதிட மயக்கம், நம் அப்பாவி மக்களுக்கு, இன்றும் பெரும் மயக்கம் அல்லவா? (பின்னாளில், கண்ணகியிடம் கூடப் பரிகாரம் செய்யச் சொல்றாங்க, இழந்த புருசனை மீண்டும் அடைய! ஆனால் அவளோ தமிழ் மரபு அன்று! என்று செய்ய மறுக்கிறாள்)

"தமிழ் மக்களே, உங்களின் முருகனும், திருமாலும், இங்கேயும் இருக்கா பாருங்கோ! சம்ஸ்கிருத மதத்திலும் இருக்கா பாருங்கோ! வெறுமனே நடுகல்லாக இல்லாமல், சுவையான புராணக் கதைகளும் கூடவே இருக்கு, கேளுங்கோ" என்று துவங்கிற்று! இயற்கையை விடச் செயற்கைக்கு, கவர்ச்சி உண்டல்லவா? இன்றைய மத மாற்றப் 'பிரச்சார'ங்கள் போலவே, அன்றைய தமிழ்ச் சமூக மாற்றங்கள்!

தங்களின் வேதக் கடவுள்களான சோமன், அஸ்வின், மித்ரன், அக்னி, இந்திரன் இவர்களையெல்லாம் கூடச் சற்றே தள்ளிவைத்து, Local பண்பாட்டின் மேலேயே புராணத்தைப் போர்த்தி விடுதல்!

● அறியப்படாத தமிழ்மொழி

சங்க காலத்தின் சுவிசேஷ மயக்கங்கள். ஆனால் அது வைதீகம் செய்த சுவிசேஷம் ☺ வேதம் விடுத்து, புராணம் பெருக்கக் காலம்.

- கந்தன் → ஸ்கந்தன் ஆனான்
- திருமால் → விஷ்ணு ஆனான்

தமிழ்த் தொன்மங்களின் மேலேயே பலதும் ஏற்றப்பட்டன. நம் தொன்மத்தை, நாமே இழக்க வைக்கும் 'உத்தி' = புராணம் ஏற்றுதல்! தனியாக ஒரு நெறியை உருவாக்குவதை விட, இருப்பதின் மேலேயே ஏற்றிவிட்டால்? ஏற்பு அதிகம்!

இருப்பதன் மேலேயே ஏற்றி விடு! எது இருந்தது? எது வந்தது? என்று கண்டுபிடிக்கவே முடியாது; ஆகச் சிறந்த மறைப்பு உத்தி!

அட என்னய்யா, இதற்கெலாம் இணங்க, தமிழர்கள் என்ன அவ்வளவு மடயர்களா? என்று நீங்கள் கேட்கலாம் ☺ சரியான கேள்வி!

சாதியே இல்லாத தமிழ் நிலத்தில், சாதி எப்படிச் சாத்தியம் ஆயிற்று? தங்களையே தாழ்த்திக் கொள்ள, மக்கள் என்ன மடயர் களா? என்றும் அதே போல் கேட்பீர்களா? சாதி + தாழ்ச்சி உண்மை தானே? மதம் மூலமாய் மக்கள் அதற்கு உடன்பட்டனர் தானே? இன்றும் உடன்படுகிறார்கள் தானே? ☹ இவை யாவும் ஒரே நாளில் அல்ல! தலைமுறை தலைமுறைகளாக! எறும்பு ஊர ஊரக் கல் தேயும்!

அவ்வளவு ஏன்? இந்த 21ஆம் நூற்றாண்டே எடுத்துக் கொள்ளுங்கள்; மதம்/பக்தி என்ற போர்வையில், தமிழகம் அறிந்திராத புதிய 'சாயி' நெறி, நகரம் கடந்து சிற்றூர்களிலும் பரவி வருகிறது தானே? புதிய நெறியால், பாதுகை பஜன்களால் மக்களின் துன்பமெல்லாம் 'தானே விலகி' ஓடுது அல்லவா? ஓடாது! ஓடுவதுபோல் கட்டமைப்பு!

என்ன, இந்தச் சாயிக் கட்டமைப்பு, தமிழ் மொழியைச் சிதைக்காது; ஆனால் வைதீகக் கட்டமைப்பு, தமிழ் மொழியைச் சிதைத்தது! மாற்றிப் போட்டது!

அதனால் தான் அரசர்கள் மூலமாய் முதற் பரவல். Sentiment மூலமாய் அடுத்த பரவல் என்று முன்பே சொன்னோம்! ஓர்

அரசின் கொள்கையால், மக்கள் வாழ்வியலே மாறிப் போகும் நிகழ்வுகள் அன்று மிகுதி; இன்று மக்களாட்சியில் சற்றே குறைவு! மற்றபடி, Sentiment மதப் பரவல்கள் அன்றும் இன்றும் ஒன்றே!

பிரபலம் ஆகாத வரை, எளியோரின் சமயபுரத்தாள்; ஆனால் செல்வம் கொழிக்கத் துவங்கியவுடன் அர்ச்சகாள் வந்துட்டா! ஆத்தாள் → அம்பாள் ஆகி, நாட்டுப்புறச் சமயபுரத்துக்கு இன்று ஸ்தல புராணமும் வந்துவிட்டது அல்லவா? அதே உத்தி தான்! நமக்கே ஆத்தாளை விட, அம்பாள் என்று சொன்னால் தானே பிடிச்சிருக்கு? ☹

- **சிறுதெய்வம்** = நம் தாழ்வு மனப்பான்மை! அதையே மந்திரம் சொல்லிக் கொண்டாடினால்?
- **பெருந்தெய்வம்** = உயர்வு மனப்பான்மை! உங்கள் நடுகல் முருகன்/திருமால், Promotion அடைந்தது போல ☺

முருகனைச் சுப்ரமண்யன் ஆக்கிவிட்டாலும் Promotion குறைவே! திருமால், விஷ்ணு-வுக்குள் சேர்க்கப்பட்டு விட்டதால், Promotion மிக அதிகம் ☺ விஷ்ணு ஏற்கனவே அங்கு துவாதச ஆதித்ய மூர்த்தி; மும்மூர்த்தி! ஸ்கந்தனை ஏனோ அங்கு அதிகம் பரவலை. 'தேவ ஸேனாபதி' பட்டம் மட்டும் கொடுத்து உட்காரவைத்து விட்டார்கள்!

அங்கு அதிகம் பரவாத முருகன் மட்டுமே, இங்கு **'தமிழ்க் கடவுள்'** என்று இன்றைய கண்களுக்குத் தெரிகிறான்; ஆனால், முருகனும் திருமாலும் = இருவருமே தமிழ்க் கடவுள் என்று சங்கத் தமிழ்க் கண்களுக்கு நன்றாகவே தெரியும்!

முருகன் = தமிழ்க் கடவுள் என்று சைவ சமயப் பெருமைக்கு, இன்று சொல்லிக் கொண்டாலும், அத் தமிழ்க் கடவுளின் கதை பூராவும் சம்ஸ்கிருத புராணமாய் இருக்கே? ஏன்? என்று நமக்குள் கேள்வி எழுவதே இல்லை

நெற்றிக் கண்ணில் தோன்றியது முதல், பிரணவ மந்திர உபதேசம், அசுரர் குடி கெடுத்து, அசுர பட்டினமான ஏமகூடத்தையே (தூங்கும் குழந்தைகள் உட்பட) கடல் நீருக்குள் மூழ்கடித்த Sadistic Subrahmanya கதைகள் ☹ பின்பு தேவஸேனா கல்யாணம்!

வள்ளி மட்டுமே அமைந்த தமிழ் ஆதிகுடி முருகன் மேல், தெய்வயானை என்ற பொய் ஏற்றம்! பின்னால் செருகப்பட்ட ஒரு

கற்பனைப் பெண், ஆதிகுடி வள்ளியையும் முந்தி, இன்று மூத்தவள் ஆகிவிட்டாள் அல்லவா?

சென்னைக்கு அருகே திருப்போரூர் போன்ற பழமையான முருகன் கோட்டங்களில், இன்றும் நடுகல்லைப் பார்க்கலாம்! உருவமோ/முகமோ இருக்காது; ஆனால் முகம்போல் எழுதி, அலங்காரத்தில் மறைச்சிருக்கும்! கந்து/வேல் வழிபாட்டின் எச்சங்கள், இன்றும் ஈழம்/தமிழகத்தில் உள்ளன! ஈழத்தில் தொண்டைமானாறு செல்வர் சன்னிதி, இன்றும் வேத-ஆகமம் அல்லாப் பழங்குடியே!

- முருக 'இயற்கை' வழிபாடு குறுகிப் போய்,
- முருக 'புராண' வழிபாடு பெருகிப் போனது;

போலவே, ஆதிகுடித் தலைவன் சாத்தன் → சாஸ்தா ஆக்கப் பட்டான்! சீத்தலைச் சாத்தனார், ஒக்கூர் மா சாத்தியார் கவிஞர் களின் பேரில் உள்ள சாத்தன்/சாத்தி என்பவை பழங்குடிப் பெயர்களே!

நடுகல்லே 'பெருந்தெய்வமாய்' மாறிப்போன பின், ஆதிகுடிகளின் கதி என்ன? கொல்லிப் பாவை, இசக்கி, சுடலை என்று முன்னோர்களை வேறுவேறு பெயரில் வழிபட்டுக் குறுகிப் போயினர்! அரசன் எவ்வழி, மக்கள் அவ்வழி! அரசன் ஆதரித்த சமயமே, மக்கள் அரசாங்கச் சலுகை பெறவும் ஏதுவானது; அதனால் பரவலானது!

<u>சான்றுகள் - தரவுகள்:</u>

இந்தத் தமிழ்ச் சிதைவு மாற்றங்களுக்கான சான்றுகளை, (கடைச்) சங்கத் தமிழில், பல இடங்களில் காணலாம்! அதற்கு மக்களின் எதிர்ப்பும், சான்றோர்களின் எதிர்ப்பும் பதிவு செய்யப் பட்டிருப்பதையும் கூடவே காட்டிவிடும்! முதல்/இடை கடந்த, கடைச் சங்கத்தமிழ் = அன்றைய காலக் கண்ணாடி! அதிலே..

- புதிய வைதீகச் சமயம், பரவத் தொடங்கலும் பதிவு செய்யப் பட்டிருக்கும். "விரதச் சாப்பாடு உண்ணும் புதுப் பழக்க வைதீகனே" என்று பாடும் பாண்டியன் ஏனாதி.

  பார்ப்பன மகனே பார்ப்பன மகனே,
  படிவ உண்டிப் பார்ப்பன மகனே - குறுந்தொகை 156

- வைதீகத்துக்கு எதிராக, மக்கள் எதிர்ப்பும் பதிவு செய்யப் பட்டிருக்கும்! "எங்களுக்கு நடுகல் வணக்கம்தான்! உங்களின் அரிசிச் சோறு நைவேத்தியக் கடவுளர் எங்கட்கு இல்லை!" என்று பதிவு செய்யும் மாங்குடிக் கிழார்.

  நடுகல்லே பரவின் அல்லது,
  நெல் உகுத்துப் பரவும் கடவுளும் இலமே -புறநானூறு 335

வைதீக மதம் = அன்றைய தமிழகத்துக்குப் 'புதிய' மதமே என்பதைத் தெளிவாகக் காட்டும் அகச் சான்றுகள், சங்கத் தமிழ் முழுதும் நிரம்பியே உள்ளன! இன்னும் சொல்லப் போனால், அரசனால் 'புதிய' வைதீகர்களுக்குத் தரப்பட்ட மதிப்புகள் என்னென்ன என்பதையும் காட்டும் சங்கத்தமிழ், 'புதிய' வைதீகச் சடங்கு பிடிக்காமல், பொதுமக்கள் செய்யும் கேலிகளையும் சேர்த்தே பதிவு செய்கின்றன.

"நம்மூரு வைதீகன் குடுமி போல, காதலன் குதிரையும் உச்சிமயிர் கொஞ்சம்கூட அலுங்காது வருவது பார் தோழி" - என்று திருமணம் செய்யக் காலம் தாழ்த்தும் தலைவனைத் திட்ட மனசு வராது, அவன் குதிரையைத் திட்டுகிறாள் தோழி.

(நம்மூர்ப் பார்ப்பனக் குறுமகன் போல, தாமும் குடுமித் தலைய மன்ற நெடுமலை நாடன் ஊர்ந்த மாவே -ஐங்குறுநூறு 202)

இன்னும் சில சங்கப் பாடல்கள், 'புதிய' வைதீக நெறியின் கலப்புத் திருமண ஒவ்வாமை/காதல் ஒவ்வாமை/'ஒழுக்கம்' என்ற பேரில் பெண்களைத் தாழ்த்துதல் போன்ற அடாத செயல்களையும் படம்பிடித்துக் காட்டும்; இதோ!

சேரியில் போகா முட முதிர் பார்ப்பான் - அவன், வை காண் முது பகட்டின், "கைப்படுக்கப்பட்டாய், சிறுமி நீ ! மற்று யான் ஏனைப் பிசாசு ; அருள்" என, முது பார்ப்பான் அஞ்சினன்; யான் ஒரு கைமணல் தூவக் கண்டே - கலித்தொகை 65

இரவில், காதலனைக் காணச் செல்கிறாள் தலைவி; அவள் சேரிப் பக்கமாய்ச் செல்வது கண்ட ஒரு வைதீகன், காதலியின் 'ஒழுக்கம்' பற்றித் திட்டுகிறான். பின்பு, "உன்னைக் கையும் களவுமாய்ப் பிடிச்சிட்டேன்; அதனால் என் ஆசைக்கு இணங்கு! இது பைசாசக் கலவி; தாம்பூலம் போடுகிறாயா?" எனக் கொடுக்கின்றான்.

தலைவியோ காதல் தடைபடுவது கண்டு வெறுத்துப் போய், 'வைக்கோல் தின்ன ஆசைப்படும் கிழ மாடு போல்' உள்ள வைதீகன் மேல், மணல் தூவித் தப்பித்துச் சேரிக்குள் ஓடி விடுகிறாள்; தோழியிடம் அழுகிறாள்! இது கலித்தொகைக் காட்சி!

சேரிப் பக்கம் செல்லா வைதீகர்கள் என்பதை, "சேரியில் போகா முடமுதிர் பார்ப்பான்" என்று கலித்தொகை அன்றே காட்டிவிடுகிறது பாருங்கள். 'கிழமாடு'/'குறுநரி' என்ற வைதீக உவமைகளையும் நோக்குங்கள்; இப் புதிய வைதீகர்களால், ஊர் படும் பாடு என்று தோழியிடம் புலம்புவதையும் ஆழ வாசியுங்கள் - நம் ஊர்க்கு எலாஅம் ஆகுலம் ஆகி விளைந்ததை என்றும் தன் வாழ்க்கை அதுவாக் கொண்ட முது பார்ப்பான்

(கடைச்) சங்கத் தமிழ் காட்டும் சமூகவியல்/வைதீக மாற்றங்களை நீங்களே உணர்ந்து கொள்வீர்கள்! இது போல் சமூகவியலாக இன்னும் பல சான்றுகள் உள்ளன, சங்கத் தமிழில்! நூலின் விரிவு அஞ்சி விடுகிறேன்.

"சங்கத் தமிழிலேயே யாக/ஹோமங்கள் இருக்கு ஓய்!" என்று ஒரு சிலர் 'நைச்சி'யமாகக் காட்டி, பிறவற்றை மறைப்பர் ☺ உண்மையே! தமிழ் அரசர்கள் ஹோமம் செய்யும் 'புதிய' பழக்கமும் சங்கத்தமிழ் காட்டும். அப் 'புதிய' வைதீகத்தால், தமிழ்ச் சமூகத்தில் நேர்ந்த சிதைவும் சேர்த்தே காட்டும் சங்கத்தமிழ்!

சமணம் (அருகம்) - பௌத்தம்:

வைதீக மதம் மட்டுமே தமிழகம் வரவில்லை! அதை எதிர்த்துக் கேள்வி கேட்ட சமண (அருக) & பௌத்த சமயங்களும் தமிழகம் வந்தன! வைதீக மொழி = சம்ஸ்கிருதம் (செங்கதம்) எனில் சமண/ பௌத்த மொழி = பிராகிருதம் (பாகதம்). அறிக: சமணம் = தமிழ் அல்ல! சமணமும் = வட நெறியே, வைதீகம் போலவே!

ஆனால் சமண பௌத்தங்கள் தமிழ்த் தொன்மத்தைச் சிதைக்க வில்லை! தமிழ் மரபைச் சிதைக்காமல், தங்கள் மரபினை அறிமுகம் செய்தார்கள்; 'புது நெறி' என்றே தங்களை அறிமுகம் செய்து கொண்டார்கள். முருகனை = 'ஸ்கந்த தீர்த்தங்கரர்' ஆக்கவில்லை; மாயோன்/சேயோனை = 'அவலோகிதர்' ஆக்க வில்லை! தமிழ் மொழிக்குத் தத்துவ இயல், மருத்துவ இயல், இலக்கிய இயல் என்று தங்களால் இயன்ற சில நன்மைகளையும் புரிந்தன சமண பௌத்தங்கள்!

சமணம் (ஸ்ரமணம்) = பொதுவான சமயச் சொல் - அருகம், பெளத்த, ஆசீவகம், மூன்றையுமே ஆதிநாளில் குறித்தது! நாளடைவில், அருக (Arihant/Jain) சமயம் மட்டுமே குறிக்கும் சொல்லானது! **ஆசீவக நெறி** = தமிழ் நிலத்துக்கே உரிய 'தத்துவ' அறிவுநெறி! **"யாதும் ஊரே யாவரும் கேளிர்"** பாடலின் தத்துவங்கள் ஆசீவகமே! ஆனால் ஆசீவகம் = ஆதிகுடி நெறி அல்ல! அதுவொரு தத்துவ வளர்ச்சி! வடநாட்டிலும் ஆசீவகம் பரவி இருந்தது, தத்துவ இயலாய்! வேத மறுப்பு மிகுந்த பின், சமண பெளத்தம் பெருகி, ஆசீவகம் குன்றிப் போனது! தத்துவம் கடந்து, மக்களிடம் சென்றால் தானே, எந்தவொரு சமயமும் தழைக்க முடியும்?

தமிழர்களின் அடிப்படையே மறமும் காதலும் தான்! புலால் மறுத்தல், கொல்லாமை, துறவு, அதீத ஒழுக்கத் தத்துவங்களை, தமிழ்ச் சமூகம் ஒருநாளும் ஒட்டுமொத்தமாய் ஏற்றதே கிடையாது ☺ வேண்டுமானால், "கொன்று கொள்; பிறகு பரிகாரம் செய்து வைக்கிறேன்" என்று சொல்லி Business ஆக்கியிருக்கலாம். ஆனால் ஆசீவக/சமண (அருக)/பெளத்தம் அப்படி Business செய்யவில்லை தமிழகத்தில்!

<u>சங்கத் தமிழில் உள்ள 'சங்கம்' எனும் சொல் வடசொல்லா? அல்ல!</u>

'ஸங்கம்' (Sangam) எனும் பெளத்த 'ஸங்கம் சரணம் கச்சாமி' வேறு! 'சங்கம்' (Changam) என்னும் சங்கத் தமிழ் வேறு!

- தமிழில், சங்கம் = சங்கு! சங்கு ஒலித்து ஒழுங்குறும் அவை
- வடமொழி/பாளி மொழியில், ஸங்கம் = ஸங்கமம்; கூடுதல்.

இந்தச் ச (cha) - ஸ (sa) ஒலிக் குழப்பம், இன்னொரு படலத்தில் (Chapter) காண்போம்.

மொழி வளர்ச்சிக்காக, பாண்டியன் நிறுவிய தமிழ்ச் சங்கம் வேறு! ஸ்ரமண சமய வளர்ச்சிக்காக வச்சிரநந்தி ஆசான் நிறுவிய திரமிள (தமிழக) ஸங்கம் வேறு! இதன் விரிவான ஆய்வுகளை, பெருந்தமிழறிஞர் மயிலை சீனி. வேங்கடசாமி ஐயா நூலில் காண்க! Changam - Sangam ஒன்றேபோல் ஒலிப்பதால் வந்த குழப்பமே இது!

விளக்கு → விளக்கம்; போலவே, சங்கு → சங்கம்!

எப்படி விளக்கில் இருந்து பெறும் ஒளியால் தெளிவு கிடைக்கிறதோ, அதனால் தெளிவுக்கு, 'விளக்கம்' என்று பெயர் வழங்கலாயிற்றோ.. போலவே, சங்கு ஒலித்து ஒழுங்கு பெறும் அவைக்குச் 'சங்கம்' என்று பெயர் வழங்கலாயிற்று.

சங்குத்தொழில் செய்யும் ஊருக்குக் கூட தலைச்'சங்க' நாண் மதியம் என்ற சங்கப் பெயர் உண்டு! நாகைப்பட்டினம் அருகில், இந்த 108 திருத்தல ஊரைக் காணலாம்!

'சங்கம் - ஸங்கம்' குழப்பங்களால், 'சங்கத் தமிழ்' என்ற பேரே கூட, வடசொல்லோ? என்று எண்ணி மயங்கிய அறிஞர் பலர் உண்டு; மொழிஞாயிறு பாவாணர் அவர்களே, இக் குழப்பம் விலக்க எண்ணி, மன்றம்/கழகம் என்ற சொற்களைப் புழங்கத் துவங்கினார்! ஆனால் பின்னாளில், தரவுகள் கண்டபின், தன்னுடைய கருதுகோளை மாற்றிக் கொண்டார்.

'ச' என்ற எழுத்தில் தமிழ்ச் சொல் துவங்காது என்ற பிழையான படியெடுத்த ஓலைச்சுவடியால் வந்த குழப்பம்; தொல்காப்பியம் சொல்வதோ 'சௌ' மட்டுமே துவங்காது (சௌபாக்கியம் - வடசொல்) என்று மயிலைநாதரால் உறுதியானது!

சகரக் கிளவியும் அவற்றோர் அற்றே அவை ஔ என்னும் ஒன்று அலங்கடையே.

அறிக: 'சங்கம்' (Changam) என்பது தமிழ்ச் சொல்லே! உங்களின் பெருமை மிகு மரபான சங்கத் தமிழில் உள்ள 'சங்கம்' = வேற்று மொழி அல்ல! அல்லவே அல்ல!

சமண/பௌத்த பாளி மொழிக் கலப்பு, தமிழில் வெகுவெகு குறைவே! வைதீக மதத்தின் சமஸ்கிருதமே, தமிழில் அதீதக் கலப்பு & சிதைப்பு ☹

<u>சங்கத் தமிழும், காலம் அறிதலும்:</u>

அறிவீர்களா? புறநானூற்றுப் பாடல்களிலேயே பஞ்ச பாண்டவர், இராமன், சிவன்/ருத்ரன் போன்ற குறிப்புக்கள்கூட வரும்; ஆனால் மிக மிகச் சொற்பமாக!

உடனே, "பார்த்தீங்களா பார்த்தீங்களா? சங்கத் தமிழ்-லயே ராமர் இருக்கார்; பேஷ் பேஷ்! ஆதி தமிழாள் ஸ்ரீ-ராமரையே கும்புட்டாய்ங்க! ஜெய் ஸ்ரீ ராம்!" என்று இறங்கீறக் கூடாது ☺ ஆனால் இன்று சிலர் கயமையோடு இறங்குகிறார்கள்;

பாட்டில் 'சொல்' வந்துவிட்டாலே போதும்; 'பொருள்' பொருந்துதா? என்று பார்ப்பதே கிடையாது! வெறுமனே சொல் தேடிப் பொருள் மறைக்கும் கயமை!

திருக்குறளில் கூட யாகச்சொல் 'அவிஸ்' வரும்; "பார்த்தீர்களா? பார்த்தீர்களா? குறளே யாகம்/ஹோமம் பற்றிச் சொல்கிறது" என்று

பெருமை பேசுகிறார்கள். ஆம்! குறளில் யாகச்சொல் வருகிறது; ஆனால் எதற்கு வருகிறது? = உங்களைக் கண்டிக்க! யாகத்தைக் கண்டிக்க!

அவி(ஸ்) சொரிந்து ஆயிரம் வேட்டலின் - ஒன்றன்
உயிர் செகுத்து உண்ணாமை நன்று!

கலப்பின் காலத்தில் பரவத் தொடங்கும் ஒரு புதுப் பழக்கம்; யாகத்தில் குவியல் குவியலாகப் பசு/விலங்குகள் கொன்று, ஆஹுதி / ஹவிஸ் தருதல்! அதைக் கண்டிக்கவே அந்தக் குறள்! அதை மறைச்சிட்டு, "ஹைய்யா, எங்க பேரு திருக்குறளில் வந்துருச்சே!" என்பது கயமை / திருட்டுத்தனம்!

குறளில் வரும் 8 வடசொற்கள் = இந்திரன், அவி (ஹவிஸ்), ஆகுலம், ஆசாரம், சலம், அந்தம், நாமம், பாவி! இந்த எட்டுமே 'கண்டிப்பு'ப் பொருளில் வந்தவையே!

சதி = பெண்ணை நெருப்போடு எரிக்கும் பழக்கம்; அக் குறிப்பு கூடச் சங்கத் தமிழில் வரும் ☺ உடனே, சதி = தமிழ்ப் பண்பாடா என்ன? அல்ல! அது கலப்பின் காலம்! மாண்ட கணவனுடன், பெண்ணை நெருப்பில் இடல் = முல்லை, குறிஞ்சி, எத் திணையின் கருப்பொருளிலும் இல்லையே! அது கலப்பு தந்த பரிசு, அரச/உயர் குலப் பெண்களுக்கு! ☹

இதற்குத் தான் 'காலம் அறிதல்' என்று சொன்னேன்!

- முதல்/இடைச் சங்கத் தமிழில் = இது போன்ற 'புராணக் குறிப்பு' வராது!
- கடைச் சங்க காலம் = கலப்புக்குப் பின்னரே, புராணம் வரும்!

மக்கள் வாழ்வியலாய்க் குறிஞ்சியில் முருகன் கூத்து, முல்லையில் குரவைக் கூத்து, காதலர்கள் திருமால் மேல் சூள்செய்து காதலை நிரூபித்தல், இப்படியெல்லாம் 'இயற்கையாக'ச் சிவனோ/இராமனோ வர மாட்டார்கள், (கடைச்) சங்கத் தமிழில்! 'செயற்கையாகவே' பாடல்குறிப்பு: ஆலமர் செல்வன், நெற்றிக் கண்ணால் முப்புரம் எரிப்பது, சீதையைத் தூக்கிச் செல்வதைக் கண்டு குரங்குகள் பேசுவது.. இப்படிப் புனைவுப் புராணமாகவே வரும்!

மக்கள் வாழ்வியலாய் இலாது, உலகில் யாருக்குமே இலாத நெற்றிக்கண் என்றெலாம் புனைந்து வந்தாலே நாம் சொல்லி விடலாம், அவை கடைச் சங்க காலம்; கலப்பின் காலப் பாடலென்று! ஆதிகுடிப் பாடல்கள் அல்ல அவை!

எட்டுத் தொகை நூல்களுள் ஒன்றான பரிபாடலில் மட்டும் தான், வைதீக புராணங்கள் மிகுதியாகப் பேசப்பட்டிருக்கும். அதுவும் அந்நூல் முழுமையாகக் கிடைத்த நூல் அல்ல! பல பாடல்களை இழந்து, பல பாடல்கள் 'உருவி'த் தொகுக்கப்பட்டதே! தொல்காப்பிய இலக்கணப்படி, கலியும் பரியும் = இசைப் பாடல்கள்! ஆனால் பரிபாடலில் 'செருகிய' சில செய்யுள்களில், இசையே இராது; இயற்கைக்கு மிஞ்சிய அதீத புராணமே பெய்யப்பட்டுப் 'பளிச்' எனத் தெரியும்

பார்ப்பார் ஒழிந்தார் படிவு; அந்தணர் தோயலர் ஆறு;
ஐயர்வாய் பூசுறார் ஆறு

அன்று மதுரையின் வையை (வைகை) ஆற்றிலே, வைதீகர்கள் குளிக்க/குடிக்க மாட்டார்களாம்; ஏனாம்?

தமிழர்களின் வழக்கமான புதுப்புனல் ஆடல்; தைந்நீராடல்! புது நீரிலே பூக்கள் அடித்து வருவதால், அதில் உள்ள தேனீக்கள் மொய்த்த கள், அதனால் 'தீர்த்த ஆச்சாரம்' கெட்டு விட்டதாம்! அதனால் வையை வெறுத்த வைதீகம், பின்பு தைந் நீராடல்/மார்கழி நீராடலை, வைதீகச் சடங்காய் மாற்றிய பின், அதே வையையில் சந்தி செய்த காட்சிகளையும் காட்டும்! பைம் கண் பார்ப்பான்/உமையொடு புணர்ந்து காம வதுவை - சுப்ரமண்ய அவதாரத்தை, நீங்கள் அறிந்த 6 நெற்றிக்கண் பொறிகளாய்க் காட்டாது, மிகுந்த ஆபாசமாகவும் காட்டும் இடைச்'செருகிய' பரிபாடல்கள்! புராணிகள் கைவைத்த கிடங்கு அது! பேரில் மட்டுமே பரிபாடல், தமிழ் ☹

எட்டுத்தொகை = 'தொகை' நூல்கள்; தொகுக்கப் பட்டவை! குறுந்தொகை முதலான நூல்கள் ஒரே காலத்தில் எழுதப்பட்டவை அல்ல. அதில் முதல்/இடைச் சங்கப் பாட்டும் வரும்; கடைச் சங்கப் பாட்டும் விரவி வரும். ஆனால், எது எது, எந்தக் காலம்? என்ற அகச்சான்றும் அதிலே உண்டு! கீழே பட்டியல் காண்க.

(தொகுபடம் #4: சங்கத் தமிழ், எட்டுத்தொகை -தொகுப்புமுறை)

நூல்	தொகுத்தோன்	தொகுப்பித்தோன்
நற்றிணை	-	பன்னாடு தந்த பாண்டியன் மாறன் வழுதி
குறுந்தொகை	பூரிக்கோ	பூரிக்கோ
ஐங்குறுநூறு	புலத்துறை முற்றிய கூடலூர் கிழார்	யானைக்கட்சேய் மாந்தரஞ் சேரல் இரும்பொறையார்
பதிற்றுப்பத்து	-	-
பரிபாடல்	-	-
கலித்தொகை	நல்லந்துவனார்	-
அகநானூறு	மதுரை உப்புரிகுடிக் கிழான் மகன், உருத்திர சன்மன்	பாண்டியன் உக்கிரப் பெருவழுதி
புறநானூறு	-	-

என் iPhone பா-நிரலில் (Playlist), பாபநாசம் சிவன், தியாகராஜ பாகவதர், கேவி மகாதேவன், மெல்லிசை மன்னர் எம்.எஸ்.வி, இசைஞானி இளையராஜா, ஏ.ஆர். ரகுமான் என்று நான் 'தொகுத்து' வைத்துள்ளேன்! தொகுப்பில் இருப்பதாலேயே, இவர்கள் அனைவரும் ஒரே காலமா என்ன? அல்ல!

நினைவில் வையுங்கள்: எட்டுத் தொகையில் 8 'கடவுள் வாழ்த்து'ச் செய்யுள்களும், சைவ சமயப் பிற்சேர்க்கையே! Remix செய்யப்பட்டதே!

நற்றிணைக்குத் திருமாலும், குறுந்தொகைக்கு முருகனும், தொல்காப்பியத் திணை வரிசைமுறையில் ஒப்புக்கு வைத்துவிட்டு, பிற 6 நூல்களுக்கும்.. தொல்காப்பியர் சிறிதும் சொல்லாத சிவன்/ருத்ரன் மேல், கடவுள் வாழ்த்துப் பாடல் எழுதிச் சொருகினார்கள், பின்னாளில்! காதல் பாட்டுக்கு எதற்கய்யா கடவுள் வாழ்த்து? ☹

சங்கத் தமிழ்க் கவிஞர்கள் கபில/பரணரை = கபிலதேவ நாயனார்/பரணதேவ நாயனார் என்றெலாம் திரித்துப் பொய்க் கதை எழுதினார்கள்; பன்னிரு திருமுறையிலும் நக்கீரரின் ஆற்றுப் படையைச் சொருகி வைத்தார்கள்!

பின்னாளில் திருவிளையாடல் புராணத்தில், இன்னும் பலபடி மேலே சென்று,

- சங்கத் தமிழுக்கு ஆதாரமே = சம்ஸ்கிருத மொழி தான்!
- சம்ஸ்கிருத 48 எழுத்துக்களே = 48 சங்கப் புலவர்களாக அவதாரம் எடுத்தன

என்றெலாம் பொய் எழுதப்பட்டது, மெய்யே உருவான இறைவனின் பேரால் ☹

திகழ்தரு அகார ஆதி, ஹாகாரம் ஈறாச் செப்பிச்
புகழ்தரு நாற்பத்து எட்டு, நாற்பத்து எண் புலவர் ஆகி
சங்க மண்டபம் உண்டாக்கி, இருத்தினான் அறிஞர் தம்மை!
(சங்கப்பலகை கொடுத்த படலம் 2401; தருமிக்குப் பொற்கிழி அளித்த படலம்)

குறுந்தொகைப் பாடலின் மேல், தருமி என்ற அந்தணப் பொய்யை ஏற்றி, இறையனார் என்ற கவிஞரின் "கொங்குதேர் வாழ்க்கை" பாடலை, சிவனே எழுதியதாகப் புனைவு! இறையன்/இறையன்பு என்று பேர் வைத்தாலே, அவர் சிவன் ஆகிவிடுவாரா என்ன? திருவிளையாடல் சினிமாவால் பொய்க்கதை Hit ஆனாலும், திரைப்படத்தில் காட்டாத ஒன்றும் உண்டு. சிவனைப் பகைத்துக் கொண்டதால், நக்கீரன் தமிழுக்கு நோய்பிடித்து வாடி, ஸ்ரீகாளஹஸ்தியில் சாபம் விலகியதாம் ☹

"சைவம்/வைணவம் இரண்டுமே சம்ஸ்கிருத வேதமரபு தான் எனினும், வைணவத்தை விடச் சைவமே தமிழ் மொழியை அதிகம் சிதைத்தது" என்பார் மொழிஞாயிறு பாவாணர், 'தமிழர் வரலாறு' ஆய்வு நூலில்!

வைணவம் Minority என்பதாலோ என்னவோ, அடித்தட்டு மக்களைக் கவர எண்ணிய இணக்கத்தில், சம்ஸ்கிருத சித்தாந்தம் ரொம்பத் தூக்கிப் பிடிக்காமல், தமிழை அதிகம் சிதைக்காது விட்டுவிட்டது போலும்! ஆனாலும், ஓணம் முதலான பண்டைத் தமிழர் விழாக்களில் (மாயோன் மேய ஓண நன்னாள் மதுரைக் காஞ்சி), வைணவமும் சிதைப்பியலை ஆங்காங்கே செய்தது! விழுக்காடு மட்டுமே குறைவு!

சமய வளர்ச்சி பிழையில்லை; ஆனால் அதற்காக, ஒரு 'மொழியையே சிதைத்தல்' அறம் அன்று! மொழி மொழியாக இருக்கட்டும், மதம் மதமாக இருக்கட்டும் என்ற நற்புரிதல், நம் அனைவருக்கும் இனிமேலாச்சும் வாய்க்கட்டும்!

காலம் செல்லச் செல்ல.. மதம் என்ற சக்தி வாய்ந்த ஆயுதம், நிறுவனப் படுத்தல் ஆகிவிட்டது! ஆனால் அப்பொழுதும் தமிழ்ச் சமூகம், சம்ஸ்கிருத வேதநெறிக்குத் தன்னை முழுசாக ஒப்புக் கொடுத்துடலை! சான்று = சங்க காலத்துக்குப் பின் எழுந்த சிலப்பதிகாரம்! கோவலன்-கண்ணகி திருமணமே "மாமுது பார்ப்பான் மறைவழி காட்டிடத்" தான் நடக்கின்றது. அகவை எய்தியோர் தாங்களே முயன்று செய்துகொள்ளும் சங்கத்தமிழ்க் காதல் திருமணம் அல்ல அது! அரசனுக்கு இயைந்த வணிகச் சமூகத்தில், பெற்றோர் நடத்தி வைக்கும் திருமணம்!

ஒரு சமூகம், Love Marriage to Arranged Marriage ஆவது எங்கே என்று தெரிகிறதா? ☺

● தடாகம் வெளியீடு 113

அம்மா-அப்பா சொற்படி, மாமுது பார்ப்பனன் நடத்தி வைத்தாலும், அதே கண்ணகி பின்பு தனிக் குடித்தன வாழ்க்கையில் வைதீகச் சடங்கு செய்ய மறுக்கிறாள்! "பிரிந்த கணவனை அடைய, சோமகுண்டம்/சூர்யகுண்டம் பரிகாரம் பண்ணலாம் வாடீ!" என்று பார்ப்பனத் தோழி தேவந்தி கூப்பிட, கண்ணகி சொல்லும் தமிழ்நெறி = "அது எமக்குப் பீடு (பெருமை) அன்று"! கணவன் அன்பால் வரட்டும்; பரிகாரத்தால் அல்ல! எனும் பழைய சங்கச் சமூகத்தின் அறத்துணிவு, இன்னும் கொஞ்சம் ஒட்டிக்கிட்டு இருக்கு போல, சில தமிழர்களின் வாழ்வில்!

நாள் செல்லச் செல்ல, 'புதிய புராணங்கள்' இலக்கியத்திலும் பரவத் துவங்கியாச்சு! உரையாசிரியர்கள், அதில் இன்னும் நெய்யூற்றினார்கள். வைதீகம்/சமணம், இரண்டு சமயத்துக்கும் பொதுவான இந்திரன் மேல், இந்திரவிழா என்று மன்னனும் எடுப்பித்தான்! வேந்தன் = இந்திர பகவான், வருள்நன் = வருண பகவான் என்றெல்லாம் உரைகளில் மாற்றி எழுதினார்கள். பக்தி இலக்கியக் காலக்கட்டத்தில், அது இன்னும் பெருகிச் செழித்தது!

தங்களின் வேதக் கடவுள்கள் சோமன்/இந்திரனை, Local மதப் பரப்பலுக்காகச் சற்றே ஒதுக்கிவிட்டு, பக்திக்குச் சிவா விஷ்ணுவை வைத்துக் கொண்டாலும், ஹோமங்களில் மட்டும் இந்திரனை விடாது பிடித்துக் கொண்டனர்! ஓம் ஹ்ரீம் ஹூம் ஈம் க்ரீம் லம் இந்திராயா ஸ்வாஹா என்று இந்திரனுக்கு அவிர்ப்பாகம்! இந்திர ஸ்தோமேன பஞ்சதசேன, ரக்ஷரக்ஷாம் தாரயாமி என்று இன்றும் உண்டு!

உலகெங்கும், ஆஸ்திகம் = கடவுள் உண்டு; நாஸ்திகம் = கடவுள் இல்லை என்பது தானே? ஆனால் வைதீக நெறியில் மட்டுமே, ஆஸ்திகம் = வேதம் உண்டு; நாஸ்திகம் = வேதம் இல்லை என்ற கொள்கை!

"நீ இறைவனை மறுத்தால் கூடப் பரவாயில்லை; நீயும் ஆத்திகனே! எங்கள் வேதத்துக்கு மட்டும் இணங்கி விடு!" - இது எல்லோரையும் அரவணைக்கும் 'பரந்த மனப்பான்மை'யா? கடவுளை விடக் கட்டமைப்பே பெரிது எனும் 'தன்னலமா'? ☺

Dharma	
Vaidhika Dharma	**Shramana Dharma**
astikas	*nastikas*
The Vedic traditions:	The Shramanic traditions:
• Nyaya, Vaisheshika, Sankhya, Yoga, Mimamsa, Vedanta, Shaiva, Vaishnava, Shakta Dharmas	• Jaina Dharma • Buddha Dharma • Ājīvika, Ajñana and others • Cārvāka

இது வரை, இலக்கிய மறைப்பு கண்டோம்!

- தமிழ் இலக்கியத்தில் மட்டுமே, மறைப்பு அல்ல!
- தமிழ் இலக்கணத்திலும் மறைப்பு உண்டு!

இலக்கணம் = ஒரு மொழியின் Operating System/**இயங்கு தளம்**! அதில் கைவைத்துச் சிதைத்தால் என்ன ஆகும்? வேர்களே அழியும்! ☹

1) சாதி 2) மதம் 3) பக்தி 4) அரச செல்வாக்கு - இவை தந்த மாற்றத்தால், தாங்கள் மட்டுமே கல்விக்கு 'ஏகபோக' உரிமை என்று ஆகிவிட்ட பின், தமிழ்க் கல்வியும் இவர்களின் கைகளுக்கே சென்றது! வாத்திகள் & பண்டிதாள், தமிழில் கோலோச்சத் தொடங்கி, தமிழ் இலக்கணத்திலும், சம்ஸ்கிருத மொழியை வலிந்து புகுத்தினர் ☹

பிறவிப் பெருங்கடல் நீந்துவர் நீந்தார்
இறைவன் அடி சேராதார் (குறள்)

பிறவியை = கடலாக உருவகித்து, இறைவன் அடியை = படகாக உருவகியாது விட்டுவிடுவது! ஒருபக்கம் மட்டுமே உருவகம் = 'ஒரு'புடை உருவகம்; ஆனால் நாம் பள்ளிப் பாடநூலில் படிச்சது

என்ன? **‘ஏக’தேச** உருவகம்! தமிழில் தான் ‘ஒரு’ என்ற சொல் இருக்கே? பிறகு ஏன் ‘ஏக்‘ என்ற சம்ஸ்கிருதம்? வெறும் பேச்சு வழக்காய்க் கூட இல்லாது, இலக்கணத்திலேயே இது போன்ற புகுத்தல் ஏன்?

இல்லப்பா, இதெல்லாம் ஒரு கொடுக்கல்+வாங்கல் என்று சிலர் சப்பைக்கட்டு கட்டினால், அவர்களுக்கான கேள்வி: சம்ஸ்கிருத இலக்கணமான வியாகரணத்தில் ‘ஒரு’ என்ற தமிழ்ச்சொல் இருக்கா? இல்லையே! காட்டுங்க பார்ப்போம்? இது கொடுக்கல்+வாங்கலா? திணித்துப் புகுத்தலா? உங்கள் மனச்சாட்சியே சொல்லிவிடும்! இது ஒரு சான்றுக்கு மட்டுமே காட்டினேன்; இன்னும் பலப்பல!

<u>தமிழ் இலக்கண மறைப்புகள்:</u>

- தொல்காப்பியர் வகுத்தளித்த 7 அகத்திணை + 7 புறத்திணை இலக்கணத்தையே மாற்றி, அகம் சார்ந்த கைக்கிளை & பெருந்திணையைப் புறத்தில் ஒதுக்கி வைத்தல்!
- அணி இலக்கணத்தில், சங்கீரண அணி, சமாகித அணி, விரோத அணி, நிதர்ஸன அணி என்றெல்லாம் Sanskrit உட்புகுத்தல்
- தமிழ்ச் சொல்லையெல்லாம், வலிந்து சம்ஸ்கிருதம் ஆக்கிப் பரப்புதல். சொல் = வார்த்தை; பொருள் = அர்த்தம், சான்று = உதாரணம். இன்னும் ஆயிரக் கணக்கில் Sanskrit Parasite சொற்கள், தமிழில்!

வேளாண்மை என்பதே தமிழ்; விவசாயம் (வ்யவசாயம்) தமிழே அல்ல! அதன் பொருளும் Agriculture அல்ல; Occupation என்பதே வ்யவசாயம்! Engineering கூட வ்யவசாயமே! ஆனால் அரசாங்கத்தில் அமர்ந்து கொண்ட உயர்சாதி அலுவலர், ‘விவசாயி’ என்றே ஓலை எழுதி, வரி ஆவணம் செய்தால், ‘உழவன்’ உடன்படத் தானே வேணும்? அவர்களின் சம்ஸ்கிருத மொழியை, தமிழில் எழுத ‘கிரந்தம்‘ என்ற புது எழுத்துமுறையே அரச ஆதரவோடு உருவாக்கப்பட்டது.

“அட! சம்ஸ்கிருதத்தை எதற்கப்பா தமிழில் எழுதுகிறீர்கள்? அதற்கு நேரடியாகச் சம்ஸ்கிருதத்திலேயே எழுதி விட்டுப் போகலாமே?” என்று கேட்பாரில்லை ☹

ஜ, ஷ, ஸ, ஹ, க்ஷ, ஶ்ரீ - மட்டுமல்ல!

அ, ஆ, இ, ஈ, உ, ஊ - என்பதற்குக் கூட கிரந்த எழுத்து உருவாக்கப்பட்டது;

(தொகுபடம் #5: (சம்ஸ்கிருத) கிரந்த எழுத்து அட்டவணை)

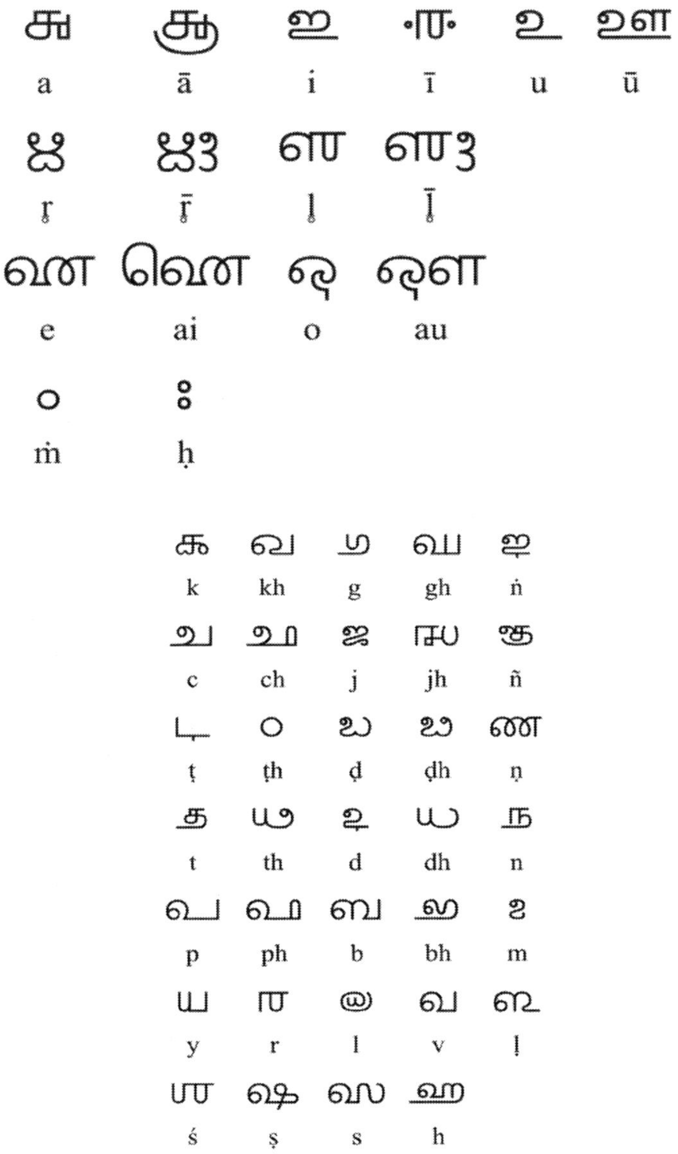

அ	ஆ	இ	ஈ	உ	ஊ
a	ā	i	ī	u	ū

ரு	ரூ	ளு	ளூ
r̥	r̥̄	l̥	l̥̄

எ	ஐ	ஒ	ஔ
e	ai	o	au

ம்	ஃ
ṁ	ḥ

க	க²	க³	க⁴	ங
k	kh	g	gh	ṅ
ச	ச²	ஜ	ஜ²	ஞ
c	ch	j	jh	ñ
ட	ட²	ட³	ட⁴	ண
ṭ	ṭh	ḍ	ḍh	ṇ
த	த²	த³	த⁴	ந
t	th	d	dh	n
ப	ப²	ப³	ப⁴	ம
p	ph	b	bh	m
ய	ர	ல	வ	ள
y	r	l	v	ḷ
ஶ	ஷ	ஸ	ஹ
ś	ṣ	s	h

● தடாகம் வெளியீடு

தமிழ் ஊர்பேர் மறைப்புகள்:

- புளியங் குடி = திண்டி வனம்
- முது குன்றம் = விருத்தாச்சலம்
- சிற்றம்பலம் = சிதம்பரம்
- மயில் ஆடுதுறை = மயூரம்/மாயவரம்
- குரங்கு ஆடுதுறை = கபி ஸ்தலம்
- அழிவிலி = அ-வினாசி
- முகவை = ராமநாதபுரம்
- நீல மலை = நீல கிரி
- கண்ண மலை = கிருஷ்ண கிரி
- இளங்கோக் கடல் = அம்பா சமுத்திரம்
- மரைக் (மான்) காடு = (மறை என்று திரித்து) வேதாரண்யம்
- ஆர்க் காடு = ஆற்காடு என்று திரித்து, ஷடாரண்யம்
- செங்குடி = லால்குடி
- திரு அரங்கம் = ஸ்ரீ ரங்கம்

இன்னும் பலப்பல ஊர்கள்; பலப்பல தமிழ்ச்சொற்கள் போயே போச்! அரசாங்கத்தில் அமர்ந்து கொண்டு, தொடர்ந்து செய்தால் என்ன ஆகும்? நாட்பட நாட்பட நின்று நிலைக்கும்! அப்படித் தமிழில் ஏறியதே, இன்று நாம் தமிழில் பரவலாகக் காணும் Sanskrit Parasite சொற்கள்! 20% விழுக்காட்டுக்கு மேல் மறைப்பு ☹

- இவை யாவும் சம்ஸ்கிருதம் என்ற ஒரு தனிப்பட்ட மொழியின் குற்றமல்ல!
- அது நல்ல மொழி தான்; செம்மொழி தான்!
- அதில் ஊறிய 'ஆதிக்க' மனப்பான்மை கொண்டோரின் குற்றமே இது!

Sanskrit-ஐ, தனியாக நன்கு வளர்த்துக் கொள்ளலாமே?

தமிழில் ஒட்டுண்ணி/Parasite உறிஞ்சி வேலை ஏன்? ஏனெனில் வழக்கொழிந்து விட்ட ஒன்றை, பிறவற்றின் மேலேற்றி, கள்ளமாக வாழச் செய்தல்! மத/'கலாச்சார'/ஆதிக்க/அதிகாரப் படிகளில் அமர்ந்துகொண்டு, இதை ஒரு 'கடமை'யாகவே செய்தல்!

எதற்கெடுத்தாலும், "அங்கிருந்து இங்கு வந்ததே! அங்கு இலாது இங்கு இல்லை! சம்ஸ்கிருதம் இன்றி, தமிழ்ச் செம்மை இல்லை! போனால் போகட்டும்.. அது தேவ பாஷை, இது நீச பாஷை என்று இனி சொல்லமாட்டோம்; ஆனால், இது ஒரு கண், அதுவும் ஒரு கண் என்று தமிழர்களாகிய நீங்களும் சொல்லுங்கள்" என்ற 'சமரசத் திணிப்பு' இன்றும் தொடர்கிறது, ஒவ்வொரு துறையிலும்! ☹

சரி, இதெல்லாம் இப்போது பேசி என்ன பயன்?

1. மதமோ/சடங்கோ, நாம் உடனே விட்டுவிடப் போவதில்லை ☺ ஆனால் அதன் பின்னுள்ள 'தமிழ் உண்மை' அறிந்து கொண்டால், அதில் நமக்கு மயக்கம் இருக்காது! மூளையில் மதம் பிடிக்காமல் அணுகுவோம்!

2. நம் இறை & வாழ்வியல், இயற்கை சார்ந்து அமையும்! பொய்ப் புனைவு, புனைவே என்று நாம் உணர்ந்து கொள்வோம்!

3. தமிழில் பெயர்கள், தமிழில் வழிபாடு, தமிழில் சமூக வாழ்வு, தமிழில் அறிவியல் என்று.. நம் அன்றாட வாழ்வியலில், மொழி சார்ந்து ஒன்றுவோம்!

4. சாதி கடந்து, தமிழைத் தமிழாக அணுகும் பார்வை மேம்படும்! மதம் கடந்து, தமிழைத் தமிழாக அணுகும் புரிதல் பெருகும்!

5. இறைவனை, பொய்க் கதைகளில் தேடிப் போலியாக இன்புறாது, மெய்யே இறைமை எனப் பழகுவோம்; (அல்லது) இறை மறுப்புக் கொள்கையாளர்கள், தமிழை அறிவியல் பாதையில் முன்னெடுக்க முயல்வோம்!

சாதி கடந்து, எல்லாருக்கும் கல்வி என்ற நிலையில்,

- சமூக நீதியில்தான் சிறு சிறு வெற்றி கண்டுள்ளோமே தவிர,

- இன்னும் மரபு நீதி/தமிழ் நீதி வென்றெடுக்கப் படாமலே தான் உள்ளது!

நம் பிறப்பு, பேர் வைப்பு, வளர்ப்பு, திருமணம், பிள்ளைகள், இறப்பு வரை.. இன்றும் சம்ஸ்கிருத மரபு தான், நம்மை Parasite போல் உறிஞ்சிக்கிட்டே இருக்கு, நம்மையும் அறியாமல்! சரி, இதற்கு நாம் என்ன செய்யலாம்? எங்கிருந்து துவங்கலாம்?

"புவி ஆடற்கோ" என்று அழகுத் தமிழில் பேர் வைத்தால், என்ன இது புவி, கிவி-ன்னு எள்ளுகிறோம்? ஆனால், அதையே Prithvi/ பிருத்வி என்று வைத்தால், Style என்று நினைச்சிக்கறோம், சம்ஸ்கிருதம் அறியாததால்! **பிருத்வி** = பிருத்/மிருத் என்ற மண்ணைக் குறிக்கும்! **மண்ணாங்கட்டி** என்ற பேரை, Style என்று நினைத்து வைத்துக் கொள்கிறீர்கள்; hahaha ☺ ஷ மோகம், **யாஷிகா** என்றால் Style என்று நினைக்க வைக்கிறது உங்களை! ஆனால் யாசகம்/யாஷிகா = பிச்சைக்காரி என்று பொருள்; உங்கள் செல்லக் குழந்தையின் பெயர் ஷ Styleஆ? Sanskrit இழிவா? ☹

நல்ல தமிழில், Style-ஆகவும் பெயர் வைக்க முடியும்; **கவின், கன்னல், தாமன், நீபன், பகழி, ஆதிரை, யாழி, ஆதினி, சுடர்வி, வேண்மாள், மகிழி;** தேடிப் பிடிங்க!

நாம் துவங்குவோம்! நம்மவர்க்கும் எடுத்துச் சொல்லுவோம்! <http://peyar.in/> என்ற தமிழ் இணையத்தில் குழந்தைப் பெயர்களைத் தேடிச் சுருக்கி, இன்னும் ஒயிலாக வைப்போம். ஒவ்வொரு தலை முறையாக, சிறுகச் சிறுக, தமிழுக்கு மாறத் துவங்குவோம்!

- இராமானுசர், மணவாள மாமுனிகள், வள்ளலார்.. என்று ஓரளவு தொடங்கி,
- அயோத்திதாசர், மறைமலையடிகள், பரிதிமாற்கலைஞர்.. என்று வளர்ந்து
- பெரியார், திரு.வி.க, பாவாணர், மயிலைசீனி, தொ.ப.. என இன்று வரை,

பலரும் முட்டிமோதி முயன்றாலும், இன்றும் தொடரும் Sanskrit Parasite, நம் தமிழ்ப் பண்பாட்டையே மறைத்துக் கொண்டு தான் உள்ளது! ☹

அறிஞர்கள் அளவிலேயே தங்கிவிட்ட தமிழ் உண்மைகளை,

உங்கள் வீதிக்கு/வீட்டுக்குக் கொண்டு வருவதே,
இந்நூலின் 'நோக்கம்'!

அதான் ஆய்வுக் கட்டுரை போல் எழுதாது, பேச்சு மொழியில் உங்களுடன் உரையாடலாய் எழுதினேன்; தரவுகள் என்ற பேரில், ரொம்பவும் தமிழ்ப் பாட்டு குவிச்சிக் குடுத்துறாது, மென்மை காத்தேன் ☺ இன்னும் சங்கத்தமிழ்த் தரவுகள் விழைவோர், நூலினிறுதி அட்டவணை காண்க, அல்லது என்னையோ/ தனித்தமிழ் அறிஞர்களையோ, தயங்காது தொடர்பு கொள்க.

தமிழ் மறைப்பு அதிகாரம்! அம் மறைப்பு விலக, நாம் என்ன செய்ய வேண்டும்? என்று ஓரளவு அறிந்து கொண்டிருப்பீர்கள் என நினைக்கிறேன்.

- இதை அன்றாட வாழ்விலும் பழகிப் பாருங்கள்!
- உங்கள் சிந்தனைப் போக்கே சீர்மையுறும்
- எதற்கெடுத்தாலும் சாமிக் கதை/புராணம் விலகும்
- அறிவியல் பால் நிற்கும்
- சம்ஸ்கிருத Parasite விலகும்
- மெய்த் தமிழ்க் காதலில் திளைப்பீர்கள்! வாழ்த்துக்கள்! ☺

எத் திசையும் புகழ் மணக்க.. "இரு!" பெருமைத் தமிழணங்கே!
வாழி உங்கள் தமிழ்க் காதல்!
வாழி உங்கள் குடும்பத் தமிழ்த் தலைமுறைகள்!

படலக் குறுந்தொகை

1. தமிழ் மறைப்பு = தமிழுக்கு அடிப்படையே சம்ஸ்கிருதம் எனல்! (அல்லது) சற்றே நயந்து, தமிழும் சம்ஸ்கிருதம் இரண்டு கண்கள் எனல்; (அல்லது) வாயில் தமிழ் வைத்து, உள்ளத்தில் Sanskrit Parasite வைத்தல்.

2. தமிழ் நாடு மறைப்பு = மன்னனை மட்டுமே வைத்து 'வரலாறு' செய்து, மக்களின் 'வழக்காறு' மறைத்தல்; ஊர்ப் பெயரெலாம் மாற்றி மறைத்தல்!

3. தமிழ் இன மறைப்பு = நால் வருணச் சாதிகளால் பிரித்து, "என்னிலும் கீழ்நிலை நீ; ஆனால் உன்னிலும் கீழ்நிலை அவன்!" என்ற சாதி மாயை தூவி, தமிழ் என்ற ஒரே இனத்தை மறைத்தல்!

4. தமிழ் நாகரிக மறைப்பு = கீழடி/பழனி முதலான பல தொல்பொருள் ஆய்வெல்லாம் மறைத்தல்! தமிழ் நாகரிகத்தையே = வேத நாகரிகம் என்று தீர்ப்பெழுதி விடுதல்!

5. தமிழ்க் கலை மறைப்பு = இசை, நாடகம், சிற்பம், ஓவியம் எல்லாவற்றிலும் மதம் மட்டுமே ஏற்றுதல்! தமிழிசையின் தக்கேசி என்ற பண் = காம்போதி ஆக்கல்; செவ்வழி = யதுகுல காம்போதி ஆக்கல்; குத்துவிளக்கு என்றாலே ஏதோ மதப்பொருள் போல் ஆக்கி, தமிழ் சார்ந்தவற்றையெல்லாம் மதம் சார்ந்ததாக மாற்றி விடுதல்!

6. தமிழ் முதல்நூல் மறைப்பு = தொல்காப்பியம், திருக்குறள் போன்ற தொல்தமிழ் நூல்களின் மேல் பொய்க்கதைகள் ஏற்றுதல்! அகஸ்திய ரிஷிக்குத் தொல்காப்பியர் அடிமை, வள்ளுவர் சைவர் என்றெலாம் பொய்யுரைத்தல்!

7. தமிழ்த் தெய்வ மறைப்பு = சேயோன் முருகனை = சுப்ரமண்யன் என்றும், மாயோன் திருமாலை = விஷ்ணு என்றும் பிழையாக எண்ணி மயங்குதல்! அவர்கள் மேலுள்ள சம்ஸ்கிருதக் கதையெலாம் தமிழே என்று பிழையாக ஏற்றுத் தடுமாறுதல்!

8. தமிழர் சமய மறைப்பு = இயற்கையில் ஆழும் தமிழ் இறைமை விடுத்து, சைவம்/வைணவம் என்று மயங்கி, ஆழ்ந்து விடுதல்! வைதீக சாஸ்திரங்களை, தமிழில் மொழிமாற்றிப் பாடுவதாலேயே, அவை தமிழ் ஆகிவிடும் என்று மயங்குதல்!

9. தேவார மறைப்பு = தே+ஆரம்; தமிழ்த் தெய்வத்துக்கான இனிய பாமாலை என்பது போய், ஸ்லோகம், பாராயணம், பரிகாரம் என்றெலாம் பிறழ்ந்து விடுதல்!

10. பொருள் இலக்கண மறைப்பு = அடிப்படைத் தமிழ் இலக்கணத்தையே கைவைத்து, 'ஏக'தேச அணி, சங்கீரண அணி, உதாரணம் என்றெலாம் சம்ஸ்கிருதம் கலந்து சிதைத்தல்!

11. தமிழ்ச் சொல் மறைப்பு = வார்த்தை/அர்த்தம்/சந்தேகம்/ உதாரணம் என்று பரப்பிப் பரப்பியே.. சொல்/பொருள்/ ஐயம்/சான்று என்று பல 1000 தமிழ்ச் சொற்களை மறைத்து விடுதல்!

12. தமிழ்ச் சொற்பொருள் மறைப்பு = அகராதியில் சம்ஸ்கிருதச் சொற்களையெல்லாம் பிரித்துக் காட்டாது, தமிழ் போலவே காட்டுதல்; அமிழ்தம்/அ-மிருத்யு வேர்ச்சொல் வேறுபாடு அறியாது, ஒன்றே போல் ஒலிக்கும் சொல்லில், பொருள் ஆராயாது மயங்குதல்!

13. தமிழ்க் கருத்து மறைப்பு = வேந்தனை இந்திரன் என்றும், முளி தயிர் பிசைந்த எனும் குறுந்தொகைப் பாடலில் 'தயிர்' என்று வருவதாலேயே அது பிராமண வீடு என்றெலாம் உரை எழுதி, மூலநூல் ஆசிரியரின் கருத்தையே மறைத்து விடுதல்!

14. தமிழ் எழுத்து மறைப்பு = தமிழி எழுத்துருவை, பிராமி என்றும் தமிழ்ப் பிராமி என்றும் சொல்லுதல்; சம்ஸ்கிருத மொழியைத் தமிழில் எழுத வேண்டுமென்றே கிரந்த எழுத்து முறையைப் புகுத்தல்!

15. முக் கழக மறைப்பு = தமிழ்ச் சங்கத்தில் சிவன் உட்கார்ந்தார் போன்ற பொய்க் கதைகள் பரப்பல்; கடைச் சங்கத்தமிழில் வரத் துவங்கும் கலப்பின் காலத்துப் பேர்களை மட்டுமே வைத்துக் கொண்டு, சங்கத்தமிழே = வைதீகம் தான்! என்று சோடித்துக் காட்டுதல்.

16. தமிழ் வரலாறு மறைப்பு = சிந்து சமவெளி நாகரிகமே, வேத நாகரிகம் தான் எனல்; ஆதிகுடி ஒருவன் மாட்டுடன் அமர்ந்த நிலையை, பசுபதி/சிவன் என்று தாமாகவே மதஞ்சார்ந்து முடிவுகட்டுதல்; தமிழின் 6 ஔவைகளை, ஒரே சைவ ஔவை ஆக்கல்; வரலாறு வேறு/புராணம் வேறு என்று தெரியாது மயங்குதல்!

- மறைப்பு அறிவோம்!
- மறைப்பு என்று ஊருக்கு உரக்க உரைப்போம்!
- மறைப்பு = அறம் அல்ல! என்று உணர்ந்து வாழ்வோம்!
- மறைப்பு விலகும்; மெய்த்தமிழ் இலங்கும்!

நூற்கருவி:

1. தமிழ் வரலாறு - மொழிஞாயிறு, தேவநேயப் பாவாணர்

2. தமிழ் மொழியின் வரலாறு - பரிதிமாற்கலைஞர்

3. தமிழக வரலாறு - மக்களும் பண்பாடும் - டாக்டர் கே.கே. பிள்ளை

4. பண்டைத் தமிழகம் - ஆவணம், பிராமி எழுத்துக்கள், நடுகற்கள் - பேரா. மயிலை சீனி. வேங்கடசாமி

5. Tamil - A Biography, David Dean Shulman, Harvard University Press

துக்கடா - 1 : சொல் = Sol-ஆ? Chol-ஆ?

வாங்க, மீண்டும் ஒரு விளையாட்டு விளையாடுவோம்; சென்ற படலம் (Chapter) பெரிய கட்டுரையாகப் போய் விட்டதல்லவா? அதனால் சற்றே ஓய்வு ☺

பொங்க சோத்துக்கு, கொழம்பு மொச்ச; திங்க, கருவாடு கூட வைச்ச; உன் புடைவைக்குள் உசுரைத் தைச்ச; என் ஆண்மைக்குள் மிச்சம் வைச்ச!

என் முடிப்பு எழுத்தே, உம் துவக்க எழுத்து! 'ச' எனத் துவங்கும் பாடல் பாடுங்கள்

"சங்கீத ஜாதி முல்லை.. காணவில்லை!"

"இருங்க இருங்க, இது சோகப் பாட்டு, வேணாம்! வேற பாட்டு சொல்லுறேன்! 2018ஆம் ஆண்டுக்கு வந்துட்டாலும், பழைய இளையராசா இசையே இன்னும் மனசுக்குள்ள ஓடியாந்து நின்னுடுது; மொதல்ல இப்பழக்கத்தை மாத்திக்கோணும்" ☺

"செல்லமே இது இரவா பகலா? தெரிந்து கொள்வேன், உடனே தொடவா?"

"நல்ல பாட்டுங்க இது; கிளுகிளு-ன்னு இருக்கும் ☺ *இதையே வச்சிக்குங்க!"*

உங்கள் பாட்டிலே பிழை உள்ளது :

- *நீங்கள் முதலில் சொன்னது* Sa*ங்கீத ஜாதி முல்லை!*
- *அப்பறம் சொன்னது* Che*ல்லமே இது இரவா பகலா!*

நான் கேட்டதோ 'ச' எழுத்து! உங்கள் பாட்டிலுள்ள எழுத்து, Sa-*வா?* Cha-*வா?"* ☺

என்ன யோசிக்கிறீங்க? மேற்கண்ட விளையாட்டில் மட்டுமல்ல; நம் அன்றாட வாழ்வில் கூட இதே குழப்பம் இருக்கு! சென்னை = Chennai *என்கிறோம்; ஆனா செம்மாஞ்சேரி* = Semmanchery *என்கிறோம்; சிறுசேரி* = chiRuchEri-*யா?* siRusEri-*யா? ஏன் இவ்ளோ முரண்பாடு, நாம் பேசும் தமிழில்?*

மலையாளக் கரையோரம் தமிழ் பாடப் போவோமா? Che*ம்மீன்,* Che*ச்சி,* Che*ட்டன்,* Chi*ங்கம்,* Cha*ங்கு என்று எல்லாமே சரியாகச்* Cha-*வில் ஒலிக்குறாங்களே? அதே நேரத்தில், மலையாளத்தில் கலந்துள்ள* Sanskrit *சொற்களை மட்டும்* Sa*ங்கீதம்,* Sa*ரஸ்வதி என்று சரியாக மாற்றி ஒலிக்குறாங்களே; இது எப்படி?*

சால உறு தவ நனி கூர் கழி = உரிச்சொல் படிச்ச நினைவிருக்கா, வகுப்பில்? ☺

- நாம் Saala என்கிறோம்
- தெலுங்கில் Chaala பாக உந்தி என்கிறார்களே?
- அட கன்னடத்தில் கூட, Cheன்னாகிதே என்று தான் சொல்கிறார்கள்

தமிழர்களுக்கு மட்டும் என்ன ஆச்சு? ☺ ச எழுத்து = Sa-வா? Cha-வா?

தொல்காப்பியம்:

நம் கைக்குக் கிடைக்கும் தமிழ் நூல்களில், இதுவே மிகப் பழமையான நூல்! இன்னிக்கி youtube காணொளிகள் இருக்கு! பல செய்முறை விளக்கங்களைப் பாக்குறோம்; கோலம் போடுவது எப்படி? குழம்பு வைப்பது எப்படி? எல்லாமே Youtubeஇல் இருக்கு ☺ ஆனால் ஒரு video கூட இல்லாமல், 2500+ ஆண்டுகட்கு முன்பே, தமிழ் எழுத்துக்களை ஒலிப்பது (உச்சரிப்பது) எப்படி? தொல் காப்பியர் audio பாடமாகவே, அழகாச் சொல்லிக் குடுக்குறாரு!

ச கார ஞ காரம், இடை நா அண்ணம்
ட கார ண காரம், நுனி நா அண்ணம்

(நூற்பா: தொல். எழுத்ததிகாரம்: பிறப்பியல் 89-91)

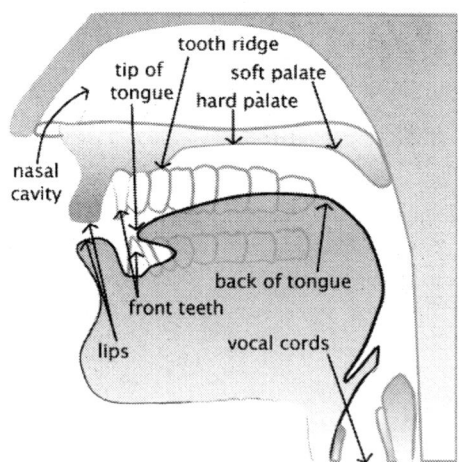

நாக்கு = Tongue; அண்ணம் = Palate (Roof of Mouth)

- சஞ = இடை நாக்கு (Middle), மேல் அண்ணம் தொடப் பிறக்கும்
- டண = நுனி நாக்கு (Tip), மேல் அண்ணம் தொடப் பிறக்கும்!

இப்ப, உங்க வாய்க்குள்ள, நீங்களே செஞ்சிப் பாருங்க! பக்கத்துல யாரும் இல்லாத போது செய்யுங்க, பயந்துறப் போறாக ☺

- ச = Middle of Tongue, should touch, Upper Roof of Mouth;
- ச = Cha வருதா? Sa வருதா? ☺ Cha தான் வரும்!

நல்லாத் தான் சொல்லிக் (Cholli) குடுக்குறாருப்பா தொல்காப்பியரு! ஆனா இவ்ளோ தெளிவான இலக்கணம் இருந்தும், நாம எப்படி மாறிப் போனோம்?

அதான் சென்ற கட்டுரையிலேயே பார்த்தோமே? தமிழ் மறைப்பு அதிகாரம்! பல வடமொழிச் சொற்கள் & கிரந்தக் கலப்பால், தமிழ்ச் சொற்கள் Cha இழந்து, Sa ஆகி விட்டன! ஸ, ஶ என்பன Sanskrit (கிரந்த) எழுத்துக்கள்.

ஆனால், ஸதாபிஷேகம், ஶரஸ்வதி, ஶிவன் → ச(Sa)தாபிஷேகம், ச(Sa)ரஸ்வதி, சி(Si)வன் என்று தமிழில் எழுத வேண்டிய கட்டாயத்தால், அந்த ஒலிப்பே பரவிப் பரவி, பலவும் Sa ஆகி, Cha போயே போச் ☹

மலையாளத்தில், Sanskrit-Dravida வேறுபாடு, இன்றும் கடைப் பிடிக்கிறார்கள்; நாம் தான் தொலைத்து விட்டோம்! சிங்க மாதம் (ஆவணி), Chinga என்றே மலையாள ஒலிப்பு; Singam என்று ஒலிக்க மாட்டார்கள் சேட்டன் சேச்சிகள் ☺ செம்மீன், செங்கணச்சேரி, சங்கு, சேச்சி எல்லாம் Cha தான்; Sa அல்ல!

அப்போ, இசை = Ichai-ன்னு சொல்லணுமா? ☺ அல்ல! இசை = Isai தான்; தமிழில் Sa ஓசை, Cha ஓசை இரண்டுமே உண்டு; ஆனால் ச எழுத்து மட்டுமே ஒன்று!

- சொல்லின் முதலில், ‘ச’ வரும் போது, வல்லினம் ‘வலிந்து’ ஒலிக்கும்;
- பிற இடங்களில், ‘ச’ அந்தந்த இடங்களுக்கு ஏற்றவாறு மாறி ஒலிக்கும்.

ஓசை நெகிழ்வு:

உலகில் எத்தனையோ ஓசைகள் உண்டு; அவை எல்லாவற்றையுமே, ஒரு மொழிக்குள் கொண்டு வந்துற முடியாது; ஒவ்வோர் ஓசைக்கும் ஓர் எழுத்து வைக்கணும்னா, மொழி ரொம்பவே குண்டு ஆகிவிடும் (Over Weight). குண்டாகி விட்டால், முந்து தமிழ் மாலை என்று முந்தி ஓட முடியாது! விந்தி விந்தித் தான் நடக்கணும். தேவையா? நமக்கு எந்த ஓசைகள் பெரும்பாலும் தேவையோ, அவற்றுக்கு மட்டுமே தனி எழுத்து; பிறவற்றுக்குச் சூழலுக்கேற்ப 'ஓசை நெகிழ்வு'!

தமிழில் உள்ள ழ எழுத்து = ஆங்கிலத்தில் இல்லை! பிரெஞ்சு மொழியில் உள்ள æ எழுத்து = பிற மொழிகளில் இல்லை! இப்படி, அவரவர் பண்பாடுகளுக்கு ஏற்பவே ஒலிப்பும் எழுத்தும்! தத்தம் பண்பாடுகளில், பெரும்பான்மை ஒலிகளுக்குத் 'தனிஎழுத்து' வைத்து, பிற ஓசைகட்கு அதே எழுத்தையே, சூழலுக்கேற்ப மாற்றி ஒலித்தலே ஓசைநெகிழ்வு எனும் Linguistic Technique!

ஆங்கிலத்தில், இந்த நெகிழ்வே குழப்பமாகி விடும் ☺

- C/K என்ற எழுத்துக்களை, தனியாக ஒலிக்கும் போது ஓர் ஓசை
- Cinema/Cargo (kargo) எனும்போது, அதே எழுத்து, ஆனால் வேற ஓசை!

நல்ல வேளை, தமிழில் இப்படியெல்லாம் இல்லை. அ எழுத்து = எங்குமே அ ஒலி தான்! மிகக் குறைவான எழுத்துக்கள் (க, ச, த, ப) மட்டுமே சூழலுக்கேற்ப ஒலி மாறும்! நெகிழ்வு நல்லதே! ஆனால் மொத்த மொழியும் நெகிழ்ந்து விட்டால் குழப்பமாச்சே? மொழி குண்டாகி விடக்கூடாது என்பதற்காக, நோஞ்சான் ஆகவும் கூடாதே? இந்த Balance செய்யவல்ல எழுத்திலக்கணம், தமிழில் அழகுற உண்டு!

தமிழில் 247 எழுத்துக்கள் என்று இன்று 'சுமை ஏற்றியே' சொல்லித் தராங்க! அல்ல!

தமிழில் = 30 எழுத்துக்களே!

உயிர் = 12 + மெய் = 18;

அடிப்படை எழுத்துக்கள் = 30 மட்டுமே!

பிற வடிவங்கள் ஃ (ஆய்தம்), கொம்பு/சுழி/கால் (உயிர்மெய்) எல்லாமே = ‘சார்பு’ எழுத்து தான்; “தமிழுக்கு 30 எழுத்து மட்டுமே!” என்று நானாச் சொல்லலை; இதோ!

எழுத்து எனப்படுப,
அகர முதல் னகர இறுவாய், முப்பஃது என்ப!
(தொல்காப்பியம்: எழுத்ததிகாரம் - 01)

இனி யார் கேட்டாலும்.. குறிப்பா வெளிநாட்டவர் கேட்டால் (உங்களின் வெளிநாட்டுக் காதலி கேட்டாலும்), தமிழில் 247 எழுத்துக்கள் என்று சொல்லிப் ‘பயம்’ காட்டி விடாதீர்கள் ☺ கற்கும் துவக்கநிலை எளிமையாகவே அமைக!

தமிழில் = 30 எழுத்துக்களே! பிரெஞ்சு மொழியும் பாருங்கள்; 5 Diacritics, 2 Ligatures, Upper Case, Lower Case போன்ற ‘சார்பு’ எழுத்தெல்லாம் கூட்டி, 59 எழுத்துக்கள்னு சொல்ல மாட்டாய்ங்க! எளிமையாக, 26 தான்! ☺

பள்ளிகளில், தமிழ் வகுப்பு = சடங்கு போல் ஆகிவிடுவதால், ஒரு தலைமுறையே 'ஒலிப்பு' அறிவதில்லை ☹ எழுதும் முன், ஒலிப்பு = பள்ளிகள்/ஆசிரியர் கடமை!

- ஒலிப்பு துவங்கியே, எழுத்து பழக வேண்டும்!
- எடுத்தவுடனேயே அ-ஆ Visual காட்டி, ஒலிப்பு நுணுக்கம் மறந்துவிடக் கூடாது.

இதுநாள் வரை நீங்கள் பிழையாக ஒலித்துக் கொண்டிருந்தால் பரவாயில்லை; ஒரே நாளில் மாறாது! கொஞ்சம் கொஞ்சமாக மாற்றிக் கொள்க. நானும் என் ஆருயிர்த் தென் தமிழகத் தோழன் சொல்லியே மாத்திக்கிட்டேன் ☺ அயல்மொழிச் சொற்களுக்கு மட்டும் விலக்கு அளித்து விடுங்கள்!

- Subway = சப்வே என்று எழுதினாலும், ஒலிப்பு Chaப்வே அல்ல Saப்வே தான்!
- போலவே சம்ஸ்கிருத, (Santhegam) = Saந்தேகம் தான்; தமிழில் = ஐயம்.

இதுக்கு ஒரு நல்ல தீர்வு இருக்கு! அயல்மொழியை உரையாடலில் எழுதவேண்டி வந்தால், பேசாமல் Subway என்றே எழுதி விடுங்களேன்? சப்வே என்று எழுதுவதால் தான் சிக்கல். போலவே, Sanskrit ஸந்தேகம் விலக்கி, ஐயம் என்று எழுதுங்கள்!

தமிழில் "க" ஒலிப்பு:

க

1. சொல்லின் முதல் க = Ka | Kolu; Golu அல்ல ☺
2. சொல்லின் இடையில் க = Ga | ஊgaம்
3. இன எழுத்தொடு க = Ga | நுங்gu
4. மெய் எழுத்தொடு க = Ka | செக்ku

தமிழில் "ச" ஒலிப்பு:

ச

1. சொல்லின் முதல் ச = Cha | Chol; Sol அல்ல
2. சொல்லின் இடையில் ச = Sa | இsai
3. இன எழுத்தொடு ச = Ja | மஞ்jaள்
4. மெய் எழுத்தொடு ச = Cha | பச்chai

தமிழில் "த" ஒலிப்பு :

த

1. சொல்லின் முதல் த=Tha | Thevaaram; Devaram அல்ல ☺
2. சொல்லின் இடையில் த = Dha | ஓdhaம்
3. இன எழுத்தொடு த = Dha | கந்dhaன்
4. மெய் எழுத்தொடு த = Tha | முத்thu

தமிழில் "ப" ஒலிப்பு:

ப

1. சொல்லின் முதல் ப = Pa | paம்பரம்; baம்பரம் அல்ல ☺
2. சொல்லின் இடையில் ப = Ba | paம்baரம்
3. இன எழுத்தொடு ப = Ba | கம்baம்
4. மெய் எழுத்தொடு ப = Pa | செப்pu

ண-ந-ன/ர-ற/ல-ள-ழ வேறுபாடும் சொல்லிக் குடுக்குறாரு தொல்காப்பியர்! கீழுள்ள சொற்களைச் சொல்லிச் சொல்லிப் பாருங்க; உங்களுக்கே விளங்கீரும் ☺

கண்ணன் கந்தன் கன்னி & கலி களி கழி

தமிழில் ண-ந-ன ஒலிப்பு:

- ந= நுனி நாக்கு, மேல் பல்லில் ஒற்றும் | கந்தன்
- ண= நுனி நாக்கு, நடு அண்ணத்தில் தொடும் | கண்ணன்
- ன= நுனி நாக்கு, முன் அண்ணத்தில் ஒற்றும் (அழுத்தும்) | கன்னி

(Shortcut: கண்ணன் Soft, கன்னி Hard)

தமிழில் ர-ற ஒலிப்பு:

- ர= நுனி நாக்கு, முன் அண்ணத்தில் அழுத்தாது வருடும் | புரம், கரி
- ற= நுனி நாக்கு, நடு அண்ணத்தில் ஒற்றும் (அழுத்தும்) | புற்று, கறி

(Shortcut: கரி Soft, கறி Hard)

தமிழில் ல-ள-ழ ஒலிப்பு:

- ல= நுனி நாக்கு, மேல் பல்லில், ஒற்றும் (அழுத்தும்) | கல்
- ள= நுனி நாக்கு, நடு அண்ணத்தில், வருடும் | கள்
- ழ= நுனி நாக்கு, பின் அண்ணத்தில், மடித்து வருடும் | கழா

(Shortcut: கள் Soft, கல் Hard)

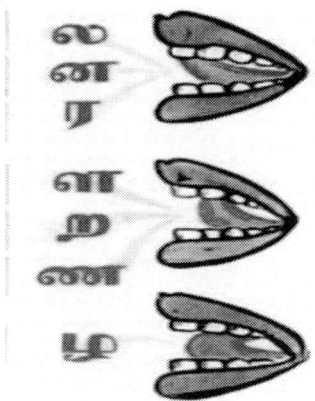

நாக்காலேயே Dance ஆடுனது போதும்; முடிச்சிக்குவோம்! செந்தில் என்ற பேர் உள்ளவங்க கதி? இனி, நீங்க Senthil-ஆ? Chenthil-ஆ? ☺

செந்து+இல் = செந்தில்; செந்து+ஊர் = செந்தூர்; செந்து = Goodness/செம்மை! முருகன், உயிர்களுக்குச் 'செம்மை' செய்வதால், சேந்தன்+இல் = செந்தில் (Chenthil)

ஆனால் Senthil-ன்னே பழகீட்டோம்; மாத்தக் கடினமா இருக்கு! பரவாயில்லை, பெயர்ச் சொற்களுக்கு மட்டும் விலக்கு அளிக்கலாம்; (இது என் தனிப்பட்ட கருத்து மட்டுமே); மனித உரிமையைத் தமிழ் மதிக்கும்; அவரவர் பெயர்களின் உரிமை = அவரவர்க்கே! ஸ்டாலின்/ஜோஷுவா போன்ற மனிதப் பெயர்ச் சொற்களால் மொழி இயலுக்குப் பயனில்லை! மனிதப் பெயர்கள் அல்லாத பல சொற்கள்: தஸ்தாவேஜ் = ஆவணம்; ராஜினாமா = விலகல்; இவையே மொழிக்கு வளஞ் சேர்ப்பவை; இதில் தான், நம் கவனமும் ஆர்வமும் அதிகம் தேவை!

(தொகுபடம் #6: தொல்காப்பிய வல்லின-மெல்லின-இடையின அடுக்கு)

	Dental	Labiar	Alveolar	Retroflex	Palatal	Velar	
	Teeth	Lip	Teeth Ridge	Teeth Ridge + Back bend	Upper Palate	Back Palate	
வெடிப்பொலி | Plosives	த →	ப →	ற	ட ←	ச ←	க	"வல்" இனம்
மூக்கொலி | Nasal	ந →	ம →	ன	ண ←	ஞ ←	ங	"மெல்" இனம்
உரசொலி | Tap	ல →	வ →		ர ←	ய ←		"இடை" இனம்
Approximants on Tap				← ள ழ			

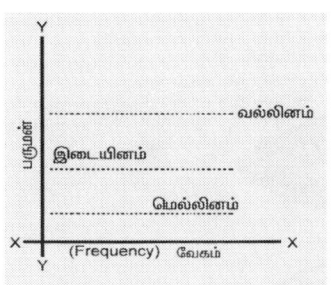

ஒலியே முதல்! ஒலியை எழுதிக் காட்டவே = எழுத்து!

எழுத்தை அடுக்கும் போதே, x axis - y axis போல் போட்டு அடுக்கிய, தொல்காப்பிய ஒலி அறிவியல்; மொழி என்பதே Sound Science தான்!

2500+ ஆண்டுகளுக்கு முன்பே, அதை Codify செய்த தொல் காப்பியம் வாழி!

தமிழை, இளமையிலேயே 'ஒலிக்கப்' பழகுவோம்/பழக்குவோம்!
வாழி, இன்றைய இளந்தமிழ்க் குழந்தை! நாளைய தமிழறிஞன் அவனே!

படலக் குறுந்தொகை

1. தமிழில், மொத்த எழுத்துக்கள் = 30 மட்டுமே! 247 என்று சிறு வயதிலேயே, அச்சமூட்ட வேண்டாம்.

2. அடிப்படை எழுத்துக்கள் = 30! உயிர் = 12 + மெய் = 18; பிற வடிவங்கள் ஃ(ஆய்தம்), கொம்பு/சுழி/கால் (உயிர்மெய்) எல்லாமே = 'சார்பு' எழுத்து மட்டுமே!

3. எல்லா ஒலிகளுக்கும் தனித்தனி எழுத்து வைப்பது, மொழியைக் குண்டாக்கி விடும்; எனவே Balanced-ஆக, சில எழுத்துக்கள் மட்டும், சூழலுக்கேற்ப மாறி ஒலிக்கும், ஓசை நெகிழ்வே மொழி நலம்!

4. தமிழில் ச எழுத்து = Cha ஒலியே; ஆனால் ஸ, ஜ ஒலிப்பைக் கூட, சூழலுக்கேற்ப காட்டவல்ல தமிழ்!

- சொல்லின் முதல் ச = Cha | Chol; சொல் = Sol அல்ல
- சொல்லின் இடையில் ச = Sa | இsai
- இன எழுத்தொடு ச = Ja | மஞ்jaள்
- மெய் எழுத்தொடு ச = cha | பச்chai

5. இளமையிலேயே, தமிழ் ஒலிப்பு நுட்பம், நாமும் பழகுவோம்; பிள்ளைகட்கும் பழக்குவோம்! தங்களின் மலையாளச் சொல் செம்மீன் = Chem Meen. ஆனா மலையாளத்தில் கலந்துள்ள Sanskrit சம்ஸயம் = Samsayam என்ற அவர்களின் வேறுபாட்டுத் தெளிவை நாமும் பழகுவோம்.

துக்கடா – 2 : சித்திரையா? தையா?

தமிழ்ப் புத்தாண்டுச் சண்டை, இப்பல்லாம் ஆண்டுதோறும் நடப்பதே ☺ அந் நாடகத்தைப் புரிந்து கொள்ளும் முன், நாடக அரங்கை நன்கு பாருங்கள்! துவக்கத்திலேயே, சில புள்ளிகளைச் சொல்லி விடுகிறேன்.

1. தமிழ்ப் புத்தாண்டு நாள் = இதுவே! என்று ஒரு நாளைக் குறிப்பிட்டு, பண்டை இலக்கியங்களில் குறிப்பு எங்கும் கிடையாது! பின்னாள் வழக்கமே.

2. Sanskrit ஹேவிளம்பி வரு'ஷ'ம் என்பதெல்லாம் மதம்/சோதிடம் மூலமாகவே, 'தமிழ்ப்' புத்தாண்டு என்று பொய்யாகப் பரவியது.

3. அவை, 'ஹிந்து' ஆண்டுகள் (Hindu Calendar); 'தமிழ்' ஆண்டுகள் அல்ல!

4. தமிழறிஞர்கள் சொல்வது என்னவென்றால்: தமிழின் அடையாளம் = தமிழ் மூலமாக இருக்கட்டும், மதம் மூலமாய் வேண்டாம்!

5. வள்ளுவர் ஆண்டு = ஆங்கில ஆண்டு + 31;

    2018 எனில், 2018 + 31 = 2049

    இது வள்ளுவரின் பிறந்த ஆண்டு அல்ல; 31 BCE என்பது அறிஞர்களின் Approximation/தோராயம் மட்டுமே; ஆனால் 60 Sanskrit ஆண்டுகள் மீண்டும் மீண்டும் சுழலாது, ஒரு நிலையான ஆண்டு வரிசை.

6. தை = தமிழ் இலக்கியங்களில் மிகச் சிறப்பான மாதம்.

7. அதனால் தமிழ்ப் புத்தாண்டு = வள்ளுவராண்டு + தை மாதம் என்று பெரும்பான்மையான சான்றோர்/தமிழறிஞர்கள் வகுத்தனர். இது, தமிழக முதலமைச்சர்(கள்) கண்டுபிடித்த ஆண்டுமுறை அல்ல! ☺

8. சித்திரை 01 = ஹிந்து மதம் சார்ந்த பூஜைகள், நீங்கள் தாராளமாகச் செய்து கொள்ளலாம்; அது உங்கள் வீட்டில், உங்கள் உரிமை

9. ஆனால் எம் மதத்துக்கும் பொதுவான தமிழுக்கு, ஆண்டு = பொதுவானதே! மதம் மூலமாய்/Sanskrit மூலமாய் அல்ல; அவ்வளவே! Common Sense!

10. மற்றபடி அனைவருக்கும் உலக ஆண்டு 2018CE எனும் பொது ஊழியே. அது மதம் சார்ந்த கிறிஸ்துவுக்கு முன்-பின் = கிமு/கிபி அல்ல; BC/AD எப்பவோ உலக அளவில் மாறிவிட்டது! இனி BCE/CE (Common Era) எனும் பொதுஊழியே!

இப்பல்லாம், தமிழ்ப் புத்தாண்டு என்றாலே..

- கட்சிப் பிடித்தம் சார்ந்து இயங்குகிறார்கள், அல்லது
- மதப் பிடித்தம் சார்ந்து இயங்குகிறார்கள், அல்லது
- சம்ஸ்கிருத மொழிப் பிடித்தம் சார்ந்து இயங்குகிறார்கள்

எவருமே ஒரு ‘தமிழ் ஆண்டுக்கு’ = தமிழ் சார்ந்து இயங்குவதே இல்லை ☹

போலவே, இது குறிப்பிட்ட முதலமைச்சர், யோசித்து உருவாக்கிய ஆண்டு முறையும் அல்ல! மென்மையே உருவான தமிழ்த்தென்றல் திரு.வி.க. போன்ற அப்பழுக்கில்லாத் தமிழறிஞர்கள் துவக்கி வைத்த ஆண்டு முறையே! ஈழத்தில், அப்போதைய தமிழ் வீரர்கள் கோலோச்சிய யாழ்ப்பாணத்திலே, இந்த ஆண்டுமுறை, அப்போதே நடைமுறைக்கு வந்தது தான்!

ஒருவேளை, அறிஞர் அண்ணா முதலமைச்சராய் இருந்த போதே, மதறாஸ் → தமிழ்நாடு பெயர் மாற்றம் போல், இத் தமிழ்ப் புத்தாண்டு மாற்றமும் வந்திருந்தால், இன்று இத்துணைச் சிக்கல் இருந்திருக்காதோ என்னவோ?

இதெல்லாம் சட்டம் போட்டு, மக்களைக் 'கொண்டாட' வைக்க முடியாது! ☺ இது ஹர்ஷவர்த்தன மன்னனின் காலமும் அல்ல. மக்களிடம் விழிப்புணர்வு மட்டுமே ஏற்படுத்த முடியும்! “உங்கள் மதப் பூசைகளில் அரசு தலையிடாது; போலவே அனைவர்க்கும் பொதுவான தமிழ் ஆண்டுமுறையில், மதமும் தலையிடக் கூடாது!” என்று வழிகாட்ட நல்ல தலைவர்களால்/தொடர்ந்த முயற்சிகளால் முடியும்!

தமிழ் இலக்கியம், தமிழ்ப் புத்தாண்டு பற்றி என்ன சொல்கிறது? அடிப்படைக்கே சென்று பார்ப்போமா? ஒரு நாளைக் குறிச்சி

வைச்சி, இதான் தமிழ்ப் புத்தாண்டு நாள்! என்று தமிழிலக்கியத்தில் எங்கும் ஒரு குறிப்பும் இருக்காது!

ஆனால் தங்கள் தற்பிடித்தம் காரணமாக, தமிழ் இலக்கியத்தைப் பலவாறு திரித்து, இவர்களே 'கொண்டுகூட்டிப்' பொருள் கொள்வது தான் நடக்கிறது. தற்பிடித்தம் கடந்து, தமிழைத் தமிழாகக் காண்போம், வாருங்கள்! பெரியோரை வியத்தலும் இலமே! - அது முருகனே ஆயினும், தமிழின் மெய்ம்மைக்குப் பிறகே!

தமிழறிஞர்கள் நடத்திய 'ஆண்டு-ஆய்வு':

தமிழறிஞர்கள் 18/19th May 1935-இல், சென்னை பச்சையப்பன் கல்லூரியில் *(பின்பு 26th Dec 1937-இல் திருச்சியிலும்)* கூடினார்கள்; வள்ளுவரின் காலம் பற்றி ஆய்ந்தார்கள்.

- மறைமலை அடிகள்
- உ.வே. சாமிநாத (ஐயர்)
- திரு.வி.க
- நாவலர். ந.மு.வேங்கடசாமி (நாட்டார்)
- முத்தமிழ்க் காவலர் கி.ஆ.பெ. விசுவநாதம்
- தெ.பொ. மீனாட்சி சுந்தரனார்
- பாவேந்தர் பாரதிதாசன்

அறியப்படாத தமிழ்மொழி

- பெரியார் ஈ.வெ.ரா
- கரந்தை தமிழ்ச் சங்கத் தலைவர், உமா மகேசுவரனார்
- நாவலர். சோமசுந்தர பாரதியார்
- மற்றும் பலப் பலர்!

அவர்கள் என்னென்ன விவாதித்தார்கள்? அந்த ஆய்வுக் குறிப்புக்கள் என்னென்ன? என்பது குறித்த விரிவான அறிக்கை, இன்று வாசிக்கக் கிடைக்கவில்லை! அவர்களின் இறுதி அறிக்கை மட்டுமே கிடைக்கிறது! அது என்ன சொல்கிறது?

- திருவள்ளுவர் பெயரில், நாம் ஒரு தொடர் ஆண்டினைப் பின்பற்றல் நலம்! அதையே 'தமிழ் ஆண்டு' என்று இனி, கொள்ள வேண்டும்!
- திருவள்ளுவர் காலம் approx 31 BCE; எனவே ஆங்கில ஆண்டுடன் 31-ஐக் கூட்டினால் திருவள்ளுவர் ஆண்டு கிட்டும்!

நல்லாக் கவனிங்க: வள்ளுவர் ஆண்டு முறை தான் பேச்சே ஒழிய, சித்திரையா? தையா? என்று பேச்சு இல்லை.

<u>இதற்கான தரவு</u>: பச்சையப்பன் கல்லூரி அறிக்கை: 1935 செந்தமிழ்ச் செல்வி இதழ்!

ஆனால், மறைமலை அடிகளின் மாணவரான, நாவலர் சோமசுந்தர பாரதியார், இந்த வள்ளுவர் ஆண்டோடு, தை-02 ஆம் நாளை = வள்ளுவர் திருநாள் எனவும் வகுத்து அளித்தார்! முன்பிருந்த வைகாசி அனுஷம் Sanskrit பிழையைத் திருத்தி, "அடியே வாஸுகி எனக் கூப்பிட, அம்மாள் ஓடிவர, கிணற்றில் வாளி அப்படியே நிற்கும்" எனும் Sanskrit பொய்க் கதைகளைக் கடிந்து ஒதுக்கி, நாவலர் பாரதியாரே நகைச்சுவையோடு திருத்தியும் அருளினார்.

தை-02 = வள்ளுவர் நாள் என முன்மொழிந்த நாவலர் பாரதி யாருக்கு, தமிழறிஞர்களும் இசைவு தந்தனர்; அதுவே 1971-இல் அரசு விழாவாகவும் ஆனது!

<u>இதற்கான தரவு</u>: கோவை, Feb 1953, கி.ஆ.ப உரை: நாவலர் பாரதி தை-02 முயற்சிகள்.

திருக்குறளுக்கு, இன்று பலரும் பின்பற்றும் உரை எழுதிய

தமிழறிஞர். டாக்டர். மு.வ. என்ன நவில்கிறார் பாருங்கள்: இதோ, 1971 பொங்கல் விழா மலர்.

"இன்று பொங்கல் என்று திருவிழாவைக் கொண்டாடுகிறார்களே! என்ன காரணம் தெரியுமா? சூரியனே பயிர்களுக்கு உயிர் கொடுத்து வளர்ப்பவன். உழவுத் தொழில் செய்யும் கிராம மக்கள் நன்றாக வாழ்ந்தால் தான், நகரங்களில் இருப்பவர்களும் வாழமுடியும். ஆகையால் அவர்களும் பொங்கல் கொண்டாடுகிறார்கள். இன்னொரு காரணமும் உண்டு. **முற் காலத்தில் வருடப் பிறப்பு, சித்திரை முதல் நாளாக இருந்ததில்லை! தை முதல்நாள் தான் வருடப் பிறப்பாகப் பெரியோர்கள் கொண்டாடினார்கள்!**

அந்த நாள் புதிய வாழ்வாக இருக்க வேண்டும் என்று ஏற்படுத்தினார்கள். உண்ணுவதில் புதுமை, உடுப்பதில் புதுமை, வீட்டில் புதுமை, தெருவில் புதுமை, ஊரெல்லாம் புதுமை, மனத்திலும் புதுமை; புதிய பச்சரிசியைப் பொங்குகிறார்கள். புதிய காய்கறிகளைச் சமைக்கிறார்கள். புதிய ஆடைகளை வாங்கி உடுக்கிறார்கள். வீட்டுக்கு வெள்ளை அடித்து அழகு செய்கிறார்கள். இப்படிப் புது ஆண்டுப் பிறப்பாகப் பொங்கல் கொண்டாடுகிறார்கள்"

(இதற்கான தரவு: 1988 கோலாலம்பூர் பொங்கல் மலரில், முவ கட்டுரை மீள் பதிப்பு)

பிரபவ, விபவ, சுக்கில.. என்னும் 60 ஆண்டுகள், தமிழ் ஆண்டுகளே அல்ல! அத்தனையும் சம்ஸ்கிருதப் பெயர்கள்! வராஹ மிஹிரர் பயன்படுத்திய சுழற்சி முறை = 60 சம்வத்ஸரங்கள்; சாலிவாஹன சகம். விக்ரம சகம் எனும் ஹிந்து ஆண்டுமுறை (Hindu Calendar)! அந்த ஆண்டுகளுக்கு ஆபாசக் கதைகளை, 'புராணம்' என்ற பெயரில் கோத்துச் சொல்வாரும் உண்டு! அபிதான சிந்தாமணி என்ற பின்னாள் 'கலைக் களஞ்சியமும்' இந்தப் பொய்க் கதைகளை உறுதி செய்கிறது!

இதனால் கூச்சப்பட்டோ என்னவோ, அண்மைக் காலங்களில் 60 சம்ஸ்கிருதப் பெயர்களையும், வலிந்து தமிழில் மொழிபெயர்த்து, பரப்பி விடுகிறார்கள்! பிரபவ = நற்றோன்றல், விபவ = உயர்தோன்றல், ஹேவிளம்பி = பொன்தடை.. என்று மாற்றிவிட்டால், Sanskrit = தமிழாகி விடுமா என்ன? ☺ எந்தவொரு தமிழ் இலக்கியத்திலும், இப்பிடிப் பெயர்கள் இருக்காது! இது அப்பட்டமான கயமை!

ஜோதிட அடிப்படை தான் தமிழ் ஆண்டா?

சரிப்பா, பிரபவ/விபவ எனும் 60 Sanskrit பெயர்கள் வேணாம்; ஆனால் 'சித்திரை' என்றே இருந்துவிட்டுப் போகட்டுமே? அதானே ஜோதிட நூல்கள் சொல்வதும்?

- மேஷம் (Aries) தான் முதல் ராசி!
- சூரியன், மேஷ ராசிக் கட்டத்தில் புகுவது = சித்திரை மாதம் தானே?

எனவே அதான் புத்தாண்டு என்பது ஜோதிடம் சார்ந்த ஒரு புத்தாண்டு வாதம்!

முதலில், மேஷம் = முதல் ராசி என்பதே பிழை! அது, ஊருக்கு ஊர் மாறுபடும்; இந்திய ஜோதிடத்தில் தான் மேஷம்; சீனத்தில் இல்லை.

● தடாகம் வெளியீடு

Aquarius-இலும் துவங்கும் ராசி! மேஷ ராசிக்குள் புகுந்தால் தான் 'ஆண்டின் துவக்கம்' என்பதற்கு என்ன ஆதாரம்? ஓர் இனத்தின்/ பண்பாட்டின் ஆண்டுப் பிறப்பு = ஜோதிட அடிப்படையில் தான் அமையணுமா என்ன? அப்படியொன்றுமில்லை!

Aries/மேஷம் முதல் ராசி எனில், Aries = கிரேக்கம், இலத்தீன், ஆங்கிலம்-ன்னு பல பண்பாடுகளில் இருக்கே? அங்கெல்லாம் Aries/ April தான் புத்தாண்டா? இல்லையே? Zodiac/ராசிச் சக்கரத்தில் தான் புத்தாண்டு துவங்கணும் என்பதற்கு உலகெங்கும் எந்த ஆதாரமும் இல்லை! சொல்லப் போனால், Orthodox New Year என்ற ஒன்று உண்டு! அது பல நூற்றாண்டுகளாக Jan-14 தான்!

- Greece/Rome/Macedonia
- Russia/Georgia/Bulgaria/Serbia/Ukraine

இன்னும் பல Orthodox பண்பாடுகளில் = Jan-14/தை-01 தான் Orthodox New Year!

இன்னொன்றும் சொல்கிறேன், குறிச்சிக்கோங்க; இது ஜோதிடம் (Astrology) அல்ல! விண்-வெளி அறிவியல் (Astronomy). சித்திரையே = "மேஷம் புகும் மாதம், மேஷம் புகும் மாதம்" என்று குதிக்கும் பல பேர், அறிந்து கொள்க! முதற்கண், உங்கள் சித்திரை / சைத்ர மாசம் = மேஷம் புகும் மாதமே அல்ல! மீனம் புகும் மாதம் ☺

பூமியின் Precessional Wobbling (உருட்டு) என்ற ஒன்றுண்டு. 73 ஆண்டுகளுக்கு 1 degree மாறும் சூரியப் பாதை; 120 BCE-இல், சித்திரை = 'மேஷம்' புகும் மாதமாக (Aries) இருந்தது. அது எப்பவோ மாறிப் போய், இன்று சித்திரை = 'மீனம்' புகும் மாதமாக (Pisces) மாறியாச்!

இன்னும் 600 ஆண்டு கழிச்சி, 2597 CE-இல், இதே சித்திரை = 'கும்பம்' புகும் மாதமாக (Aquarius) மாறிவிடும். அப்போ என்ன செய்வீங்க? எந்த மேஷத்தில் புகுவீங்க? ☺

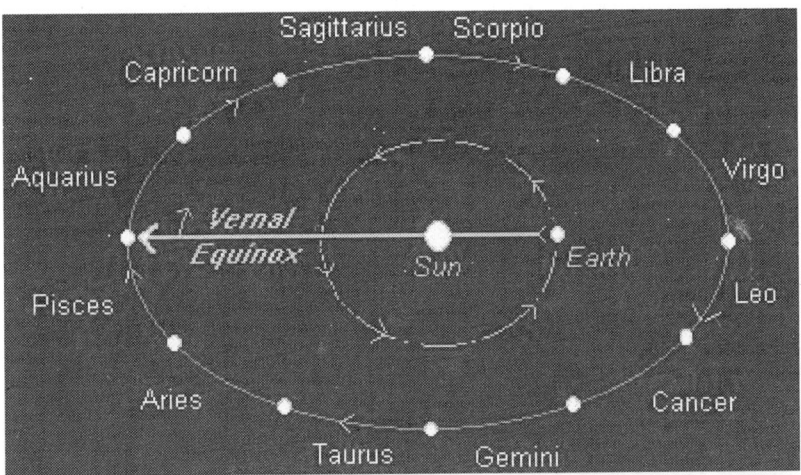

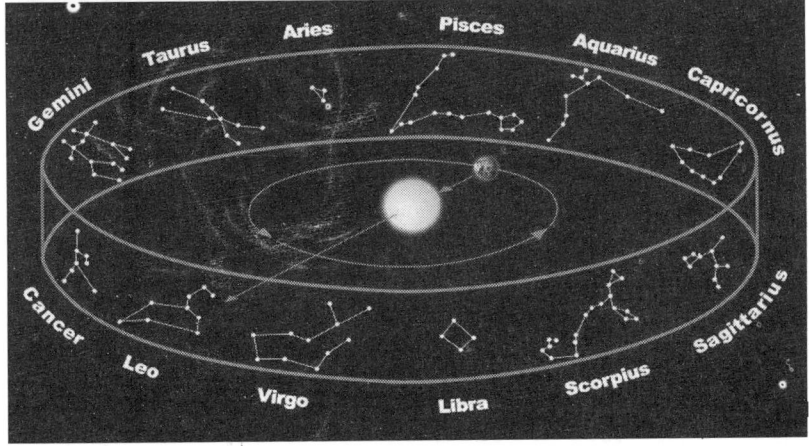

12 ராசிக் கட்டங்கள், உலகெங்கும் உண்டு. ஆதி மனிதன், இரவில் வானத்தின் தோற்றம் கண்டு, அதில் மாதாமாதம் நட்சத்திரக் கூட்டங்களின் கும்பலான தொகுப்பைக் கொண்டு, ஆடு/மாடு/நண்டு என்று, பல கற்பனை வடிவங்கள் செய்து கொண்டான்; அதான் மேஷம்/Aries, ரிஷபம்/Taurus எனும் Constellation (ராசி).

ஆண்டின் Calendar (நாட்காட்டி) அறியும் பொருட்டு அவன் செய்துகொண்ட Approximation-ஐ, இன்றும் 'ஜோதிடம்' என்ற பேரில் புனைவுகள் பல பேசித் தொங்கிக்கிட்டு இருக்கீங்க ☺ ஆனால் அதெல்லாம் எப்பவோ மாறிப் போய், பூமி வேறு ராசி மண்டலத்துக்குள் வந்தாச்!

ஒவ்வொரு 2,665 ஆண்டுக்கும், உங்கள் சித்திரை = மேஷம், மீனம், கும்பம், மகரம், துலாம்-ன்னு Reverse-இல் மாறிக்கிட்டே இருக்கப் போவுது; நவகிரஹ மிருத்யுஞ்ஜய ஹோமம் பண்ணாலும், உங்களால் அதை மாற்ற முடியாது ☺ பேசாம, அறிவியலுக்கு மாறிடுங்க! அதான் உங்களுக்கு நல்லது! தலைமுறைக்கே நல்லது!

தமிழ் இலக்கியங்களில், தமிழ்ப் புத்தாண்டு நாள்

1. தொல்காப்பியம்:

அதானே இன்றைய தமிழின் முதல் நூல்! அங்கிருந்தே துவங்கு வோம்! இதான் 'புத்தாண்டு நாள்' என்று தொல்காப்பியத்தில் நேரடியாக இல்லை! ஆனால், எதை முதல் பருவமாகத் தொல் காப்பியம் சொல்கிறது?

மாயோன் மேய = காடு உறை உலகமும்,
சேயோன் மேய = மை வரை உலகமும்,
காரும் மாலையும் = முல்லை
குறிஞ்சி = கூதிர், யாமம் என்மனார் புலவர்!

கார் காலம் (மழைக் காலம்) தான், திணைகளுள் முதல் காலமாகக் குறிக்கிறது. முதல் திணை = முல்லை; முதற் காலம் = மழைக் காலம்! பண்டைத் தமிழகத்தில் 'மழை வருதலே' முதன்மையாக / மங்கலகரமாகக் கருதப்பட்டதோ என்னவோ? இதற்கு உரை எழுதிய நச்சினார்க்கினியர், கார்காலமே ஆண்டின் துவக்கம்-ன்னு வெளிப்படையாக் காட்டிச் செல்வார்! இதோ!

ஞாயிற்றுக்கு உரிய சிங்க ஓரை (ஆவணி) முதலாக, தண்மதிக்கு உரிய கற்கடக ஓரை (ஆடி) ஈறாக.. வந்து முடியுந் துணை ஓர் ஆண்டாம்;

தமிழில் நச்சினார்க்கினியர் சொல்வது போலவே, இன்றும் மலையாளத்தில் நடைமுறையில் உள்ளது!, மலையாள முதல் மாதம் = சிங்க மாதமே! (ஆவணி)

- சித்திரை விஷுக் கணி = வெறும் விழாவே
- ஆவணிச் சிங்க மாதமே = புத்தாண்டு; கொல்லமாண்டு!

அம் மாதத்தில் வரும் ஓணமே மலையாளப் பெருவிழா; விஷு அல்ல!

தொல்காப்பிய-மலையாள ஒற்றுமை கூர்ந்து நோக்கத் தக்கது; ஓர்மையுண்டோ?

2. சங்க காலம்: எட்டுத் தொகை:

பல பாடல்கள், 'தைஇத் திங்கள்' பற்றிப் பேசுகின்றன! அதையே பல தமிழ் அன்பர்களும், "தைஇத் திங்கள், தைஇத் திங்கள்" -ன்னு இணையத்தில் ரொம்ப எழுதுறாங்க; ஆனால் தை = 'ஆண்டின் துவக்கம்'-ன்னு நேரடியாக இருக்கா? இல்லை! தமிழ் மேல் பற்று என்பதற்காக, நான் Raw Data-வை மறைக்க/மாற்ற மாட்டேன் ☺ அறிவியல் & மெய்ம்மை = அதுவே தமிழுக்கு நிலைத்த நலம்!

Comparative table showing corresponding months of other caler

Months in Malayalam Era	In Malayalam	Gregorian Calendar	Tulu calendar	Tamil calendar
Chingam	ചിങ്ങം	August–September	Sona	*Aavani*
Kanni	കന്നി	September–October	Nimaala	*Purattasi*
Thulam	തുലാം	October–November	Bonthyel	*Aippasi*
Vrishchikam	വൃശ്ചികം	November–December	Jaarde	*Karthigai*
Dhanu	ധനു	December–January	Peraarde	*Margazhi*
Makaram	മകരം	January–February	Ponny	*Thai*
Kumbham	കുംഭം	February–March	Maayi	*Maasi*
Meenam	മീനം	March–April	Suggy	*Panguni*
Medam	മേടം	April–May	Paggu	*Chithirai*
Edavam	ഇടവം	May–June	Besa	*Vaikasi*
Midhunam	മിഥുനം	June–July	Kaarthel	*Aani*
Karkidakam	കർക്കടകം	July–August	Aaty	*Aadi*

ஆனால் ஒரு மாசத்தோட பேரு, அதிகமா இலக்கியங்களில் வருவது = தை தான்!

- நற்றிணை = தைஇத் திங்கள் தண்கயம் படியும், பெருந்தோள் குறுமகள்
- குறுந்தொகை = தைஇத் திங்கள் தண்ணிய தரினும்
- புறநானூறு = தைஇத் திங்கள் தண்கயம் போல், கொளக்கொளக் குறையா
- ஐங்குறுநூறு = நறுவீ ஐம்பால் மகளிர் ஆடும், தைஇத் திங்கள் தண்கயம்
- கலித்தொகை = தையில் நீராடித் தவம் தலைப்படுவாயோ?

தை = 'ஆண்டின் துவக்கம்' -ன்னு எங்கும் நேரடியாச் சொல்லலை! 'தையொரு திங்களும், தரை விளக்கி.. ஐய, நுண்மணற் கொண்டு தெரு அணிந்து' என்று அதே சங்கத் தமிழ் மரபில், பின்னாளில் வந்த ஆண்டாளும் தை பாடுகிறாள்! தையொரு திங்கள் = சிறப்பான விழா! தமிழில் சிறப்பான மாதம்! அவ்வளவே!

3. சங்க காலம்: பத்துப் பாட்டு:

நக்கீரர் எழுதிய நெடுநல்வாடை! நெடு÷நல் வாடை;

அவளுக்கு நீண்ட வாடை (காதலன் பிரிவால்) + நல்ல வாடை (போரில் அவன் வெற்றியால்); மிக அழகான அகப்பொருள் கவிதை. ஆனால் எல்லோருக்கும் பொதுவான காதல் கவிதைக்குள், 'வேம்பு' என்ற பாண்டியன் சின்னமான வேப்பம்பூவைக் காட்டிய ஒரே அகமரபுப் பிழைக்காக, அகத்தில் நீக்கிப் புறத்தில் வைத்தது தமிழ்!

சங்க அவை நடக்கக் காசு கொடுப்பதே பாண்டியன் தான். ஆனாலும் பிழை பிழையே! பாடப்பட்ட அவனுக்காகவோ/பாடிய நக்கீரருக்காகவோ, வேறெந்த Influence-க்கும் வளைந்து விடாது தமிழ்! அதுவே அன்றைய அரசியல் தமிழ் அறம்!

அந்த நெடுநல்வாடை வரிகளைத் தான், இன்று வளைக்கப் பாக்குறாய்ங்க.

திண் நிலை மருப்பின், "ஆடு தலை" யாக
விண் ஊர்பு திரிதரும், வீங்கு செலல் மண்டிலத்து

ஆடு தலை = மேஷம் தான் தலை! (முதல்); நக்கீரரே சொல்லிப்

புட்டாரு! வழக்கை முடிச்சீறலாமா? ☺ அப்படியெல்லாம் அவசரப்பட்டால், நீதி பிழன்று விடும்! உண்மை! மேஷம் முதல் என்கிறார்; ஆனால் எதற்கு 'முதல்'? அடுத்த வரியும் மறைக்காது வாசிக்க!

- ஆண்டுக்கு முதல்? = இல்லை!
- "வீங்கு செலல் மண்டிலத்து" = ராசி மண்டலத்துக்கு முதல்!

எல்லாப் 'பத்திரிகை'யின் ராசி பலனிலும், ஆடு தானே முதலில் போடுவாய்ங்க? அந்த ராசி மண்டலத்துக்கு முதல் ராசி = மேஷ ராசி என்கிறார்; சித்திரையே, ஆண்டின் முதல் மாதம் என்று நக்கீரர் சொல்லவே இல்லை! வெறுமனே பாட்டு குடுத்தாலே ஆதாரம் ஆகிடாது; ஒரு சொல் வந்துவிட்டாலே ஆதாரம் ஆகிடாது; பாட்டின் பொருள் பொருந்துதா? என்று பார்க்கணும் ஓய்! ☺

4. சிலப்பதிகாரம்:

இந்திர விழா; அது இளவேனில் காலத்தில் (சித்திரையில்) நடந்தது உண்மையே; சிலப்பதிகாரமே சொல்லுது! ஆனால் ஆண்டின் துவக்கம்னு சொல்லுதா? இல்லை!

சிலப்பதிகார இந்திரன் = வைதீகம்/சமணம் இரண்டுக்குமே பொதுவான இந்திரன்!

- முன்பு ஆளும் வேந்தன் பேரில் 'காமவேள் விழா' என்றிருந்த காதலர் விழா,
- பின்பு வைதீக/சமண வரவுகளால் 'இந்திர விழா' என்று மாறிப் போனது!

இந்திர விழா எடுக்காது போனால், ஆட்சிக்கு ஆபத்து; ஆளும் அரசன் துன்புறுவான் என்ற மத'ரீதி'யான Emotional Blackmail-ஐ, மணிமேகலை காட்டும். பிறகு வாசிங்க!

நடுக்கு இன்றி நிலைஇய நாளங்காடியில்
சித்திரைச் சித்திரைத் திங்கள் சேர்ந்தென

சித்திரை மாதம், சித்திரை விண்மீனில், இந்திர விழா நடந்தது!

என்று தான் சிலம்பு சொல்கிறதே தவிர, அதான் ‘புத்தாண்டு’-ன்னு சொல்லலையே? சித்திரை = ஆண்டின் முதல் மாசம்-ன்னு சொல்லலையே? சிலப்பதிகாரத்தில் இருந்து, ‘சித்திரை’ -ன்னு வரும் ரெண்டு வரி சொல்லிட்டா மயங்கி விடுவோமா? பொருள் பார்ப்போம்ல?

சிலம்பில் பாடப்பெறும் சித்திரை மாதச் சித்திரை நட்சத்திரம் = சித்ரா பௌர்ணமி; சித்ரா பௌர்ணமி அன்றா உங்கட்கு ஹிந்துப் புத்தாண்டு பிறக்கிறது? இல்லையே! Apr 14/15 அன்று முன்பே பொறந்துடுதுல்ல? பொய் சொன்னாலும் பொருந்தச் சொல்லணும் ஓய் ☺

5. கல்வெட்டுகள்:

சோழர் காலக் கல்வெட்டுகளில், Sanskrit 60 ஆண்டுகளும் பொறிக்கப்பட்டுள்ளன என்றும் சிலர் சொல்லுவார்கள்; அது சோழ அரசாட்சியில், வைதீகம் நன்கு பரவிவிட்ட பிற்காலம்; தமிழின் சங்க காலம் அல்ல! திரைப்படத்தில், 23ஆம் புலிகேசி தனக்குத் தானே வெட்டிக்கொண்ட கல்வெட்டு நினைவு வருதா? - வரலாறு முக்கியம் அமைச்சரே! ☺ அது போல் அரசவைப் பண்டிதாள், தாங்களே சம்ஸ்கிருதப் பெருமைக்கு வெட்டிக் கொண்ட கல்வெட்டு!

சோழர் கல்வெட்டு பலவும், கிரந்த எழுத்தில் தான் வெட்டப்பட்டு இருக்கு; உடனே, "பாத்தீங்களா? பாத்தீங்களா? பொதுமக்கள் எல்லாரும் Grantha Alphabet-இல் தான் எழுதினாங்க; அ = சd என்பது கிரந்தம்; ‘அம்மா’ என்ற சொல்லை, ‘சdம்மா’ என்றே பொதுமக்கள் எழுதினார்கள் என்று சொல்வோமா? ☺ சோழ அரசாங்கப் பண்டிதாள், அவாள் Style-இல், “ஸ்வஸ்திஶ்ரீ” என்று பொறிக்கச் செய்தார்கள்! அவ்வளவே!

முடிப்புரை:

1. தமிழ் இலக்கியங்களில், இது தான் ‘புத்தாண்டு நாள்’ என்று நேரடியாக இல்லை!

- சித்திரை = ‘மதம்‘ சார்ந்த படியால் பய+பக்தியோடு பரப்பப்பட்டு ஊன்றுகிறது
- தை = ‘தமிழ்’ சார்ந்த படியால் தமிழின் அடையாளம் தமிழே! மதம் அல்ல!

2. பண்டைத் தமிழர்கள், ஆண்டுக்கென்று பெயரோ/தொடர்ச்சியான எண்ணோ வைக்கவில்லை. கண்டிப்பாக பிரபவ-விபவ-ஹேவிளம்பி -ன்னு வைக்கலை ☺

3. ஒரு பெரிய தலைவரின் பிறப்பை ஒட்டி/மன்னன் ஆட்சிக் கட்டில் ஏறியதை ஒட்டி, ஆண்டை எண்ணால் குறிக்கும் வழக்கம் பின்பு எழுந்ததே!

4. ஓர் ஆண்டு, ஜோதிட அடிப்படையில் தான் துவங்கணும்; மேஷ ராசி புகும் போதே துவங்கணும் என்பதற்கு ஆதாரங்கள் ஏதும் இல்லை! எனவே ஜோதிடப்படிச் சித்திரையே = தமிழ் ஆண்டின் துவக்கம் என்பது செல்லாது! மேலும் அறிவியலின் படி, இன்றைய சித்திரை = மேஷம் புகும் மாதமே அல்ல; மீனம் புகும் மாதம்!

5. சரி, ஹேவிளம்பி என்று சம்ஸ்கிருதப் பெயர்கள் வேணாம்; ஆனா சித்திரையே இருந்துவிட்டுப் போகட்டுமே என்பவர்களுக்கு: சித்திரை—ன்னாலே 60 சம்ஸ்கிருதப் பெயர்கள் & மதம் வந்து ஒட்டிக் கொள்கின்றன! அனைத்து மதத்தார்க்கும் பொதுவான மொழிக்கு, ஒரு மத ஆண்டே தமிழ் ஆண்டு எனில், அது அறம் அன்று!

- Hindu Calendar = பிரபவ, விபவ, ஹேவிளம்பி
- Islamic Calendar = ஜமாதில்-அவ்வல்/ஹிஜ்ரி
- சமண Calendar = சமண சம்வத்சரி ஆண்டுமுறை

தமிழ்—இசுலாமிய சமூகத்தினர், "தமிழ் ஆண்டின் முதல் நாளா, எங்கள் ஹிஜ்ரி நாளை வைங்கோ; நாங்களும் தமிழர்கள் தானே?" என்று கேட்பதில்லையே? நாம் மட்டும் ஏன் மொழியில் மதத்தைப் புகுத்தி, அடாவடி செய்கின்றோம்? ☺

6. தமிழறிஞர்கள், மறைமலை அடிகள் தலைமையில் கூடிச் சொன்னது = வள்ளுவர் பெயரால், தொடர்ச்சியான எண்ணுள்ள தமிழ் ஆண்டுமுறை! நாவலர் பாரதியார், அதோடு தை = வள்ளுவர் நாள் என்றும் வகுத்தளித்தார்; மு.வ உட்படப் பல தமிழறிஞர்கள், தையே முதல் மாதம் என்று இணங்கினர்!

தமிழ் அடையாளம் = தமிழ் சார்ந்து இருப்பதே அறம்! மதம் / ஜோதிடம் சார்ந்து அல்ல! ஆம்! இது 'புதிய' முறை தான்! நம் தமிழினத் தலைமகன், வள்ளுவரை அடிப்படையாக வைத்த ஆண்டு

முறை! இது Tamizh related Standards-க்கு மட்டுமே! மற்றபடி, Common Era (2018 CE) = நமக்கும், உலகெங்கும் அதுவே பொதுமுறை!

7. தை = தமிழ் இலக்கியங்களில் அதிகமாகப் பேசப்படும் சிறப்பு மாதம்! தை என்றாலே மதம்/Sanskrit கலவாமல், தமிழ் மட்டும் தனித்துத் தெரியும்!

சித்திரை 01 = ஹேவிளம்பி ஹிந்து வருஷ ஆரம்பம்; மேஷ ராசி புண்ய காலம்! உங்க வீட்டில் பஞ்சாங்கம் வாசிங்கோ! வர்ஷ ஆரம்ப பூஜை பண்ணுங்கோ! ஆனால் உங்கள் தனிப்பட்ட பூஜையை = "தமிழ்ப்" புத்தாண்டு என்று தமிழக மக்களுக்கே ஒட்டுமொத்தம் ஆக்கி விடாதீர்கள்! மதம், மதமாக இருக்கட்டும்! மொழி, மொழியாக இருக்கட்டும்! மொழியில், மதம் திணிக்க வேண்டாம்!

When it comes to "defining a notation" for Tamizh, Let Tamizh be the focal point; NOT religion!

- Starting Year = based on Valluvar (Great Tamizh Personality)
- Starting Month = based on Thai (Great Tamizh Month)

தை முதலே தமிழ்ப் புத்தாண்டு = இதுவே தமிழுக்கு நலம்!

எம்மதமாயினும், வள்ளுவர் பால் அன்புள்ள தமிழக மக்கள் அனைவருக்கும்,

- சித்திரை-01: சித்திரைத் திருநாள் வாழ்த்துக்கள்!
- தை-01: பொங்கல் திருநாள்; தமிழ்ப் புத்தாண்டு வாழ்த்துக்கள்!

படலக் குறுந்தொகை

1. இது தான் புத்தாண்டு நாள்! என்று தமிழ் இலக்கியங்களில் எங்கும் நேரடியாகக் கிடையாது!
2. முதல் பருவம் = கார் காலம் (மழை வரும் மங்கலம்); இன்றும் மலையாளத்தில், சிங்க (ஆவணி) மாதமே, முதல் மாதம்!
3. சித்திரையில் புத்தாண்டு நாள் = மதம்/ஜோதிடம்/சம்ஸ்கிருதம் மூலமாகப் பரப்பியதே!
4. தமிழின் ஆண்டுமுறை, தமிழ் சார்ந்து இருப்பதே அறம்! எப்படி, சம்ஸ்கிருத ஆண்டில், கிரேக்க/இலத்தீன் போன்ற பிற திணிப்பு ஏற்க மாட்டார்களோ, போலவே தமிழுக்கும்!
5. தமிழறிஞர்கள் (உவேசா முதல் முவ வரை) ஒன்று கூடி, நாவலர் சோமசுந்தர பாரதியார் முன்னெடுப்பில், தமிழுக்கென்று ஒரு புதிய ஆண்டுமுறை வகுத்தளித்தனர்.

- ஆண்டு = Common Era+31 (வள்ளுவர் பெயரால், உலகச் சிறப்பு)
- மாதம் = தை (சங்கத் தமிழில், சிறப்பான மாதம்)

6. சித்திரையில், மத பூஜை செய்து கொள்வதெல்லாம் அவரவர் வீட்டுரிமை; ஆனால் நாட்டுரிமை அல்ல! ஒரு மதத்தின் வழக்கத்தை, ஒட்டுமொத்தத் தமிழின் மேலும் ஏற்றுதல் அறமும் அன்று! ஆண்மையும் அன்று!

நூற்கருவி:

1. மறைமலையடிகள் உரை (வள்ளுவராண்டு) - செந்தமிழ்ச் செல்வி இதழ் (சிலம்பு 13, பரல் 10)
2. தமிழ் வரலாறு - மொழிஞாயிறு, தேவநேயப் பாவாணர்
3. பாட்டும் தொகையும், டாக்டர். உ.வே. சாமிநாத ஐயர்
4. திரு.எஸ்.இராமச்சந்திரன் - சித்திரையே புத்தாண்டு
5. கி.ஆ.பெ. விசுவநாதம் உரை/ சோமசுந்தர பாரதியார் - வள்ளுவரும் குறளும் (திருக்குறள் படிப்பகம், 1953)

துக்கடா - 3 : திராவிடமா? தமிழா?

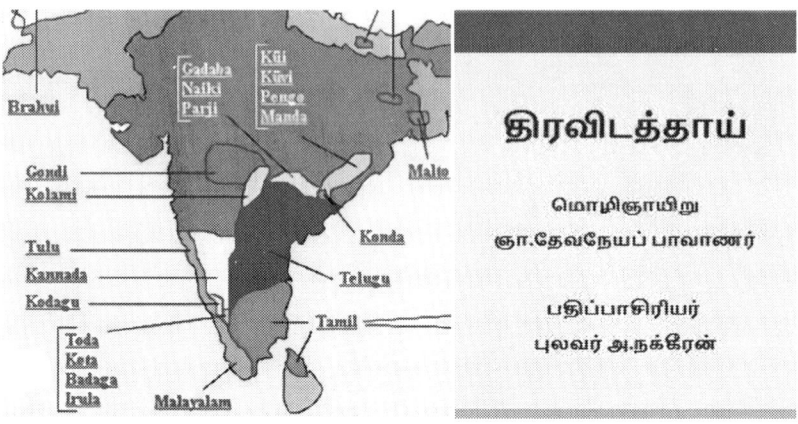

தமிழா? திராவிடமா? = இது அண்மைக் காலங்களில் எழுந்த/ எழுப்பப்பட்ட ஒரு விவாதம். ஆனால், இதற்கு முன்பே பலப்பல தமிழறிஞர்களால் பேசப்பட்டுள்ளது.

1. *தமிழறிஞர் என்று தானே சொல்கிறோம்? திராவிட அறிஞர் என்று சொல்வதில்லையே? பிறகு எதற்கய்யா திராவிடம்?* ☺

2. *திராவிடம் என்ற சொல், சங்கத் தமிழில் ஓர் இடத்தில் கூட இல்லையே?*

3. *திராவிடம் = சம்ஸ்கிருதச் சொல் தானே? போயும் போயும் சம்ஸ்கிருதப் பேர் வைத்துக் கொண்டா, ஒரு தமிழ் இயக்கம் இயங்க வேணும்?*

4. *திராவிடம் என்றால் தமிழ், தெலுங்கு, கன்னடம் & மலையாளம் அல்லவா? அதான் மொழிகள் பிரிந்து விட்டனவே? இனிமேல் எதற்கு திராவிடம்?*

5. *கால்டுவெல் எனும் ஆங்கிலேயே அறிஞர் உருவாக்கிய சொல் தானே திராவிடம்? ஓர் ஆங்கிலேயரின் சொல், தமிழுக்கு எதற்கு?*

6. *திராவிடக் கட்சிகள் தமிழ்நாட்டை ஆண்டு, ஊழல் மலிந்து விட்டதோ? திராவிடம் என்ற பேரை ஒழித்தால், ஊழல் ஒழிந்துவிடும் அல்லவா?* ☺

இவ்வாறெல்லாம் கேட்டிருப்பீர்கள். இன்று விடைகாணப் போகிறோம், வாங்க! கவலைப்படாதீங்க. உங்களைப் போலவே நானும் பலமுறை குழம்பியுள்ளேன் ☺ பின்பு தெள்ளிதின் தெளிந்துள்ளேன்! செய்ய தமிழ் மாலைகள் யாம் தெளிய ஓதி, தெளியாத நிலங்கள் தெளியலாம், வாங்க!

மொழிஞாயிறு பாவாணரின் ஆகச் சிறப்பான நூல் = 'திரவிடத் தாய்'!

தமிழா? திராவிடமா? எனும் இருட்டறைக்கு, அந்நூல் நல்ல தொரு விளக்கு! அந்த விளக்கு + அறிவியல் விளக்கு, இரண்டும் கைக்கொண்டு பயணிப்போம், வாங்க!

இனிமையும் நீர்மையும் தமிழெனல் ஆகும் (பிங்கல நிகண்டு)

தமிழ் என்ற சொல்லுக்குப் பொருள் = இனிமை/நீர்மை;

- தமிழ் என்பதே நம் மொழியின் சொல்
- தமிழ் என்பதே நம் இனத்தின்/பண்பாட்டின் சொல்

ஆனால் உலகில், தமிழ் மட்டுமே ஒரேயொரு மொழி/இனம் அல்ல! உலகம் பரந்தது; வேறுபட்ட மொழி/இன/பண்பாடுகளை உள்ளடக்கியது. அந்தப் பரந்த வையத்தில்.. 2500+ ஆண்டுகட்கும் முன்பே, பிற மொழி/இன/நிலங்களில் கூட, தமிழ் நிலைநின்றது - வணிகத்தால், பண்பாட்டால், சமுதாய ஆற்றலால்!

- கப்பல், நாவாய், கலம்.. கடல்-ஆளுமை
- மிளகு, நெல், கமுகு.. பயிர்-ஆளுமை
- துகில், தூவி, சல்லடம்.. உடை-ஆளுமை
- ஆனால் தன் ஆளுமையைப் பிற பண்பாடுகளில் திணிக்காத அற-ஆளுமை!

சேர/பாண்டிய கடல் வணிகம், கொடிகட்டிப் பறந்த காலத்தே.. தமிழ் என்று நம் சிறப்பு 'ழ' கரத்தை ஒலிக்கவியலாத, நம் நட்பு இனங்களால், தமிழுக்கு, இன்னொரு பெயரும் கிடைத்தது; அதுவே திராவிடம்!

திராவிடம், சங்கத் தமிழில் இருக்குமா? = இருக்காது!

நமக்குத் தான் 'ழ'கரம் நல்லா வருமே? நாம ஏன் திராவிடம் என்று சொல்லப் போறோம்? ஆனால் உலக அரங்கின்

தொன்மையான நூல்களில், திராவிடம் இருக்கும்! என்னவாக? திராவிடம் = தமிழாக இருக்கும்! அது தமிழையே குறிக்கும்!

இது உலகெங்கும் இருக்கும் வழக்கமே!

- சீனம் = நாம்; Zhōngguó (China) = அவர்கள்
- யவனம் = நாம்; Ionian/ Graikoi (Greek) = அவர்கள்
- கடாரம் = நாம்; Kedah (Malaysia) = அவர்கள்
- சாவகம் = நாம்; Java (Indonesia) = அவர்கள்
- Farsi = நாம்; Parsa (Persian) = அவர்கள்

> போலவே.. திரமிடம்/திராவிடம் = அவர்கள்;
> தமிழம்/தமிழகம் = நாம்!

ஜ்ஹோன் என்று நமக்கு வாயில் வரவில்லை; தமிழில் அதற்கு எழுத்தும் இல்லை; அதனால் சற்றே நெருக்கமான ஒலிப்பு = சீன்; சீனம்! இன்று China என்றே உலக அளவில் ஆகி விட்டது. அட, அவர்களே Peoples Republic of China என்று தான் புழங்குகிறார்கள். Zhōnghuá என்பதே ஆதி! சீன அரசு, இரண்டுமே புழங்குகிறது.

தமிழ் மொழி, கூடுமானவரை மூலமொழி ஒலிப்பை மதிக்கும்; இயலாத போதே, தன் மொழியமைப்புக்கு ஏற்றவாறு, சற்றே மாற்றியமைப்பு செய்யும். ஆங்கிலம் போல், எடுத்தேன் கவிழ்த்தேன் என்றெல்லாம் தமிழ் மாற்றாது ☺

Yeshua என்ற மூலமொழி Hebrew-வை மீறி, Jesus என்று ஆக்கியது ஆங்கிலம்! (கிரேக்க Ieosus ஒட்டி), ஆனால் தமிழில் இன்றும் இயேசு தான்; மூலமொழிக்கு நெருக்கமாய்!

- English என்பதை ஆங்கிலம் என்று எழுதுவதே, மூலமொழிக்கு நெருக்கமாகத் தான்
- Anglian Dialect = Anglo Saxon ஆதி குடிப்பெயர்; தமிழில் Anglian = ஆங்கிலம்!
- இன்றைய Malaysia, அன்று Kedah; அதனால் கெடாரம்; கடாரம்!
- இன்றைய Greece, அன்று ஆதிகுடி = Ioniam; அதனால், யவனம்!

- அதே Ioniam, Graikoi என்று மாறின போது, யவனம் என்பது கிரேக்கம் ஆனது.

இதற்கு Endonym/Exonym என்று இலக்கணம் உண்டு!
Endonym = மூல மொழியில் வழங்கும் ஒலிப்பு/பெயர்
Exonym = உலகம் வழங்கும் ஒலிப்பு/பெயர்

தமிழ் இலக்கணத்தில், இதைத் திசைச் சொல் என்று சற்றேறக்குறைய சொல்வோம். தொல்காப்பியரே இத் திசைச்சொல் பற்றிப் பேசுகிறார்.

செந்தமிழ் சேர்ந்த பன்னிரு நிலத்தும்
தம் குறிப்பினவே 'திசைச்சொல்' கிளவி
(தொல்காப்பியம், எச்சவியல் 4)

செந்தமிழ் நாட்டோடு சேர்ந்த, பிற பன்னிரு நிலங்களில்/திசை நாடுகளில், திசை நாட்டார்கள் வழங்கும் சொல் = திசைச்சொல்! அதற்காக அவிங்க மொழியில் உள்ள எல்லாச் சொல்லுமே, தமிழுக்குள் வந்து திசைச்சொல் ஆகிவிடாது; தமிழ் சார்ந்த தொடர்புகளில் அவர்கள் பயன்படுத்தும் சொல் மட்டுமே திசைச்சொல்!

சிங்களம், சோனகம், சாவகம், சீனம், துளுக், குடகம்,
கொங்கணம், கன்னடம், கொல்லம், தெலிங்கம், கலிங்கம், வங்கம்,
கங்க மகதம், கடாரம், கவுடம், கடுங்குசலம்,
தங்கும் புகழ்த் தமிழ்சூழ் பதினேழ்நிலம் தாம் இவையே
(மயிலைநாதர் மேற்கோள்)

நிலம் சார்ந்த சொற்கள் = 4 வகை:

1. இயற் சொல் = தமிழகத்திலேயே பேசும் நல்ல தமிழ்!
2. திரி சொல் = தமிழகத்தில் திரிந்து பேசுவன; வட்டார வழக்கு!
3. திசைச் சொல் = தமிழுக்குத் தொடர்புடைய, பிற திசைச் சொற்கள்!
4. வடசொல் = தமிழ் நிலத்தில், அரசியல்/மத மாற்றங்களால் வந்து குந்தியுள்ள வடசொற்கள் (சம்ஸ்கிருதம் & பாளி இரண்டுமே)

தமிழ் மொழிக்குள், 'வடசொல்' என்றே தனி இலக்கணம் வகுத்து, தெய்வ மொழியாம் சம்ஸ்கிருதம் போற்றுகிறார் தொல்காப்பியர்

என்று திரித்துப் பொய் சொல்வார்கள் சிலர். அல்ல! அடுத்த வரியும் சேர்த்தே படியுங்கள்..

வடசொல் கிளவி வட எழுத்து ஒரீஇ
எழுத்தொடு புணர்ந்த சொல் ஆகும்மே
சிதைந்தன வரினும் இயைந்தன வரையார்
(தொல்காப்பியம், எச்சவியல் 5, 6)

வடசொல்லை, தமிழில் எழுத வேண்டிய கட்டாயம் வந்தால், வட எழுத்துக்களை (கிரந்த) ஒரீஇ! ஒதுக்குங்கள்! தமிழில் என்ன எழுத்து இருக்கோ, அதற்கு ஒத்து (புணர்ந்து) வந்தால் மட்டுமே, பயன்படுத்துங்கள்; வடமொழி சிதைந்தாலும் பரவாயில்லை; அதற்கு இயைந்து போகாதே! இயைந்தன வரையாதே!

இதற்குப் பெயர் தான் 'நெத்தியடி'! பிற திசைச் சொல்லுக்கு இப்படிச் சொல்கிறாரா தொல்காப்பியர்? இல்லையே! வடசொல்லுக்கு மட்டும் ஏன் இப்படி, "ஒதுக்கு/இயையாதே" என்றெல்லாம் சொல்லி 'அபாய' மணி அடிக்கின்றார்?

தமிழ் தொடர்பான பிற திசைச் சொற்களில், "வேற எழுத்துக்களை ஒதுக்கு; அது சிதைந்தாலும் பரவாயில்லை; அது கிட்ட போய் நீ இயையாதே" என்றெல்லாம் சொல்லாதவர், வடசொல்லுக்கு மட்டும் ஏன் இத்துணை Caution? விழிப்புணர்வு?

ஏனென்றால், அன்று தமிழ் நிலத்தில்.. அரசியல்/மதச் சூழல் அப்படி! முந்தைய கட்டுரை - **தமிழ் மறைப்பு அதிகாரம்** - அதிலேயே பார்த்தோம்ல? அரசன் மூலமாகப் புதுப்புதுப் பரவல்கள்; அதனால் தமிழ் மொழிக்கு ஊறு வந்துவிடக் கூடாது! என்பதால் இந்த Special Mention!

- திசைச் சொல் = நலமே! Parasite போல் உறிஞ்சி விடாது; அதுவும் தமிழ் தொடர்பானவை மட்டுமே! குறைந்த எண்ணிக்கையில்
- வடசொல்லே = மிகு மிகு கவனம் தேவை; Parasite போல் உறிஞ்சி விடும்! பல்கிப் பெருத்து, பெரிய எண்ணிக்கை ஆகி, தமிழையே மறைத்துவிடும்

பண்பாடுகள் பரிமாறிக் கொள்வது இயல்பே! மொழிகளின் கொடுக்கல் வாங்கல் இயல்பே! ஆனால் அது மதிப்புடன்/மானத்துடன் கூடிய கொடுக்கல்+வாங்கலாக இருக்க வேண்டும்; One Sided-ஆக மட்டுமே இருக்கக் கூடாது; இல்லாத சொற்களைக்

கடன் பெறலாம்; இருக்கும் சொற்களையே மறைத்து அழித்து விடக் கூடாது! Parasite போல் உறிஞ்சி விடக் கூடாது ☹

நாம், மீண்டும் Exonym/ திசைச் சொல்லுக்கு வருவோம்!

- யவனம் = திசைச் சொல், Ioniam என்ற சொல்லுக்கு;
- திராவிடம் = திசைச் சொல், தமிழம் என்ற சொல்லுக்கு

திராவிடம் = சம்ஸ்கிருதச் சொல்லாமே? இன்று சிலர் சொல்கிறார்களே? அல்ல! வாங்க, அதையும் பார்த்து விடுவோம்; திராவிடம் = உலகச் சொல்! Exonym!

கிரேக்க மொழியில் தொன்ம ஆவணம் = Periplus of the Erythraean Sea (Red Sea)

இந்த ஆவணத்தின் காலம்: 1st CE; அன்றைய கடல் வழி வணிகம் பேசும் நூல்; எரித்ரேயன் கடல் (இன்றைய செங்கடல்) வாணிப வழிகளைப் பேசும் போது, இந்திய நாட்டின் தென்மேற்குக் கரை.. சேரனையும் குறிக்கிறது இந்நூல்.

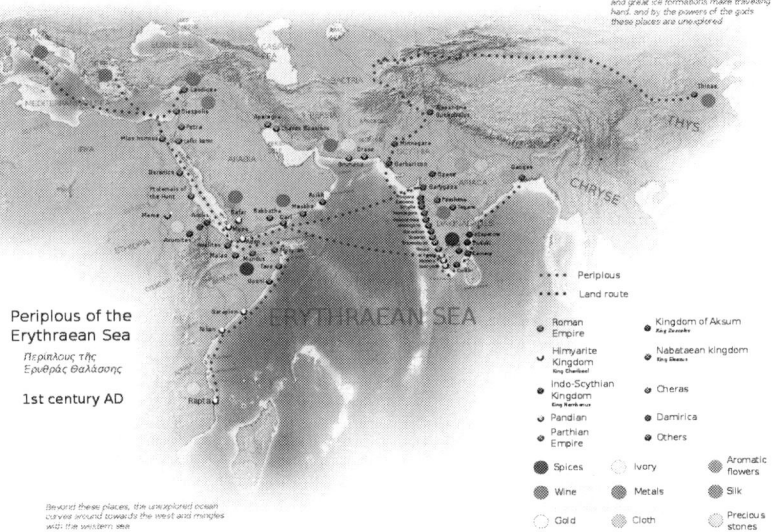

சேரனின் முசிறிப் பட்டினத்தில் இருந்து, உரோமாபுரி கொள்ளும் மிளகு, இலவங்கப் பட்டை முதலான மணக்காரம் (Spice) வணிகம் பேசும் இந்த ஆவணம், **'தமிழகம்' என்பதை Damirica/Dravida என்றே குறிக்கின்றது!** தொண்டி = Tyndis, முசிறி = Muziris, தமிழகம் = Damirica எனும் முழு ஆவணத்தை வாசியுங்கள்; இதோ!

"Then come Naura (Kannur) and Tyndis, the first markets of **Damirica** (Dravida) and then Muziris and Nelcynda, which are now of leading importance.

Tyndis is of the Kingdom of Cerobothra; It is a village in plain sight by the sea. Muziris of the same kingdom, abounds in ships sent there, with cargoes from Arabia, and by the Greeks; it is located on a river (River Periyar), distant from Tyndis by river and sea, five hundred stadia, and up the river from the shore, twenty stadia. Nelcynda is distant from Muziris by river and sea, about five hundred stadia, and is of another Kingdom, the Pandian. This place also is situated on a river, about one hundred and twenty stadia from the sea.

There is another place at the mouth of this river, the village of Bacare; to which ships drop down on the outward voyage from Nelcynda, and anchor in the roadstead, to take on their cargoes; because the river is full of shoals and the channels are not clear. The kings of both these market-towns live in the interior.

(Notes: Damirica means the country of the Tamils, that is, the Southern Dravidians as they existed in the first century, including particularly the Chera, Pandya and Chola kingdoms)"

The Periplus of the Erythraean Sea, 53-54-55 ; Translated from Greek & annotated by WILFRED H. SCHOFF, Secretary of Commercial Museum, Philadelphia. The original book is in Cornell University Library, New York.

இந்தக் கிரேக்க ஆவணத்திலிருந்தே அறியலாம், திராவிடம் = சம்ஸ்கிருதச் சொல் அல்ல! கிரேக்கம், உரோமானிய, எகிப்து நாடுகளில் கூட வழங்கிய Exonym சொல்!

- தமிழகம் = Damirica ஆவது போலவே
- தமிழம் = Dramidam/Dravidam ஆனது;

இதை உலகம் மட்டும் செய்யவில்லை; நாமும் தான் செய்தோம்; நாம் எப்படி யவனம் என்கிறோமோ, போலவே அவர்கள் திராவிட என்கிறார்கள்! தொலெமி (Ptolemy) எனும் கிரேக்க மேதை, காலம் 150CE; புவியியல் கணித அறிஞரான அவர், Dimirike என்றே தமிழகத்தைக் குறிப்பிடுகிறார், Geōgraphikḕ Hyphḗgēsis எனும் நூலில்!

அவருக்கும் முன்பே, *425* BCE-இல், Herodotus எனும் வரலாற்று ஆசிரியர், 'திராவிடம்' என்றே குறிக்கின்றார்; கீழே ஆவண

வரிகளைக் காணுங்கள்;

"Dravidians (III, 100) having a complexion closely resembling the Aethiopians, and as being situated very far from the Persians, toward the south, and never subject to Emperor Darius"

உலகம், தமிழுக்கு வழங்கிய இதே திசைச் சொல்லைச் சம்ஸ்கிருத மொழியிலும், 'பயன்படுத்திக்' கொண்டார்கள். அவ்வளவே! சொல்லப் போனால், இந்த உலகச் சொல்லை வைத்து நம்மை 'இழிவு' செய்தும் உள்ளார்கள், தென்மொழியான தமிழை/திராவிடத்தை ☹ காண்க, மஹாபாரதம் - அனுசாசன பர்வம்!

மேகலா, 'திரமிடா'.. தாஸ் தா க்ஷத்ரிய ஜாதய
விருஷலத்வம் அனுபிராப்தா, பிராமணானாம் அதர்சனாத்
ந பிராமண விரோதேந, சக்யா சாஸ்தும் வசுந்தரா!

मेकला 'दरमडिाः',... तास ताः कषत्रयि जातयः
वृषलत्वम अनुप्रापृता, बराह्मणानाम अदर्शनात
न बराह्मण वरिोधेन शक्या शासतुं वसुंधरा
(Book 13, Chapter 35, Sloka 17-21)

"திரமிட (திராவிட) நாட்டு அரசர்கள், க்ஷத்ரிய அந்தஸ்து குறைந்து போய், சூத்திரர்கள் ஆகிவிட்டார்கள், பிராமணர்களைப் பகைத்துக் கொண்டதால்! உயர்ந்த அப் பிராமணர்களைப் பகைத்துக் கொண்டு, எவனாலும் நாடாள முடியாது!" - அனுசாசன பர்வம்; இதுவே நீங்கள் அறிந்திராத மஹாபாரதத்தின் இன்னொரு முகம் ☹

அறிக: திராவிடம் = சம்ஸ்கிருதச் சொல் அல்லவே அல்ல! தமிழ்த் திசைச்சொல்! கிரேக்கம், உரோமானியம், எகிப்து எனப் பல இனங்களும் தமிழைக் குறித்த சொல்.

ஆழ்வார்களில், முதல்வர் = நம்மாழ்வார்! (காலத்தால் அல்ல; கருத்தால்). 4ஆம் வருணத்தைச் சேர்ந்த சூத்திர இளைஞன்; 32 வயதிலேயே இயற்கை எய்தியவன். அவன்(ர்) எழுதிய திருவாய்மொழி = 'திராவிட' வேதம் எனும் தமிழ்க் கவிதை! திருவாய் மொழிக்கு உருகாதார், ஒருவாய் மொழிக்கும் உருகார் என்ற சிறப்பு.

அத் தமிழ்த் திருவாய்மொழியை (5th-7th CE), கோயில்களில் பரப்பவேண்டி, நாதமுனிகள்/இராமானுசர் (10th-12th CE) போன்றவர்கள் ஓர் 'உபாயம்' செய்தனர்; அன்று (இன்றும் தான்) ஆலயங்களில் சம்ஸ்கிருத மொழிக்கு மட்டுமே ஏற்றம் என்பதால், அதை 'நைச்சியமாக'த் தளர்த்த வேண்டி, நம்மாழ்வார் கவிதையின் மேல், Sanskrit போர்வை போர்த்துவது போல் போர்த்தி, மந்திரம் போலவே மெட்டமைத்து தமிழை ஒலிக்கச் செய்தனர்; அதில் ஓரளவு வெற்றியும் பெற்றனர்!

அது, தமிழ்மொழி சற்றே கருவறைக்குள் நுழைந்த காலம்! 'தமிழ் வேதம்' எனச் சொல்லி, 'திராவிட வேதம்' என்ற பெயர் சூட்டப் பட்டது நம்மாழ்வார் தமிழுக்கு!

சர்வ அர்த்ததம்; ஸ்ரீ சடகோப (நம்மாழ்வார்) வாங்மயம்,
சகஸ்ர சாகோ உபநிஷத் சம ஆகமம்,
நமாம்யஹம்; திராவிட வேத சாகரம்!

மகாபாரதம், 'திராவிடம்' என்ற சொல்லுக்குச் செய்த இழிவை, பின்னாளில் இராமானுசர் போன்றோர் துடைத்தார்கள். அதே சம்ஸ்கிருத மொழியில், "ஹே, திராவிட வேதமே, உன்னை வணங்குகின்றேன்" என்று சுலோகம் எழுதப்பட்டது.

நம்மாழ்வார் தெலுங்கிலா எழுதினார்? ☺ அல்ல! 'திராவிட' வேதம் என்பது தமிழையே குறிக்க வந்த சொல்! பின்பு தான், திராவிட மொழிக் குடும்பமான தெலுங்கு, கன்னடம், மலையாளம், துளு, கொடவா.. அனைத்துக்கும் ஆகி வந்தது!

'திராவிடம்' என்ற திசைச்சொல், சம்ஸ்கிருதம் மட்டுமே அல்லாமல்.. பிற வட இந்திய மொழிகளிலும், சற்றே மாறி மாறிப் பயில்கிறது. நமது இந்திய நாட்டின் தேசிய 'கீதம்', மனப்பாடமாய்த் தெரியுமா உங்களுக்கு? ☺ அதில் வரும் 'திராவிட' சொல், மூலமொழியான வங்காளத்தில் அப்படி இல்லை!

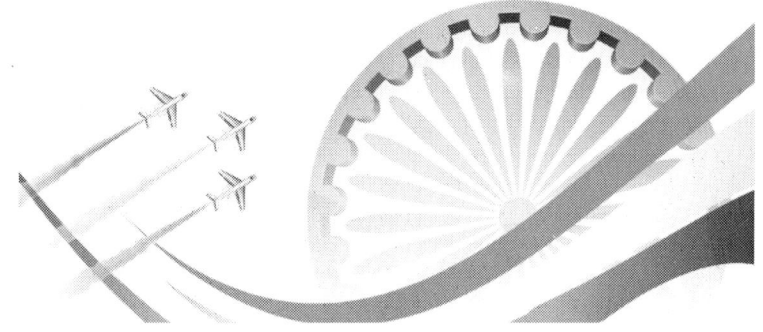

நமது நாட்டுப் பண் (தேசிய கீதம்); வங்காள மொழியில் 'திராபிர' என்றே குறிப்பு!

Jono gono mono odhi nayoko joyo he, Bharato bhagyo bidhata!

Punjab Sindhu Gujarat Maratha, Drābiṛa Utkolo Banga!

மூலமொழி வங்காளத்தில் சற்றே மாறினாலும், நாம் இன்று திராவிட (Dravida) உத்கல பங்கா என்றே பாடுகிறோம்! இதான் திசைச் சொற்கள் பரவிடும் விதம்!

'தமிழம்' என்ற நம்முடைய ஒரே சொல்..

- Damirica/Drabira
- Dramida/Dravida

என்று பலப்பல திசை ஒலிப்பு; ஆயினும், அவை யாவும் 'தமிழ்' குறித்த ஒலிப்பே!!

தமிழ் மொழியை மட்டுமே குறித்த 'திராவிடம்' என்ற திசைச்சொல், எப்போது/எப்படி.. தெலுங்கு, கன்னடம், மலையாளம், துளு போன்ற மற்ற மொழிகளையும் குறிக்கத் துவங்கியது? அதையும் பார்த்து விடுவோமா?

‘ஒரு திராவிட’ (தமிழ்) மொழி, ‘பல திராவிட’ மொழிகளாய் ஆன கதை:

தமிழ் என்ற பெயர் → எப்படித் திராவிடம் என்று திரிந்ததோ.. தமிழ் என்ற மொழியும் → திராவிடம் எனத் திரிந்து, பல மொழி களாகக் கிளைத்தது!

தெலுங்கு மொழி கிளைத்த போது, அதை 'ஆந்திர திராவிடம்' என்று அழைக்க ஆரம்பித்தனர் வடநூலார் (குமரில பட்டர்)! பழைய திசைச்சொல் 'திராவிடம்' (தமிழ்). அதன் மேலேயே 'ஆந்திரம்' எனும் Extra Label ஒட்டினர். ஆந்திரம் = சம்ஸ்கிருதம் + தெலுங்கு; நன்னய்யாவின் ஆந்திர மகாபாரதம் எனும் காப்பியம், இவ்வகையே!

‘தெலுகு’ என்பதே மொழிப் பெயர்! அதன் மேல் **‘ஆந்திரம்’** என்ற சொல்லை ஏற்றினர். ஆந்திரம் = ரிக் வேதம், ஐதரேய பிராமணத்தில் வரும் ஓர் இனக்குழு!

தமிழும் தெலுங்கும் இயல்பிலேயே ஒத்துச் செல்பவை. ஆனால் அத் தெலுங்கோடு, சம்ஸ்கிருதம் கலக்கக் கலக்க, அது தமிழை விட்டு விலகிச் சென்று ஆந்திரம் ஆகும்! சில சங்கத்தமிழ்ச் சொற்களை, நாமே மறந்து விட்டோம். ஆனால் தெலுங்கில் பேச்சு மொழியில் வைத்துக் காத்து வருகிறார்கள் ☺ நகுதல் (சிரித்தல்) பொருட்டு அன்று நட்டல் எனும் திருக்குறளின் நகு = நவ்வு எனும் ஆதிகாலத் தமிழை, இன்றும் பேசி வருகின்றனர் தெலுங்கு மக்கள்!

- நகுதல் (நவ்வு)
- சால (உரிச்சொல்)
- செப்பு(தல்)
- வாவி (பாவி)
- பலுக்கு(தல்)
- அவ்வா (ஔவை)
- உள்ளி (வெங்காயம்)
- வங்காய் (வழுதுணங்காய்/கத்திரிக்காய்)
- வெள்ளு (வெளியேறல்)

பல ஆதி தமிழ்ச் சொற்கள், இன்றும் தெலுங்கில் உள! பட்டியல் நீளம் ☺

இப்போது 2 தொகுதிகள் விளங்க ஆரம்பித்தன:

- தெலுங்கு அல்லாத பழைய தொகுதி = 'தமிழ்/திராவிடம்' என்றும்,
- புதிய தெலுங்கை = 'ஆந்திர திராவிடம்' என்று குறிக்கலாயினர்

தெலுங்கு, தமிழிலிருந்தே பிரிந்து சென்றது என்பதை, பல தெலுங்கு அன்பர்கள் இன்று ஒப்ப மாட்டார்கள் ☺ பேரே இல்லாத ஒரு Proto Dravidian எனும் ஆதிகுடி மொழியிலிருந்தே, தமிழும் தெலுங்கும் தனித்தனியாகக் கிளைத்தன என்பது அவர்களின் கருதுகோள்!

இருக்கட்டும்; பிற மொழிகளின் மேல் வலிந்து திணித்து.. "உன் சொல்லெல்லாம் என் சொல்லே; நீ எனக்கு அடிமை; உன் பண்பாடு நான் கொடுத்ததே!" என்றெல்லாம் தமிழ் ஒருநாளும் ஆதிக்கப் புத்தி கொண்டு இறங்காது. தன்னிடமிருந்து கிளைத்த மொழியோ/முற்றிலும் வேறு மொழியோ.. அந்த மொழியை, அதன் இனத்தை மதிக்கும், மனிதமுள்ள தமிழ்!

'மொழிபெயர் தேயம்' என்றே சங்க இலக்கியங்கள் காட்டும்; மிக அழகான காரணப் பெயர்! ஒரு மொழி, பெயரும் (நகரும்).. தேயம் (தேசம்) = மொழிபெயர் தேயம்.

ஒரு மொழி அதன் மையத்தை விட்டு விலகி, எல்லைகட்கு விரிய விரிய.. மொழியின் இலக்கணத்தோடு அன்றாடப் பயன்பாடும் விரிந்துவிடும். வாழும் சூழலுக்கேற்ப மக்கள்; அச் சூழலுக்கேற்பவே மொழி! அதுவே இயற்கை; நெகிழ்வு!

அந்த நெகிழ்வை மதிக்க வேண்டும்! அதை மதிக்காததால், சில பண்டிதாள் அன்றைய அரசர்களை அது போலவே நடத்துவித்ததால், மொழியே பிளவுபடும் அளவுக்குப் போய்விட்டது ☹ பிளந்த மொழிக்குள், சம்ஸ்கிருதம் செலுத்தப்பட்டு, பிளவு என்பதே நிலையாகிப் போனது!

சேரனின் தமிழில், ங ஞ ண ந ம ன மூக்கொலி மிகுதி! அவர்கள் வாழ்ந்த மலைச்சூழல் & மழைச்சூழல் அப்படி! அதை எள்ளுதல் அறமா? பின்னாளில், சேரர்களோ மாயோன் வழிபாட்டில் பெருக, சோழத் தமிழகமோ சைவத்தின் பிடியில் சிக்க, வேற்றுமை பேசிப்பேசிச் சேரர்களை எள்ள எள்ள, மொழிப் பிளவு! ☹

இன ஒற்றுமை & மொழி நெகிழ்வு = நம் தமிழர்கள் அனைவருக்கும் ஒரு பாடம்! வட்டார வேற்றுமைகளால், மொழி பெயரும் வட்டார வழக்கு மதிக்கப் பழகுவோம்!

வடக்குத் தமிழ் = வடுகு என்ற பெயரும், சங்கத் தமிழிலேயே காணலாம்! அருவா(ள்) நாடு (இன்றைய வடார்க்காடு) தான் வடக்கெல்லை. அதான், இன்றும் சில தெலுங்கு மக்கள், தமிழர்களை 'அரவாடு' எனும் காரணம் ☺ இகழ்ச்சி போல் தோன்றினாலும், அது இகழ்ச்சி அல்ல! நில வரலாறு!

- அருவா நாடு = அரவாடு, தெலுங்கு எல்லையில்
- கொங்கு நாடு = கொங்கா, கன்னட எல்லையில்
- பாண்டி நாடு = பாண்டி, மலையாள எல்லையில்

எல்லை-ன்னாலே, எகத்தாளம் இருக்கத் தான் செய்யும் போல? ☺ பக்கத்து வீடே = அன்பும் சண்டையும்! கூட்டுக் குடும்பம் உடைந்து, தனிக் குடித்தனம் என்றான பின், அவரவர் வாழ்வு! தமிழக உரிமை = நீரும் வளமும் விட்டுக் குடுத்துற முடியாது; போராடணும்! ஆனால் 'மொழிப்பகை' ஆக்கி, இன வேர்களையே அழிச்சிறக்கூடாது!

தெலுங்கு கிளைத்த பிறகு, கன்னடமும் கிளைத்தது!

- மனே (மனை)
- காயி (காய்)
- கேளு (கேள்)
- நீனு (நீ)
- நானு (நான்)
- மக்களு (மக்கள்)
- ஊரு (ஊர்)
- எல்லு (எல்லை)

இப்படி, பலப்பல தமிழ்ச் சொற்கள், இன்றும் கன்னடத்தில் உள!

இறுதியில்.. சேரன் தமிழும், மலையாளம் என்று கிளைத்தது; ஏற்கனவே கிளைத்த கன்னடத்தில் இருந்து, துளுவும் கிளைத்தது; தமிழ்மொழி சுருங்கிப் போனது.. இன்று நாம் காணும் தமிழக எல்லைக்குள்!

ஆனால் நிலம் அதே தானே? மொழிகள் தானே புதுசா புதுசாகக் கிளைப்பு! எனவே, தமிழுக்கு மட்டுமே வழங்கி வந்த 'திராவிட' திசைச்சொல், கிளைத்த மொழிகளுக்கும் 'திராவிட மொழிக் குடும்பம்' என வழங்கப்படலானது;

இதுவே ஒரு திராவிடம் (தமிழ்), பல திராவிடம் ஆன கதை! அறிக: தமிழுக்கு மூலம் = திராவிடம் அல்ல! திராவிடத்துக்கு மூலமே = தமிழ்!

திராவிட மொழிகளும், தமிழும் = உடல்/உயிர் போன்ற உறவு. அந்தப் பிரிந்த மொழிகளுள் மிகுதியாகக் காணப்படும் சமஸ்கிருதம்.. வெறும் மேலாடையே; தோலாடை (உடல்) அல்ல! திராவிட மொழிகளின் அடிப்படை இலக்கணம் & எண்ணுப் பெயர்களே, இதற்குச் சான்று காட்டிவிடும்!

(தொகுபடம் #7: திராவிட மொழிக் குடும்பம் - எண்ணுப் பெயர்கள்(பக்.164)

மேல் அட்டவணையில் 9ஆம் வரி பாருங்கள். 9 = தொண்டு எனும் ஆதி தமிழ் எண்! பின்பு தான் ஒன்பது ஆனது! தொண்டு (ஆதி தமிழ்), தொம்மிதி (தெலுங்கு), தொன்பது, ஒன்பது, ஒம்பத்து என்று தென்மொழிகளில், ஆதி தமிழ்ச் சாயலே கொண்டு இருக்கும்! வடக்கே செல்லச் செல்ல, குறுகு/பிராகுயி திராவிட மொழிகளில், நவம்/தசம் என்ற Sanskrit நகரலைக் காண்பீர்கள்! இந்த எண்ணுப் பெயர்கள் = தமிழ்/திராவிட அடித்தளச் சான்று!

திராவிட மொழிகள் = வெறுமனே தமிழ், தெலுங்கு, கன்னட, மலையாளம், துளு மட்டுமேயல்ல! இன்னும் பல குடிகளின் மொழிகள்.. குடகு, தோடா, குறும்பா, துருவா, செஞ்சு.. மற்றும் கொடவா, கோண்டி, கொலாமி, குறுகு, பிராகுயி மொழிகளும் உண்டு!

சிந்து சமவெளி நாகரிகம் = தமிழ் நாகரிகமே! என்ற சான்று காட்டவல்ல, அங்கு இன்றும் நிலவும் திராவிட மொழி எச்சங்களை Asko Parpola ஆய்வுகளில் வாசிக்க!

அயலகத் தமிழறிஞர், கால்டுவெல் (Robert Caldwell) ஒப்பிலக்கணம் செய்த போது, இதையே 'பயன்படுத்தி'க் கொண்டார். அவராக திராவிடம் என்பதை 'உருவாக்க'வில்லை! கிளைத்த மொழிகளின் தொகுதி = 'திராவிட மொழிகள்' என்று உலகம் வழங்கிய தமிழ்த் திசைச்சொல்லால் பரவலாக எழுதினார்.

Proto-Dravidian	Southern					South Central	Central	Northern		Indo-Aryan	
	Tamil	Kannada	Malayalam	Tulu	Kodava	Telugu	Kolami	Kurukh	Brahui	Hindi	Sanskrit
*oru	oṉṟu	ondu	onnu	onji	ond	okaṭi	okkod	oṇṭa	asiṭ	ek	éka
*iru	iraṇṭu	eraḍu	raṇḍu	raḍḍ	danḍ	renḍu	irāṭ	indiŋ	irāṭ	do	dvi
*mu	mūṉṟu	mūṟu	mūnnu	mūji	mūṉḍ	mūḍu	mūndiŋ	mūnd	musiṭ	tīn	tri
*nāl	nāṉku	nālku	nālu	nāl	nāl	nālugu	nāliŋ	nāx	čār	cār	catúr
*aym	aintu	aidu	añcu	ayN	añji	ayidu	ayd	pancē	panč	panc	páñca
*aru	āru	āṟu	āṟu	āji	ār	āṟu	ār	soyyē	šaš	che	ṣáṣ
*ēẓ	ēẓu	ēlu	ēẓu	yēl	ēl	ēḍu	ēḍ	sattē	haft	sāt	saptá
*eṇ	eṭṭu	eṇṭu	eṭṭu	enma	eṭṭ	enimidi	enumadī	aṭṭhē	hašt	āṭh	aṣṭá
*tol/*toṇ	oṉpatu	ombattu	ompatu	ormba	oiymbad	tommidi	tomdī	naimyē	nōh	nau	náva
*paHtu/*pathin	pattu	hattu	pattu	patt	patt	padi	padī	dassē	dah	das	dáśa

கால்டுவெல் கருதுகோள்களில் சிற்சில தகவற்பிழை உண்டு. ஆனால் அவரின் துணிபு, புதிய திறப்பாய் வெடித்தது, இந்திய மொழியியலுக்கு! எப்போதும் வடக்கிலிருந்தே, இந்திய-இயல் தொடங்குவது வழக்கம்! அது வரலாறோ, மதமோ, மெய்யியலோ, தத்துவமோ எதுவாயினும்; சம்ஸ்கிருதமே இந்திய அடிப்படை என்ற Assumption-லேயே அறிஞர்களும் இயங்கி விடுவதால், ஒருவித மாயப் போர்வை!

அந்த Sanskrit போர்வையை விலக்கிப் பார்த்தது = அறிஞர் கால்டுவெல் அவர்களே! அதனாலேயே, இன்று அவரைச் 'சில பண்டிதாளு'க்குப் பிடிப்பதில்லை ☺

கால்டுவெலுக்கும் முன்பே, தமிழ்க் காதலர் அறிஞர். F.W. Ellis (எல்லீசன்), 'திராவிட மொழிகள்' என்ற களத்தில் ஆய்வு தொடங்கியவரே! ஆனால் கால்டுவெல் பரவலாகச் செய்ததால், அவர் பெயரே நின்று போனது!

- எல்லீஸோ/கால்டுவெலோ, 'உருவாக்கிய' சொல் அல்ல திராவிடம்!
- ஏற்கனவே இருந்த திசைச்சொல்லைப் 'பயன்படுத்திக் கொண்ட' சொல்!

பின்னாளில் எழுந்த திராவிட இயக்கமும், இத் திசைச் சொல்லை, ஆரிய எதிர்ப்புச் சொல்லாய்ப் 'பயன்படுத்திக்' கொண்டதே தவிர, அவர்கள் உருவாக்கிய சொல் அல்ல, 'திராவிடம்! ☺ பெரியார்/ அண்ணாவுக்கும் முன்பே, அயோத்திதாச பண்டிதரால், சிறிய அளவில் முன்னெடுக்கப்பட்டதே திராவிட அரசியல் களம் (திராவிட மகாஜன சபை). 'திராவிட' சபையோடு, ஒரு பைசாத் 'தமிழன்' என்ற இதழும் நடத்தினார்; இதிலிருந்தே அறியலாம்: திராவிடம் = தமிழ்!

நாம், இங்கே.. திராவிட அரசியலுக்குள் செல்ல வேண்டாம்! ☺ 'திராவிட' என்ற சொல்மூலம் மட்டும், வரலாற்று/அறிவியல் பார்வையோடு அணுகுவோம். அரசியல் பார்வையோடு அல்ல! அவரவர்க்கு, ஆயிரம் அரசியல் பிடித்தங்கள் இருக்கலாம்; ஆனால் தமிழை = தமிழாக மட்டுமே காண்போம். தற்பிடித்த மதம் & தற்பிடித்த அரசியல் கடப்போம்!

ஸ்ரமணம் = தமிழில் 'சமணம்' ஆனதால், அது அருகனின் சமயமே அல்ல! என்பது எவ்வளவு மூடத்தனமோ.. போலவே, உலக வழக்கில் தமிழ் = 'திராவிடம்' ஆனதால், அது தமிழே அல்ல! என்பதும்!

சிந்து சமவெளி நாட்டுக்கு = இந்தியா என்ற பேரே, உலகின் சொல் தானே? இதனால், இன்று இந்தியா என்ற பேரையே ஒழித்து விடுவோம்! என்று யாரேனும் கிளம்புவார்களா? இந்தியா/Indic/Indies/Indo என்ற பெயரில் உள்ள, எத்துணை எத்துணை உலக வரலாற்று ஆவணங்கள் அழிந்து போகும்? ☹

- திராவிடம் = தமிழை, உலகம் குறித்த திசைச்சொல்!
- பின்னாளில், திராவிடம் = ஒட்டுமொத்த மொழிக் குடும்பத்துக்கும் ஆகிவந்தது!

நாம், நம் மொழியை = திராவிடம் என்று ஒருநாளும் சொல்லப் போவதில்லை! அதற்காக, உலகத்தின் திசைச் சொல்லையெல்லாம் அழித்தால், தமிழ் மொழியின் உலகத் தொன்மம் யாவும் பாழ்பட்டுப் போய்விடும் ☹ ஏற்கனவே, கீழடித் தொன்மங்களை மறைத்து.. "தமிழ் அவ்வளவு தொன்மை இல்லை; சம்ஸ்கிருதம் தமிழுக்கு அளித்த கொடை மிகப் பெரிது; சம்ஸ்கிருதம் & தமிழ் = இரண்டும் 2 கண்கள்" என்றெலாம் போலிப் பரப்புரை செய்கிறார்கள். இதில், நமக்குக் கைக்கொடுக்க வல்ல கிரேக்கம் முதலான உலகத் 'திராவிட' ஆவணங்களை இழந்துவிட்டால், சொல்லவும் வேணுமா? ☹

அரசியல் காரணங்கள் வேறு! திராவிடம் என்பதைப் பெயரில் வைத்துள்ள சில கட்சிகள் செய்யும் தவற்றால், திராவிடமே தவறு செய்ததாக ஆகிவிடாது! அதை, அதே அரசியல் கொண்டு அணுகி, குறை தீர்த்துக் கொள்ள வேண்டுமேயன்றி, எலியை விரட்ட மனையைக் கொளுத்தல் அறிவுடைமை அன்று!

"திராவிடம் = தெலுங்கு; திராவிடம் = சம்ஸ்கிருதச் சொல்" என்றெல்லாம் மொழியியலே அறியாது, சார்பு அரசியலுக்காக, தமிழின் தொன்மம் சிதைப்பது, தமிழ் எனும் பசும் பயிரின் வேரிலேயே, வெந்நீர் ஊற்றி விடும் ☹ இப்படி அறிவற்றுச் செய்யமாட்டோம் எனும் தமிழுறுதி கொள்வோம்!

- நம் மொழி = தமிழே!
- நம் நிலம் = தமிழ் நாடே!
- நம் தேசிய இனம் = தமிழ் இனமே!
- தமிழ் = Endonym/திராவிடம் = Exonym; அவ்வளவே!

தமிழோவும் தமிரிசயும் வேறு
த்ரமிளத் ரமில் எல்லாம் சாற்றின் - தமிழன்
திரிபே அவைகள்! செந்தமிழ்ச்சொல் வேர்தான்
பிரிந்ததுண்டோ இங்கவற்றில் பேசு

திரிந்தமிழ்ச் சொல்லும் தமிழ்ச்சொல்லே ஆற்றில்
பிரிந்தவாய்க்காலும் பிரிதோ?-தெரிந்த
பழத்தைப் பயம் பளம் என்பார் அவைதாம்
தழைந்த தமிழ்ச்சொற்கள் தாம்.

உரைத்த இவை கொண்டே உணர்க தமிழம்
திராவிடம்என் றேதிரிந்த தென்று! - திராவிடம்
ஆசிரியர்வாய்ப் பட்டுத் திரிந்தாலும் அந்தச்சொல்
ஆரியச்சொல் ஆமோ அறி

தென்குமரிப் பஃறுளியும் சேர்வடக்கு மாமலையும்
நன் கெல்லை கொண்ட நடுவிடத்தில்-மன்னும்
பொருள்கள் பலவாம்! பொலிந்தனவே அந்தப்
பொருள்கள் தமிழ்ப்பெயரே பூண்டு

பாவேந்தர் பாரதிதாசனின், தமிழ் = திராவிடம் கவிதையோடு நிறைவு செய்வோம்!

திராவிடம் = தமிழே! அது ஆரியச் சொல் ஆமோ? அறி!

எத் திசையும்(திசைச் சொல்லாய்) இரு! பெருமைத் தமிழ் அணங்கே,
உன் சீர் இளமைத் திறம் வியந்து, வாழ்த்துதுமே! உலகத் தமிழ் வாழ்க!!

படலக் குறுந்தொகை

1. நம் மொழி/இனத்தின் பெயர் = தமிழ்!

2. 'ழ' கரம் வாய்வரப் பெறாதலால், உலக நாடுகள்.. தமிழம் = திராவிடம் என்று விளித்தன

3. தமிழ் = Endonym; திராவிடம் = Exonym

6. Ioniam = Endoym; யவனம் = Exonym என்று நாமும் இதே போல் செய்ததே!

7. Zhongguó = Endonym; China = Exonym என்று இரண்டுமே சீனர்கள் கொள்கிறார்கள்

4. திராவிடம் = சம்ஸ்கிருதச் சொல் அன்று! சான்று: Periplus of the Erythraean Sea எனும் தொல்பழம் கிரேக்க ஆவணம்

5. திராவிடம் = தெலுங்கும் அல்ல! சான்று: நம்மாழ்வாரின் தமிழ்த் திருவாய்மொழி = திராவிட வேதம்

6. பல உலக மொழிகளில், அவற்றின் சூழலுக்கேற்ப ஒலிக்கும் தமிழ் என்ற சொல்லே, திராவிடம்! (Dravida, Damirica, Dramida, Drabira)

7. தமிழ் மொழி, அரசியல்/நிலக் காரணங்களால், பல மொழிகளாய்க் கிளைவிட்ட போது 'திராவிடம்' எனும் பழைய தமிழ்த் திசைச்சொல், அப் புது மொழிகளையும் குறிக்கத் தொடங்கியது, மொழிக் குடும்பமாய்!

8. தமிழ், தெலுங்கு, கன்னட, மலையாள, துளு, கொலாமி.. இன்ன பிற மொழிக் குடும்பத் தமிழ் வேர்களுக்கு.. எண்ணுப் பெயர்களே சான்று!

9. திராவிடம் = கால்டுவெல்லோ/அயோத்தி தாசரோ/பெரியாரோ 'உருவாக்கிய' சொல் அன்று! 'பயன்படுத்திக்' கொண்ட சொல்!

10. இன்றைய அரசியல் சூழலுக்காக, தொன்மத்தையே சிதைத்து விடாது, நம் தமிழ்மொழிக்கு உலகம் வழங்கிய திசைச் சொல்லான திராவிடம் அறிவோம்!

நூற்கருவி:

1. திரவிடத் தாய் - மொழிஞாயிறு, தேவநேயப் பாவாணர்
2. Periplus of the Erythrean Sea (Translated from Greek by Wilfred H. Schoff; Commercial Museum, Philadelphia)
3. *அயோத்திதாசப் பண்டிதர் சிந்தனைகள் - தொகுதி: அரசியல் & சமூகம்*

தொல்காப்பியத்திலேயே சாதி உண்டா?

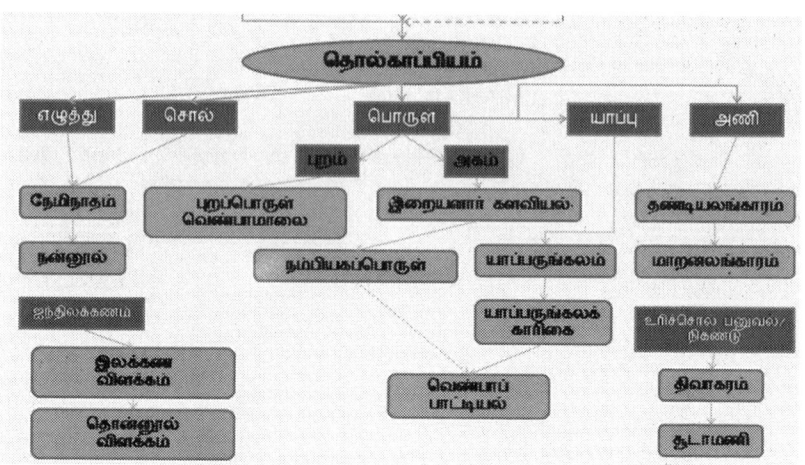

வாங்க.. சில துக்கடா கட்டுரைகளுக்குப் பின், மீண்டும் சில ஆழமான கட்டுரைகளுக்குச் செல்லுவோம். முன்பு பார்த்த தமிழ் மறைப்பு அதிகாரம் போலவே பார்ப்போம்! அஞ்சாதீங்க; பேச்சு மொழியில்தான் இருக்கும். உங்களோடு பேசும் புத்தகம் தானே இது? ☺

சாதி = ஆற்றொணாக் கொடு நோய், இந்திய/தமிழகச் சமூக வெளியில்!

- சாதியை 'ஒழிக்கவே' முடியாது; மெத்த கடினம்!
- சாதியைக் 'கரைக்கத்' தான் முடியும்.. சாதிமறுப்பு/கலப்புத் திருமணங்களால்

என்ன சாதி? என்றே தெரியாதபடி, ஒன்றுக்கொன்று கலந்து கரைந்தால் விடிவு! அதான் சாதிக் கலப்பு (வர்ண சங்கரம்) கூடவே கூடாது என்கின்றன சாத்திரங்கள்!

இந்தக் காலத்தில், சாதி = தீமை என்று பலரும் வாயால் சொல்லி விடுவார்கள்; ஆனால் மனத்தால்? ☺ எவ்வளவு தான்

படித்திருந்தாலும், தனக்குச் சாதி கடந்த மனநிலை என்று வாயால் சொல்லிக் கொண்டாலும்.. அது, அடுத்த சாதிகளை, நான் தாழ்த்த மாட்டேன் என்பதோடு தான் நிற்கிறதே தவிர, 'சுயசாதி விமர்சனம்' என்று வரும் போது, அதைப் படித்த பலராலேயே தாங்கிக் கொள்ள முடிவதில்லை ☺

சாதியைச் சொன்னால் தங்களையே சொன்னது என்று, தங்களைச் சாதியோடு பிணைத்துக் கொள்கிறார்கள். **'சாதி'** என்ற சொல், தமிழகத்தில் கூச்சச் சொல் ஆகிவிட்டதால், **'சமூகம்'** என்று மாற்றுப் பெயர் கொடுத்துக் கொள்கிறார்கள்!

உலகிலேயே எங்கும் இலாத சாதி, இங்கு மட்டும் ஏன்? மொழிகள், இனங்கள் கடந்து.. இந்தியா முழுவதும் உள்ளதே! எப்படி? ஆதி தமிழில், சாதி உண்டா? ஆதி தமிழில், மத அமைப்பு கிடையாது என்று முற் கட்டுரையில் பார்த்தது போல், சாதி அமைப்புகள் இருந்தனவா? பார்த்து விடுவோமா? வாருங்கள்!

ஜா = ஜனித்தல் (பிறத்தல்); ஜனனம் என்ற சொல்லில் வருவது ஜாதி!

- பத்ம+ஜா = பத்மத்தில் (தாமரையில்) பிறந்தவள்
- ஷைல+ஜா = சைலத்தில் (மலையில்) பிறந்தவள்
- பூர்வ+ஜா = முன்பு பிறந்தவன்/ள்
- சுப்ர+ஜா = நன்கு பிறந்தவன்/ள்

ஜாதி/जाति = சம்ஸ்கிருதச் சொல்! அச் சொல்லை, பகவத் கீதை 'அத்தியாயம்' 1:42 சுலோகத்திலேயே நாம் காணலாம்; "உத்ஸாதயந்தே ஜாதி தர்மா சாஸ்வத"

ஜா என்ற வடசொல், ஜனித்தலால் வருவதையே குறிக்கும்! தமிழில் கிரந்தம் நீக்கி எழுதுவதால், ஜா = சா ஆகி, சாதி என்று எழுதுகிறோம்.

ஆனால், நம் தமிழில் கூட ஒரு 'சாதி' உண்டு! ஆனால் அது ஜாதி அல்லாத சாதி; சாதிமல்லி, சாதிக்காய், சாதிமுத்து, சாதிப்பொன் - இவையெல்லாம் என்ன சாதி? ☺

நீர் வாழ் சாதியும் அது பெறற்கு உரிய (தொல்காப்பியம், மரபியல் 42)
கடுப்பு உடை பறவை சாதி அன்ன (பெரும்பாணாற்றுப்படை 229)

நீர் வாழும் மீன்களுக்கு ஏது சாதி? பறவைகளுக்கு ஏது சாதி? சாதி மரம் என்று தேக்கு மரத்தைச் சொல்வது ஏன்? சாதிக் காய் எனும் திப்பிலி மிளகு பெயர் ஏன்?

தமிழில், சாதி = அஃறிணைச் சிறப்பைக் குறித்து வரும் சொல்!

சாதித்தல் = சிறப்பை அடைதல் அல்லவா? போலவே, சிறப்பான காய் = சாதிக் காய்; சிறப்பான மல்லி = சாதி மல்லி; நீர் வாழ் சாதியில், சிறப்பான முத்து = சாதி முத்து! அறிக: தமிழ்ச் சாதி (அஃறிணை) வேறு; சம்ஸ்கிருத ஜாதி (உயர்திணை) வேறு! ஆனால் வடநெறி, தமிழகத்தில் ஊறிய பின், ஜாதியே = சாதி ஆகிவிட்டது.

நால் வகை சாதியும், நலம் பெற நோக்கி -
(சிலப்பதிகாரம், வேனில் காதை 41)

நாமம் சாதி.. கிரியையின் அறிவது ஆகும் -
(மணிமேகலை, சமயக் கணக்கர் 23)

தொல்காப்பிய/சங்க இலக்கியத்தில் இல்லாத 'ஜாதி', சிலம்பின் காலத்தில் வரத் துவங்கி விட்டது; சாதி என்ற பழைய அஃறிணைச் சொல், 'ஜாதி/சாதி' என்ற புதிய உயர்திணைச் சொல்லாகவும் மாறிவிட்டது. சிலம்பின் காலம் = தமிழகத்தில் வைதீக நெறி, புகத் துவங்கிவிட்ட காலம். ஆனால் ஆசீவகம், சமணம் (அருகம்) & பௌத்தம் இருந்த காலமும் கூட! பக்தி இலக்கியக் காலம் = தமிழகத்தில் வைதீக நெறி, நிறுவப்பட்டுவிட்ட காலம்; சமண பௌத்தங்கள் போயே போய்விட்ட காலம்.

இக் கட்டுரையில்..

- *ஜாதி குறித்த தீமைகளையோ*
- *அது பகவத் கீதையில் முளைத்தது எப்படி? என்றோ*
- *பின்பு ஊரெலாம் பரவியது எப்படி? என்றோ*

இதெல்லாம் பேசப் போவதில்லை; அது பற்றி அறிய, Dr.B.R.*அம்பேத்கர் அவர்களின்,* Revolution and Counter-Revolution in Ancient India *என்ற நூலையும்,* Annihilation of Caste *என்ற ஆழமான நூலையும் வாசித்து அறிந்து கொள்க!*

தமிழின் ஆதி இலக்கண-இலக்கியங்களில், குறிப்பாகத் தொல்காப்பியத்திலேயே சாதி இருந்ததாகச் செய்யப்படும் பிரச்சாரம் (பரப்புரை) பற்றி மட்டுமே, இக்கட்டுரையில், நாம் நன்கு ஆய்ந்து காணப் போகிறோம். அதற்கு முன், பின்வரும் இந்த 4 ஜாதிச் சொற்களுக்கும் உள்ள வேறுபாட்டை அறிந்து கொள்க.

- வர்ணம் = 4 பெரும் பிரிவு; பிராமண/க்ஷத்ரிய/வைஸ்ய/சூத்திர; இறைவனாலேயே, மனிதர்களுக்காகத் தோற்றுவிக்கப்பட்டது எனும் பரப்பல்; இந்த அமைப்பை மீறினால், பஞ்சமர்/அ-வர்ணத்தார் என்றும் பரப்பல்

- ஜாதி = மேற்சொன்ன நான்கு வர்ணத்துக்குள்ளேயே, அந்தந்த ஊர்/மொழிக்கேற்ப, பல அடுக்கு அமைத்துக் கொண்ட விதம்: ஐயர் (தமிழ்ச் சொல்; எல்லோருக்கும் தலைவர் என்று பொருள்), நம்பூதிரி, ஆராமுலு, ஹெப்பார், மிஷ்ரா, சதுர்வேதி.. etc.

- கோத்ரம் = ஒரே வர்ணத்துள், தத்தம் ஆண் மூதாதை ஒட்டிவரும் அமைப்பு

- குலம் = வடமொழியில்.. ரகு குலம், பாண்டவ/கௌரவ (Kuru) குலம் என்று Descendant ஒட்டியும், அசுர குலம்/தேவ குலம் என்றும் பெருத்து வருவது

இந்த நான்குள், 'குலம்' என்ற சொல் மட்டும் ஆதி தமிழிலும் உண்டு! ஆனால் அது சம்ஸ்கிருதக் குலம் அல்ல; அதற்கு

வேறு பொருள், வேறு வேர்ச்சொல். தமிழில் குலம் = சிறு/குறு அமைப்புகள்; 4 ஊர்களுக்கு ஒரே 'குல'-தெய்வம் என்பது போல், ஊர்/சடங்கு சார்ந்த சிறுகுழு.

- தமிழில் குலத்தல் = குறுகுதல்! ஊர்/குடிக்குள், குறுகிப் போன வழக்கம் = குல வழக்கம்
- சம்ஸ்கிருதத்தில் குல/कुल = பெருகுதல்! நேர் எதிர்மறையான பொருள்! ரகு குலம்; Descendant/Hereditary பிறப்பினாலோ/ தலைமுறையாகவோ தொடர்வது.

ஒன்றே போல் ஒலித்தாலும், வெவ்வேறு வேர்ச்சொல்! சான்று: அமிழ்தம் & அ-ம்ருதம் முன்பே பார்த்துள்ளோம்; .போலவே தமிழில், குலம் = குடி சார்ந்த/ஊர் அமைப்பு மட்டுமே! சம்ஸ்கிருதத்தில் கூடக் குலம் = ஜாதியாக அல்ல! Hereditary தொடர்ச்சி என்ற பொருளில் மட்டுமே! பின்பு ஜாதி ஊன்றப்பட்ட போது, குல/कुल என்ற வடசொல்லோடு குழம்பி, குலம் என்ற தமிழ்ச்சொல், திரிந்தே போய்விட்டது.

வேர்ச்சொல் வேறுபாடு அறியாது, இக்கால மேலோட்டமான சொல்லை மட்டுமே கொண்டு, அக்காலத் தமிழை அணுகினால்.. 'விபரீத' முட்டல் தான் ☺

குடிப் பிறந்து, தன்கண் பழி நாணுவானைக்
கொடுத்தும் கொளல் வேண்டும், நட்பு! - (குறள்)

இங்கு, வள்ளுவர்.. குடிப் பிறப்பு என்று சொல்வது ஜாதி அல்ல! பிறப்பொக்கும் எல்லா உயிர்க்கும் என்று சொன்னவர், உயர் ஜாதியில் பிறந்தவர்களோடு எப்பாடு பட்டேனும் நட்பு கொள்க.. என்றெல்லாம் சொல்ல மாட்டார் ☺. 'குடி' என்பதையெல்லாம், ஜாதிக் கண்ணிலேயே பார்த்தால்.. தூத்துக்குடி, குன்றக்குடி, சாலக் குடி, எட்டிக்குடி என்ற ஊரின் குடியெல்லாம், ஜாதி ஆகிவிடும் ☺

வள்ளுவர் சொல்லும் குடி = சான்றோர் குடி; குறுகிய ஊர்க் குழு! ஊரின் சான்றாண்மைக் குடியில் பிறந்துட்டோம்; நம்மைக் கேள்வி கேட்க மாட்டார்கள் என்ற பெருமையில் ஒளிந்து கொள்ளாது, தான் செய்யும் தவறுகளுக்கு வெட்கப்படும் நல்லோனின் நட்பு நல்லதே! என்பதே ஐயன் சொல்லும் குடிப்பிறப்பு!

துடியன், பாணன், பறையன், கடம்பன் என்று
இந்நான்கு அல்லது குடியும் இல்லை!
ஒளிறுஏந்து மருப்பின் களிறுஎறிந்து வீழ்ந்தெனக்
கல்லே பரவின் அல்லது
நெல் உகுத்துப் பரவும் கடவுளும் இலவே
(புறநானூறு 335, மாங்குடிக்கிழார்)

புற400 'பறையன்' என்ற சொல், ஜாதி அல்ல! அது குடிகாத்து உயிர் விட்ட மறம்! அப் பறையோரின் நடுகல்லே எங்கட்குக் கடவுள்; நைவேத்தியம் செய்யும் புதுக் கடவுள்கள் எங்களுக்கு இல்லை! என்கிற தமிழினப் புரட்சிப் பாடல் இது!

கருவி ஒலித்துப் போர் செய்யும் 4 குடிகள் = துடியன், பாணன், பறையன், கடம்பன்.

- மலையாளத்தில், இன்றுமுள்ள சொல் = பறைதல்
- பறைதல் = அழுத்தமாய்ச் சொல்லுதல்

அந்நாளில், அரசின் கொள்கை/செயல்முறைகளை, மக்களிடம் சென்று அழுத்தமாய் எடுத்துச் சொல்வோர் = பறையர்கள்; அரசு அலுவலர்கள்! ஐயன் வள்ளுவன், இக்குடிப் பணியாளரே என்று சொல்வாரும் உண்டு; மக்களின் கேள்விகள்/ஐயங்களைப் போக்குபவர்களும் இவர்களே! இவர்கள் அல்லாது, ஒரு நல்ல ஊர்க் 'குடி' இல்லை எனும் சங்கப் பாடலே மேற்கண்டது.

பின்னாளில், அரசவைப் பண்டிதாள் வந்த பின், அரசன்-மக்கள் நேரடித் தகவல் தொடர்பு மறைந்துபோனது, வெறுமனே தண்டோரா போடும் பறையவர்களாக ஆகிப் போனது இப்பணி ☹ ஜாதி எனும் புதிய கயிறு, இறுக இறுக.. பறை என்ற சங்கத் தமிழின் இசைக் கருவியே, இழிவாகிப் போய்விட்டது; தோல் கருவியர், தூய்மை இலாதோர் என்றெல்லாம், ஓர் ஒப்புயர்வு மிக்க குடியே இழிக்கப்பட்டு, பறை என்ற நற்சொல்லே = இன்று வசைச்சொல் ஆகிவிட்டது, காலக் கொடுமை ☹

அறிக: குடி வேறு, ஜாதி வேறு! இன்ன குடிக்கு இன்ன பணி தான்! என்றெல்லாம் சங்கத் தமிழில் 'செய்தொழில் வேற்றுமை' கிடையாது!

- பாணன் = பாட்டுக்குப் பண் கூட்டுபவன்; போரில் முழக்கமும் செய்பவன்
- பறையன் = அரசுக் கொள்கை பறைபவன்; போரில் பறையும் ஒலிப்பவன்
- குன்றக் குறவன் = வேட்டை ஆடுபவன்; மலைக் கிழங்கும் விளைவிப்பவன்

ஒரே குடியில்.. அப்பா வேறு தொழில், மகன் வேறு தொழிலும் உண்டு.

- கணக்காயர் பணி தந்தைக்கு; மகன் நக்கீரரோ = புலவர்
- கூலவாணிகம் (தானிய வணிகம்); சீத்தலைச் சாத்தனாரோ = கவிஞரும் கூட!

சிறப்பு ஒவ்வா, செய்தொழில் வேற்றுமையான்; பிறப்பு ஒக்கும்!

தமிழில், பிறப்பு சார்ந்த தொழிலும் இல்லை; 'குணத்து'க்கேத்த வேலையும் இல்லை. யாராயினும், அவரவர் திறமையே = அவரவர் தொழில்! பல குடிகள் சேர்ந்து வாழிடமே = சேரி (சேர்+இ); ஒவ்வொரு குடிக்கும் தனித்தனி வாழிடம் அல்ல! தமிழ் நிலத்தில் 'ஜாதி' = வைதீகத்தோடு சேர்ந்தே இறக்குமதி ஆனது; அதற்கு முன்பு வெறுமனே ஊர்க் 'குடிகள்' தான். முல்லை/குறிஞ்சி/மருதம்/நெய்தல் முதலான நிலங்களில், அந்தந்த ஊர்க் குழுக்கள் = குடிகள்!

தமிழ் மறைப்பு அதிகாரம் எனும் Chapter-இல் முன்பே கண்டோம்.

- அரச ஆதரவு மிகுத்துப் போனதாலும்,
- மத/ஜோதிட மயக்கங்கள் மிகுத்துப் போனதாலும்,

ஜாதி என்ற கொடிய நோயும்.. கூடவே, தமிழகத்தைப் பீடித்துக் கொண்டது ☺ சதுர் வர்ணம் மயா சிருஷ்டம் - கடவுளே அமைத்த ஜாதிப் பிரிவுகள் இவை! என்று தானே பரப்பப்பட்டது? மதம் சார்ந்ததால், ஜாதியும் சார்ந்தாக வேண்டிய நிலை!

பகவத்கீதை #4-13 ஸ்லோகம்: **சதுர் வர்ணம் மயா சிருஷ்டம்** "பிறப்பால் அல்ல; குணத்தால்" என்று இன்று சிலர் சப்பைக்கட்டு கட்டுவார்கள் ☺ பரவாயில்லை; அவர்களுக்கு ஐயத்தின் பலனை அளிப்போம்! ஆனால்.. ஆனால்.. பிறப்பால் பேதம் அல்ல; குணத்தால் தான் எனின், ஏன் இந்த இன்னொரு ஸ்லோகம் #3-35?

ஸ்ரேயான் ஸ்வ-தர்மோ விகுண, பர தர்மாத் ஸ்வ-அனுஷ்திதா

"உனக்குத் திறமை இருப்பினும் மேல்வர்ண வேலையைச் செய்யாதே! உனக்கு விதிக்கப்பட்ட வேலை மட்டும் செய்; வேலையில் பிழை வரினும் பரவாயில்லை!"

திறமை இருப்பின், செய்யட்டுமே? உனக்குத் திறமை இருந்தாலும், நீ மேல்வர்ண வேலையைச் செய்யாதே! என்பது நியாயமா? யாரேனும் குணம் பார்ப்பவர்கள், திறமையைத் தள்ளுவார்களா? இப்போது சொல்லுங்கள்: உண்மையில், பகவத்கீதா சதுர் வர்ணம் = பிறப்பா? குணமா?

பிறப்பால் அல்ல; குணத்தால் எனின், குணங்களோ = 3 தான் (சத்வ, ராஜஸ, தாமஸ); வர்ணங்களோ = 4 (பிராமண, க்ஷத்ரிய, வைஸ்ய, சூத்திர); 3 எப்படி 4 ஆகும்? கணக்கு இடிக்குதே?

பிறப்பால் அல்ல; குணத்தால் எனின், ஏன் கலப்பு மணத்தைச் சபிக்க வேண்டும்? **வர்ண சங்கரோ நரகாயைவ; பித்ரு லுப்த பிண்டோதகம் க்ரியஹ** (1-41); போடும் பிண்டம் கூட உங்களுக்குப் போய்ச் சேராது! நரகமே! எனும் கொடிய சாபம் ஏன்?

சதுர் வர்ணம் மயா சிருஷ்டம்; 'குண-கர்ம' விபாகச (4-13)

இதில் குணம் = மக்களின் குணம் அல்ல! குண—ஜன அல்ல! குண—கர்ம = ஜாதிக்கு விதித்த வேலையின் குணம்! இன்னின்ன குணம் கொண்ட வேலைகள், இன்னின்ன ஜாதிகளுக்கு! அதை இன்று திரித்து, பிறப்பால் அல்ல என்று சிலர் மழுப்பினாலும், ஆதிசங்கரர்/ஆசார்ய புருஷர்கள், பிறப்பால் என்றே 'நேர்மையாக' உரை எழுதியுள்ளனர் ☺ இன்றைய காலத்துக்கு வெட்கப்பட்டுக் கொண்டு 'சதுர் வர்ணம்' = பிறப்பு அல்ல; குணம் என்ற மழுப்பல், ஸ்ரீ ஆசார்யாளிடம் செல்லாது!

rt Gallery

re Information:

chase the Book

The Author

Krishna

Reviews

'rabhuapada

Chapter 3: Karma-yoga

TEXT 35

sreyan sva-dharmo vigunah
para-dharmat sv-anusthitat
sva-dharme nidhanam sreyah
para-dharmo bhayavahah

SYNONYMS

sreyan—far better; *sva-dharmah*—one's prescribed duties; *vigunah*—even faulty; *para-dharmat*—from duties mentioned for others; *sv-anusthitat*—than perfectly done; *sva-dharme*—in one's prescribed duties; *nidhanam*—destruction; *sreyah*—better; *para-dharmah*—duties prescribed for others; *bhaya-avahah*—dangerous.

TRANSLATION

It is far better to discharge one's prescribed duties, even though they may be faulty, than another's duties. Destruction in the course of performing one's own duty is better than engaging in another's duties, for to follow another's path is dangerous.

PURPORT

One should therefore discharge his prescribed duties in full Krsna consciousness rather than those prescribed for others. Prescribed duties complement

||1.3.38||

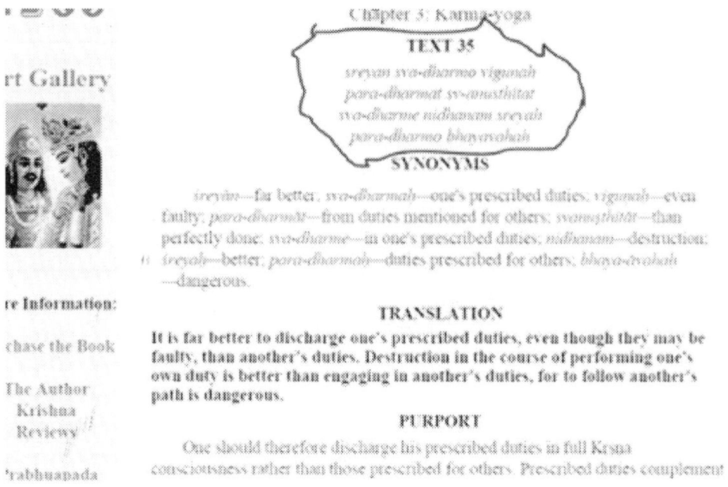

इतश्च न शूद्रस्याधिकारः यदस्य स्मृतेः श्रवणाध्ययनार्थप्रतिषेधो भवति। वेदश्रवणप्रतिषेधः वेदाध्ययनप्रतिषेधः तदर्थज्ञानानुष्ठानयोश्च प्रतिषेधः शूद्रस्य स्मर्यते। श्रवणप्रतिषेधस्तावत् अथ हास्य वेदमुपशृण्वतस्त्रपुजतुभ्यां श्रोत्रप्रतिपूरणम् इति पद्यु ह वा एतच्छ्मशानं यच्छूद्रस्तस्माच्छूद्रसमीपे नाध्येतव्यम् इति च। अत एवाध्ययनप्रतिषेधः यस्य हि समीपेऽपि नाध्येतव्यं भवति स कथमश्रुतमधीयीत। भवति च वेदोच्चारणे जिह्वाच्छेदः धारणे शरीरभेद इति। अत एव चार्थादर्थज्ञानानुष्ठानयोः प्रतिषेधो भवति न शूद्राय मतिं दद्यात् इति द्विजातीनामध्ययनमिज्या दानम् इति च। येषां पुनः पूर्वकृतसंस्कारवशाद्विदुरधर्मव्याधप्रभृतीनां ज्ञानोत्पत्तिः तेषां न शक्यते फलप्राप्तिः प्रतिषेद्धुम् ज्ञानस्यैकान्तिकफलत्वात्। श्रावयेच्चतुरोवर्णान् इति चेतिहासपुराणाधिगमे चातुर्वर्ण्यस्याधिकारस्मरणात्। वेदपूर्वकस्तु नास्त्यधिकारः शूद्राणामिति स्थितम्।।

புராணக் கதையில் வரும் சிலரைப் போலியாகச் சான்று காட்டி, மதத்தில் ஜாதி என்பதே இல்லை! என்ற இன்றைய மழுப்பல்களும் செல்லாது ☺

- வால்மீகி = வேடர் அல்லர்; அவர் இயற் பெயர் = அக்னி சர்மா; பிரசேத மகரிஷியின் புதல்வன்; பிருகு கோத்ரம்; தீய பழக்கங்களால், ஆச்சாரமான வீட்டை விலகி, வேடர் குலத்தோடு உறவாடி, பின் 'திருந்தி'யதாகக் கதை!

- வியாசர் = மீனவர் அல்லர்; பிராமணத் தந்தை மீனவத் தாயை மோகித்தாலும், உட்செலுத்தாது யோக மாயத்தால்

பிறந்த பிராமணோத்தமர்! விஷ்ணுரூபர்; தந்தை = பராசர ரிஷி

- விஸ்வாமித்திரர் = இறுதி வரை, 'பிரம்ம'ரிஷி ஆக முடியாமல், 'ராஜ'ரிஷியே

இவை யாவும் கதைகளே! இதைக் கொண்டு, மக்கள் வாழ்வியலில் ஜாதி விளைவித்த தீமைகளை எல்லாம், சமன் செய்து விட முடியாது. Theory வேறு, Practical வேறு; அதனால், "பிறப்பால் அல்ல; குணத்தால்" என்ற போலி வாதங்கள் வேண்டாம்! முன்பே சொன்னது போல், "பகவத் கீதையில் ஜாதி உள்ளடக்கம்" என்பதற்கான தரவுகளை, Dr.Ambedkar நூலில் கண்டுகொள்க! நாம் மையப்பொருளுக்கு வருவோம்!

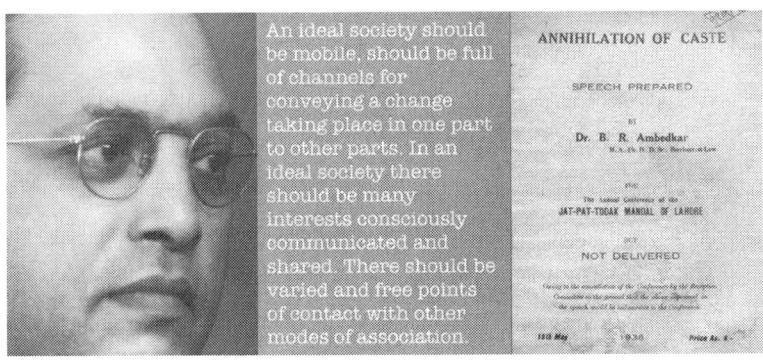

ஜாதி = ஏற்றத் தாழ்வு எனில், மக்கள், தங்களையே 'தாழ்த்திக்' கொள்ள எப்படி உடன்பட்டார்கள்? மக்கள் என்ன முட்டாள்களா?. ☺

அங்கு தான், ஜாதியின் Emotional விளையாட்டு; நான் 'தாழ்ந்தாலும்', என்னை விடத் 'தாழ்ந்தவன்' ஒருவன் உள்ளானே! எனில் நான் 'உயர்வு' தானே? எனும் மன மாயை. கடவுள்/மதத்துள் நுழைத்துச் செலுத்தப்பட்டதால், பரவல் எளிதாயிற்று!

செய்யும் தொழிலுக்கேற்ப.. ஜாதி கட்டமைக்கப்பட்டு, அத் தொழிலே = பிறப்பு அடிப்படையில் தான் என்றும் கட்டமைக்கப்பட்டதால், தொழிலின் தூய்மைச் சூழலை வைத்து, 'மேன்மை/கீழ்மை' புகுந்து விட்டது.

'மேல்/கீழ்' மனோபாவம், மதத்தை விட ஆழமாக வேர் ஊன்றி விட்டது! மதத்தில் பெருமிதம் இல்லை; ஆனால் ஜாதியில்

பெருமிதங்கள் இருக்கே! அதான் இந்தக் காலத்தில் கூட, மதம் மாறினாலும், ஜாதி விடமுடியாத அவலங்கள்!

இந்தக் காலம்தான், நமக்குத் தெரியுமே? அந்தக் காலத்துச் சாதிநிலை பற்றித் தொல்காப்பியரே சொல்லியுள்ளதாகச் சிலர் சொல்கிறார்களே? அது உண்மையா?

"தொல்காப்பியத்தில் சாதி" என்ற பேசுபொருளுக்கு வருவோம்; அத் தொல் நூலில் மிகுந்த சிக்கல் கொண்ட இயல் = மரபியலே! நூலால் அல்ல! உரைகளால்!

- அறவோர்
- ஐயர் (தலைவர்)
- உயர்ந்தோர்

தொல்காப்பியத்தின் இச் சொற்களுக்கெல்லாம், 'பிராமணர்கள்' என்றே உரையாசிரியர்கள், உரை எழுதி வைத்துள்ளார்கள்; அதனால், தொல்காப்பியத்தையே ஐயுற வேண்டிய அவல நிலை நமக்கு! ☹

- நால்வர் என்று வந்தாலே அது நால்வர்ணம் தான்
- ஐவர் என்று வந்தாலே அது பஞ்ச பாண்டவர் தான்
- வேல் என்றாலே சுப்ரமண்யன், புல்லாங்குழல் என்றாலே கிருஷ்ணன்

இப்படியெல்லாம் தட்டையான சிந்தனைகளே, தமிழுக்குள் பெருகிப் போயிற்று ☹ ஏன், ஐவர் = ஊரின் ஐம்பெருங் குழுவினைக் குறிக்கக் கூடாதா?

வேலொடு நின்றான் குறள், கொடுங்கோல் மன்னன் பற்றிப் பேசுகிறது; வேல் என்று வந்தாலே முருகனா? இக் குறள் காட்டும் கொடுங்கோல் வேலன் = முருகனா? ☺ சிந்தனையே மதஞ் சார்ந்து மாறிப் போனது, நம் பிழையே! உரைகளின் பிழையே!

பொய்யும் வழுவும் தோன்றிய பின்னர்
ஐயர் யாத்தனர் கரணம் என்ப
(தொல்காப்பியம்: கற்பியல் 143)

இதில் வரும் ஐயர் = 'தலைவர்'; ஜாதி அல்ல! ஐயா என்ற சொல்லே, தலைவா என்று தான் பொருள்; குடும்பத்தில் ஐயன்

= அப்பா; ஐயை = அம்மா; ஊருக்கு ஐயன் = குடித் தலைவன்! வள்ளுவனையே, ஐயன் என்று தான் சொல்கிறோம்!

காதலன்/காதலி, களவுச் சந்திப்பிலேயே மிகுதியான காலம் கழித்து, அதனால் பொய்யும் வழுவும் காதல் வாழ்க்கையில் தோன்றும் போது.. இனி காதல் வாழ்க்கை வேண்டாம்; மண வாழ்க்கை செய்து வைக்கிறோம் என்று ஊர்க்குடித் தலைவன், கரணம் (திருமணம்) செய்வித்து வைக்கிறான்.

இந்த எளிய தொல்காப்பியச் செய்யுளுக்கு, ஐயர் = பிராமணர் என இன்றைய பொருள் கொண்டு, அவர்கள் நடத்தி வைப்பதே சிறப்பான 'கல்யாணம்' என்று உரை எழுதி எழுதியே, பொருளே மாற்றப்பட்டு விட்டது, பாருங்கள் ☹

ஐயர் = தமிழ்ச் சொல்லே! அது, 'தலைமை'யை உணர்த்துவதால், ஒவ்வொரு மொழியிலும் சிறப்பான சொல்லெல்லாம் தங்களுக்கே ஆக்கிக் கொண்டனர், வைதீக வர்ணத்தவர். தலைமைத் தமிழ்ச் சொல்லை, தங்கள் ஜாதிக்குப் பேராய் இட்டுக் கொண்டது தமிழ்ப் பற்றா? ☺ அல்ல! அது தன்னலம்; தம் ஆதிக்க நலம்!

திருமுருகு ஆற்றுப்படையில் வள்ளி மட்டுமே! தெய்வ யானை/தேவஸேனா என்ற பேரே அதில் மருந்துக்கும் இல்லை! ஆனால் **மறுவில் கற்பின் வாணுதல் கணவன்** என்ற சங்கத் தமிழின் வரியைத் திரித்து.. 'கற்பு' என்ற சொல் தான் தேவஸேனா! என்று பொய் உரைகள் எழுதிவைப்பு ☹ ஏன் இப்படிச் செய்தார்கள்/ செய்கிறார்கள்?

தமிழர்கள் = களவு மணம் (Living Together) மட்டுமே கண்டவர்கள்; வைதீகம் வந்த பின்பு தான் கற்பு (Family Life) நெறியே தமிழர்களுக்குத் தெரிந்தது என்றெல்லாம் பொய் உரைகள்! வள்ளி = வெறும் களவு மட்டுமே! தேவஸேனா தான் = கற்பு! என்று எழுதிவைப்பு Project-கள்; போலி ஆவணம் தொகுத்துவைப்பு Project-கள்; அந்த உரைகளைத் தட்டிக் கேட்பார், அன்று எவரும் இல்லை! ஆனால் நாவலர் சோமசுந்தர பாரதியார், கடந்த(20-ம்) நூற்றாண்டில் தட்டிக் கேட்டார்; போலி உரைகளைக் கடந்து, மூலநூலை நேரடியாக வாசிக்கும் பழக்கத்தை எளியோருக்கும் ஊக்குவித்துப் பெருக்கினார். அதனால், இன்று சற்று விழிப்பு வந்துவிட்டது! வாருங்கள், தொல்காப்பியத்தில் வரும் சாதி பற்றிய பொய்யான உரைகளை, மூலநூல் கொண்டு முறியடிப்போம்!

தொல்காப்பிய உரையாசிரியர்கள் = 3 பேர்; இளம்பூரணர், பேராசிரியர், நச்சினார்க்கினியர் (காலம்: 11th to 14th CE).

அவரவர் காலத்தின் மதம்/ஜாதி நிலைக்கு ஏற்பவே உரை எழுதினர்; மூலமான பருந்தை விட, பருந்தின் நிழலே.. விதம்விதமாய் நீட்டிக் காட்டப்பட்டது ☹

பாடாண் திணை = பாடப்படும் தலைவனின் ஒழுகலாறு; பாடு + ஆண் + திணை = வினைத்தொகை புறத்துப் பிறந்த அன்மொழித்தொகை! தலைவனின் அறிவு, வெற்றி, இன்னபிற பொருளில் எழுதப்படும் கவிதை; ஆனால் தலைவனின் சிறப்பு என்பதை, (உயர் ஜாதி) தலைவனின் சிறப்பு என்று வலிந்து மாற்றி உரை அரசியல்!

மேலோர் முறைமை நால்வர்க்கும் உரித்தே (அகத்திணை இயல் 31)

இதில் வரும் 'நால்வர்' = 4 வர்ண ஜாதிகளா?

பரத்தை வாயில் நால்வர்க்கும் உரித்தே
நிலத் திரிபு அன்று, அஃது என்மனார் புலவர் (பொருளியல் 25)

இந்த நால்வர் = 4 நிலத்தவர்; முல்லை/ குறிஞ்சி/ மருதம்/ நெய்தல். மருதத் திணை என்றாலே பரத்தை அல்ல! மருதம் = 'ஊடல்' உரிப்பொருள். அந்த ஊடல் = பரத்தையாலும் வரும்; வேறு குடும்பக் காரணங்களாலும் வரும்!

"பரத்தையர்கள் ஏதோ மருத நிலத்தில் மட்டுமே இருந்தார்கள் என்று பிழையாகக் கற்பனை செய்து கொள்ளாதீர்! பரத்தையின் வாயிலுக்கு, நால்வர் = 4 நிலக்காரர்களும் செல்லக் கூடியது தான்" என்று காட்ட வருகிறார் தொல்காப்பியர்; ஆனால் அவரை மீறி, நால்வர் = 4 வருண ஜாதி என்று உரை அரசியல் ☹

தொல்காப்பிய மரபியல், ஓர் அழகான இயற்கைக் களம்!

- உலகத் தோற்றம்
- ஓரறிவு உயிர் முதல்.. ஆறறிவு மனிதன் வரை, படிமலர்ச்சி
- விலங்குகளில் கூட ஆண்-பெண்-குழந்தை உறவு எப்படி?

அவற்றை நாம் அணுகுவது எப்படி?

இஃதெலாம் காட்ட வந்த இயலில், அசிங்கமாக இடைச்செருகலாக ஜாதி நுழைப்பு ☹

உலகம் எப்படி ஆகிறது? = By both Physical & Chemical Reactions of Matter & Materials

நிலம், தீ, நீர், வளி, விசும்பொடு - ஐந்தும்
"கலந்த மயக்கம்" உலகம் ஆதலின்

என்று தொல்காப்பியம், இந்த அழகிய இயற்கையை, அறிவியலால் பேசுகிறது!

- கலந்த = Physical Property
- மயக்கம் = Chemical Property

பகவான், பாற்கடலில்.. தொப்புள் தாமரையிலிருந்து முதல் சிருஷ்டியைப் படைத்தார் என்றெல்லாம் சொல்லாமல், உலகம் = 'ஐம்பூத ஆதிப் பொருட்களால், கலந்தும்+மயங்கியும் தோன்றியது' என்று ஒரு சின்ன அறிவியல் பார்வை.

பின்பு, உயிர்களின் வகையும், ஆறே வரிகளில் பேசும் தொல்காப்பியம்!

ஒன்று அறிவு அதுவே, உற்று அறிவதுவே
இரண்டு அறிவு அதுவே, அதனோடு நாவே
மூன்று அறிவு அதுவே, அவற்றோடு மூக்கே
நான்கு அறிவு அதுவே, அவற்றோடு கண்ணே
ஐந்து அறிவு அதுவே, அவற்றோடு செவியே
ஆறு அறிவு அதுவே, அவற்றோடு மனனே!

மனிதன் எனும் ஆறு அறிவு = மனசின் ஆற்றலால் தான்! என்று, 2500+ ஆண்டுகட்கு முன்பே வகைப்படுத்திக் காட்டும் தொல்காப்பியம்!

ஒவ்வொரு படிநிலைக்கும், எவ்வாறு ஆண்-பெண் பெயர்கள்? உலக உயிர்களின் இளமைப் பெயர் என்ன? என்பதைக் காட்டும்

தொல்காப்பிய மரபியல்; குழந்தை யானைக்கு என்ன பேர் சொல்வீங்க? = யானைக் குட்டியா? யானைக் கன்றா? ☺

உயிர்	ஆண்	பெண்	இளமை
யானை	களிறு	பிடி	கன்று
மான்	கலை	பிணை	மறி
குரங்கு	கடுவன்	மந்தி	பார்ப்பு/ குட்டி
மாடு	பெற்றம்/ காளை	ஆ/ பசு	கன்று
எருமை	கண்டி	நாகு	கன்று
ஆடு	தகர்/ அப்பர்	மூடு/ கடமை	மறி/ குட்டி
பன்றி	ஒருத்தல்	பிணவல்	குருளை/ பறழ்
நண்டு	அலவன்	நள்ளி	பார்ப்பு
மயில்	போத்து	அளகு	பார்ப்பு

(தொகுபடம் #8: தொல்காப்பிய, ஆண்-பெண்-இளமைப் பெயர்கள்)

உலகம்/புல்/மரம்/இலை/காய்/பழம்.. ஓரறிவு/ஈரறிவு.. விலங்கு/மனிதன் என்று உயிர்களின் படிமலர்ச்சி (Evolution) சொல்லிக் கொண்டே வரும் தொல்காப்பியர், திடீரென்று பிராமண, சத்ரிய, வைசிய, சூத்திரன் என்று சொல்வாரா? மாட்டார்! கருத்தை அடுக்கி வரும் வரிசை முறைக்குப் பொருந்தவே பொருந்தாது!

ஆனால், தொல்காப்பிய ஆண்-பெண்-இளமை வரிசையில், ஜாதி வரிசையைச் செருகினார்கள், பிற்காலத்தில்! அப்பட்டமான இடைச்செருகல்.

யார் செய்தது? தெரியாது! உரையாசிரியர்கள், தாங்களே சில பாடல் வரிகள் எழுதி, உரையின் நடுவே சான்று காட்டுவது உண்டு; அது போலவும் இருக்கலாம். நாம், இங்கு கூர்ந்து நோக்க வேண்டியது: யார் சொருகினார்கள் என்று அல்ல! ஏன் சொருகினார்கள்? எப்படிச் சொருகினார்கள்? என்பதே!

நீர் வாழ் சாதியும் அது பெறற்கு உரிய

இந்த வரியில் வரும், சாதி = ஜாதி அல்ல! முன்னரே பார்த்தோம்!

சாதி முத்து = சிறப்பான முத்து; சாதி மல்லி = சிறப்பான மல்லி.

ஆண் மயிலுக்கு மட்டுமே 'போத்து' என்ற ஆண்பால் பெயர் அல்ல; நீர் வாழ் சாதி = நீரில் வாழும் சிறப்பான உயிர்களுக்கும், ஆண்பால் = 'போத்து' எனப்படுமே! இதான் தொல்காப்பியர் பாட வருவது; பாடுகிறார், அந்த ஆண்பால் பெயரை!

ஆனால், எவனோ ஒரு ஜாதிக் கிறுக்கப் பண்டிதன்.. இந்தச் சாதிமல்லிச் சாதியை = ஜாதி என்று பிழையா நினைச்சிக்கிட்டு, இதான் சாக்கு என்று இங்கேயே இடைச்செருகி விட்டான் ☺ என்னடா, ஆண்-பெண்-இளமை வரிசையில், திடீரென்று ஜாதியைக் கொண்டாந்து சொருகினால், Sequence இடிக்குமே என்ற Logic கூட அறியாமல் இடைச்செருகல்! எப்படிச் சொருகியிருக்கான் என்று நீங்களே பாருங்க ☺

குரங்கின் ஏற்றினைக் 'கடுவன்' என்றலும்,
இருள் நிறப் பன்றியை 'ஏனம்' என்றலும்,
எருமையுள் ஆணினைக் 'கண்டி' என்றலும்,
நூலே, கரகம், முக்கோல், மணையே,
ஆயும் காலை, அந்தணர்க்கு உரிய.
தெரிவு கொள் செங்கோல் அரசர்க்கு உரிய.
வைசிகன் பெறுமே வாணிக வாழ்க்கை

ஏதாச்சும் Sequence இருக்கா? பன்றி, எருமை, அந்தணர், அரசர்! இதான் சொருகல் ☺

தொல்காப்பிய மரபியல்; பாடல் வரிகளின் வரிசைமுறை, நீங்களே பாருங்க!

- *1-70 மூல வரிகள் = ஆண்-பெண்-இளமை, விலங்கு மரபுப் பெயர்கள்*

- *71-85 இடைச் செருகல் வரிகள் = அந்தணர்/அரசர்/வைசிகன்/வேளாளன்*

- *86-90 மூல வரிகள் = விலங்கு மரபுப் பெயர்கள், செடிகொடி மரப் பெயர்கள்*

என்ன? Sequence/சம்பந்தமே இல்லாது, இடைச்செருகல் 71-85 வரி மட்டும் பல் இளிச்சிக்கிட்டுத் தெரியுதா? ☺ ஆனால், அன்று எதிர்த்துக் கேட்பார் இல்லை! இந்த இடைச்செருகல் வரிகளுக்கும் சேர்த்தே உரை எழுதி வைத்தார்கள்; என்னடா இது, குரங்கு,

பன்றி, எருமை வரிசையில், திடீரென்று பிராமண, க்ஷத்ரிய -ன்னு அடுக்குறோமே? இடிக்குமே? என்ற Common Sense கூட இல்லாது சொருகல்! ☺

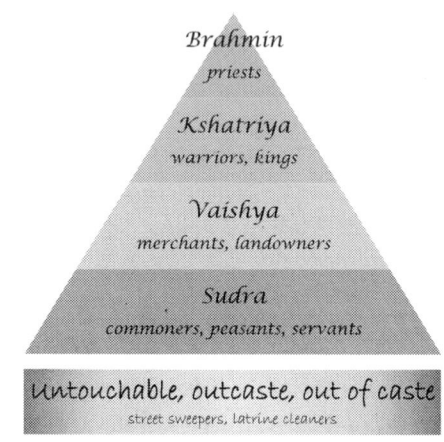

		CLASS	COLOR	वर्ण GUṆA	योग YOGA
VARṆAS: वर्ण	TWICE BORN:	Brahmins ब्राह्मण Priests and Teachers	white	sattva सत्त्व	jñanayoga ज्ञानयोग
		Kṣatriyas क्षत्रिय Warriors and Rulers	red	rajas रजस्	karmayoga कर्मयोग
		Vaiśyas वैश्य Farmers, Merchants, Artisans, etc.	brown	tamas तमस्	bhaktiyoga भक्तियोग
		Śūdras शूद्र Laborers	black	tamas तमस्	bhaktiyoga भक्तियोग
OUTCASTES: जातिभ्रष्ट		Untouchables Polluted Laborers		tamas तमस्	bhaktiyoga भक्तियोग

இன்று சிலர், "ஆஹா, ஓஹோ.. தொல்காப்பியத்திலேயே ஜாதி ஓய்! சதுர் வர்ணம் மயா சிருஷ்டம் என்ற பகவான் உத்தரவுப்படி, தொல்காப்பியர் நடந்துண்டார்" என்று இட்டுக்கட்ட முயல்கிறார்கள். ஆனால் Sequence/Logic-இல் தான் பொய்யர்கள் மிகுதியாய்க் கோட்டை விடுவது ☺

'வைசிகம்' என்ற சொல்லே, ஆதிகாலத் தமிழ் இலக்கியத்தில் கிடையாது! அப்பறம் எப்படி, வைசிகன் பெறுமே வாணிக வாழ்க்கை என்ற பிழையான வரி? அந்தணர், அரசர், வாணிகர், வேளாண் என்று ஒழுங்காவாச்சும் சொருகி இருக்கலாம்ல? பிராமண, க்ஷத்ரிய, வைசிய, சூத்திர என்று சம்ஸ்கிருதத்தில் உள்ள அதே 'வைசிக'ச் சொல்லை, இங்கும் காலமறியாது, ஆள நினைத்த பேதைமை!

மேலும், அந்தணர் என்று வந்தாலே, பிராமண என்பதும் அல்ல! தமிழ்ச் சொல் அந்தணர் = அம்+தணர்; அந்தணர் என்போர் அறவோர்; எவ்வுயிர்க்கும் செந்தண்மை பூண்டு ஒழுகலான்! ஆதி தமிழில், அந்தணர்கள் = முக்கோல் பகவர் அறச் சான்றோர்; ஐயர் = ஊர்க்குடித் தலைவர். ஆனால் பின்னாளில் அச்சொற்களைப் வைதீகம் எடுத்துக் கொண்டது! அவ்வளவே!

மேலும் 4ஆம் வருணம் = வேளாண் 'விவசாயிகள்' அல்ல! அது முதல் 3 வர்ணத்துக்கும் பணி செய்யும் எல்லாச் சூத்திரரையும் குறிக்கும்; ஆனால் இடைச்செருகலில், சூத்திர = வேளாண் என்ற மொழியாக்க Logic பிழை ☺

இப்படி Sequence/Logic-இல் மட்டுமா கோட்டை விட்டார்கள்? முன்னுக்குப் பின், முரணாகவும் சொருகல்! கீழ்க்காணும் இந்த முரண் அப்பட்டமாகத் தெரியும்!

இடையில் உள்ள 2 வர்ண ஜாதிகள் = க்ஷத்ரிய & வைசிகர் தவிர, பிற யாருக்கும் ஆயுதம் ஏந்தும் உரிமை இல்லை என்று முன் வரியில் சொல்லிவிட்டு..

இடை இரு வகையோர் அல்லது, நாடின்,
படை வகை பெறாஅர் என்மனார் புலவர்

பின்னால் வரும் வரிகளில், 4ஆம் வருண சூத்திரர் கையில் ஆயுதம் காட்டும் முரண்! வேளாண் மாந்தர்க்குப் படையும் கண்ணியும் என்ற Sequence முரண்பாடு.

வேளாண் மாந்தர்க்கு உழுதூண் அல்லது
வேந்து விடு தொழிலின் படையும் கண்ணியும்
வாய்ந்தனர்' என்ப; அவர் பெறும் பொருளே

இவ்ளோ முரண்பாடுகள் கொண்ட வரிகளை = இடைச்செருகல் என்பதா? அல்லது தொல்காப்பியரே எழுதினார் என்பதா? நீங்களே மனச்சாட்சி தொட்டுச் சொல்க!

அறிக: இலக்கணம் செறிந்த தொல்காப்பியத் தமிழ்...

- இயற்கை 'நில' வகை காட்டும்; மனித 'நிற' வகை அல்ல!
- உலக உயிர்களின் வரிசை காட்டும்; ஜாதி வரிசை அல்ல!

நண்டு முதல் மயில் வரை.. ஆண்-பெண்-மகவு வரிசையில், Logic/Sequence இல்லாமல் ஜாதி வரிசை நுழைப்பு; முன்னுக்குப் பின் முரண்பாடுகள்! ஆதி தமிழ்த் தொல்காப்பியத்திலேயே, ஜாதி இருக்காமே ஓய்? என்று பொய் கிளப்புவார்க்கு, இனி இந்தத் தமிழ்ச் சங்கை உரக்க ஊதுங்கள்! சங்கே முழங்கு!!

தமிழ் மொழியின் பெருமிதம் = தொல்காப்பியம்!

2500+ ஆண்டுகட்கு முன்பே Sound Science; ஒலிப்பு நுட்பம்! "எழுத்து-சொல்-பொருள்" என்று 3 வகையிலும் தகைசான்ற பேரிலக்கணம், அன்று தொல்காப்பியர் செய்ததோடு சரி! பின்பு எவருமே இதுவரை செய்தாரில்லை!

(தொகுபடம் #9: தொல்காப்பியம் முதல் இன்று வரை, தமிழிலக்கண நூல்கள் பக் : 189)

நன்னூல் உட்பட, பின் வந்த இலக்கணம் யாவும் செய்யாத ஒன்றை, அன்றே செய்தளித்த பெருமகன் = தொல்காப்பியன்! இளங்கோ முதல் பின் வந்த கம்பன் கூட, மீறத் துணியாத ஒரே இலக்கணம் = தொல்காப்பிய இலக்கணம்!

எப்படி, தமிழ் மொழிக்கு..

- திருக்குறள் = இலக்கியப் பெருமிதமோ,
- தொல்காப்பியம் = இலக்கணப் பெருமிதம்!

எத்தனையோ கலப்பு/சிதைப்பு/ஊடுருவல்/திணிப்பு பார்த்த மொழி = தமிழ் மொழி! அத்துணைப் புயல்கள் வீசினாலும் அடிப்படை ஆடவில்லை! இன்றுவரை நம் தமிழ்மொழி அடிப்படை காத்துக் கொடுப்பது = தொல்காப்பியமே!

ஒல்காப் புகழ், தொல்காப்பியம் வாழி!

நூல்	ஆசிரியர்	இலக்கண வகை	நூற்றாண்டு	கிட்டுதல்
தொல்காப்பியம்	தொல்காப்பியர்	எழுத்து, சொல், பொருள், (யாப்பு), (அணி)	5th BCE	
அவிநயம்	அவிநயனார்		6th CE	
சங்கயாப்பு		யாப்பு	6th CE	(கிட்டாதன)
பல்காயம்	பல்காயனார்	யாப்பு	6th CE	(கிட்டாதன)
மயேச்சுரம்	மயேச்சுரர்	யாப்பு	6th CE	(கிட்டாதன)
சிறு காக்கை பாடினியம்	சிறுகாக்கை பாடினியார்	சொல்	7th CE	(கிட்டாதன)
நற்றத்தம்	நற்றத்தனார்		7th CE	(கிட்டாதன)
இறையனார் களவியல்	இறையனார்	பொருள் (அகப்பொருள்)	8th CE	
பன்னிருபடலம்	பன்னிருவர்	பொருள் (புறப்பொருள்)	8th CE	(கிட்டாதன)
இந்திரகாளியம்	இந்திரகாளியர்		9th CE	(கிட்டாதன)
காக்கை பாடினியம்	காக்கை பாடினியார்	சொல்	9th CE	(கிட்டாதன)
புறப்பொருள் வெண்பா மாலை	ஐயனாரிதனார்	பொருள் (புறப்பொருள்)	9th CE	
அமுதசாகரம்	அமுதசாகரர்	யாப்பு	10th CE	
தமிழ்நெறி விளக்கம் -		பொருள் (அகப்பொருள்)	10th CE	
யாப்பருங்கலக் காரிகை	அமிர்தசாகரர்	யாப்பு	10th CE	
யாப்பருங்கலம்	அமிர்தசாகரர்	யாப்பு	10th CE	
தண்டியலங்காரம்	தண்டியார்	அணி	12th CE	
நம்பியகப்பொருள்	நாற்கவிராச நம்பி	பொருள் (அகப்பொருள்)	12th CE	
நேமிநாதம்	குணவீர பண்டிதர்	எழுத்து, சொல்	12th CE	
வீரசோழியம்	புத்தமித்திரனார்		12th CE	
வெண்பாப் பாட்டியல்	குணவீர பண்டிதர்	யாப்பு	12th CE	
களவியல் காரிகை -		பொருள் (அகப்பொருள்)	13th CE	
நன்னூல்	பவணந்தியார்	எழுத்து, சொல்	13th CE	
நவனீதப் பாட்டியல்	நவனீத நடனார்		14th CE	
பன்னிரு பாட்டியல்	பதினைவர்		14th CE	

படலக் குறுந்தொகை

1. ஜாதி = சம்ஸ்கிருதச் சொல்; ஜா = பிறப்பு (பத்மஜா, கிரிஜா).

2. சாதி = தமிழ்ச் சொல்; சிறப்பு அஃறிணைக் குறிப்பு; சாதி முத்து = சிறப்பான முத்து; போலவே சாதிக் காய், சாதி மல்லி.

3. வைதீக நெறி மூலமாய், ஜாதி புகுந்த போது, கிரந்தம் நீக்கி 'சாதி' என எழுத.. சாதி என்ற பழைய தமிழ்ச் சொல்லின் பொருளே மாறிவிட்டது.

4. குடிப் பிறப்பு = ஜாதி அல்ல! குறுகிய ஊர்ப் பிரிவுகளின் தொகுதி = குடி.

5. பிறப்பு ஒக்கும் எல்லா உயிர்க்கும்; சிறப்பு ஒவ்வா செய்தொழில் வேற்றுமையான் என்பதே தமிழ் நெறி; திறமை அடிப்படையில் வேலையே அன்றி, பரம்பரை வழக்கம் அல்ல!

6. ஐயர், அந்தணர் = ஆதியில், தமிழ்ச் சொற்களே; பின்னரே ஜாதி குறிக்கத் துவங்கின; ஐயன் = தலைவன்; அந்தணன் = அம்+தணன்.

7. அறவோர், மேலோர், உயர்ந்தோர், நால்வர் என வரும் இடங்களிலெல்லாம் ஜாதிப் பெயர் இட்டு எழுதியது பின்னாள் உரையாசிரியர்களே!

8. தொல்காப்பிய மரபியலில் ஜாதி வரிகள் 71-85 = இடைச்செருகலே!

9. ஆண்-பெண்-இளமைப் பெயர் வரிசையின் நடுவே, சற்றும் பொருந்தாத நால் வர்ண/ஜாதி வரிகள்.

10. வைசிகன் என்ற காலமுரண் சொல்; சூத்திரன் = வேளாளன் எனும் சம்ஸ்கிருதப் பொருளே முரண்; முன்னுக்குப் பின் முரணான 4 வர்ணத்தாரின் ஆயுத உரிமை என்று பல இடைச்செருகல் முரண்கள்.

11. தொல்காப்பியம் = தமிழ் மொழியின் அடிப்படை; அப் பெருமிதம் காப்போம்!

நூற்கருவி:

1. தொல்காப்பியப் பொருளதிகார ஆய்வு; நாவலர் சோமசுந்தர பாரதியார் நினைவுச் சொற்பொழிவு, பேரா, க. வெள்ளை வாரணர் (6/7/1987)

2. இளம்பூரணர், நச்சினார்க்கினியர் - தொல்காப்பிய உரை நூல்கள்

3. Sanskrit Grammar: The Ashtadhyayi of Panini - Source & Translation by Srisa Chandra Vasu (1897)

4. தமிழர் வரலாறு, பகுதி 2 - மொழிஞாயிறு, தேவநேயப் பாவாணர்

சிலப்பதிகார - கம்ப ராமாயணச் சண்டை!

இளங்கோவடிகள் யார்?

தொ.மு.சி. ரகுநாதன்

சண்டையா? எங்கே? எங்கே? என்று ஓடிவரும் உங்கள் வேடிக்கை பார்க்கும் ஆவலுக்கு வணக்கம் ☺ ஆனால் இது சண்டை அன்று! இலக்கிய வழக்குரை காதை!

தமிழகத்தின் இலக்கிய Super Star யார்? = கம்பனா? இளங்கோவா?

கம்பன் வீட்டுக் கட்டுத் தறியும் கவி பாடும் என்ற Punch Dialogue நீங்கள் அறிந்ததே; தறி எப்படிக் கவி பாடும்? என்று கேட்க முடியாது; உயர்வு நவிற்சி; ஆனால், **இளங்கோ வீட்டு இட்டிலி குண்டானும் இசை பாடும்** என்ற Punch Dialogue ஏன் யாருமே சொல்வதில்லை? ☺ இளங்கோவுக்கு நவிற்சி இல்லையா?

என் முனைவுத் தாளின் கரு = இளங்கோ வென்ற தமிழ்; கம்பன் கொன்ற தமிழ்!

பயந்துறாதீங்க! கம்பன் நல்லவன்; அவரு கொலையெல்லாஞ் செய்யலை; இது நம்மை நாமே கூர்ந்து கொள்ளும் விளையாட்டு! தமிழ்ச் சூழலில் எங்கு பார்த்தாலும்.. கம்பன் கழகங்கள், கம்பன் விழா, கம்பன் பட்டிமன்றங்கள் என்று கம்பனே கோலோச்சுவது ஏன்? இளங்கோ விழா என்றோ, வள்ளுவர் கழகம் என்றோ பரவல் இல்லையே? ஏன்? யோசித்துப் பார்த்துள்ளீர்களா? இத்தனைக்கும், கம்பன் காப்பியம் வழிநூலே; மூலநூல் = வால்மீகி ராமாயணம்! கம்ப ராமாயணம் என்று நாம் சொன்னாலும், தன் நூலுக்கு, கம்பன் இட்ட பெயர் = இராமாவதாரம்!

இளங்கோவின் காப்பியம் வழிநூல் அன்று! மூலநூலே அதான்! நெஞ்சை அள்ளும் சிலம்பு = கட்டுத்தறி போல் உயர்வு நவிற்சி அல்ல; உண்மை! ஆனால் Dubbing படம் பரவலானதைப் போல், Original படம் பரவல் ஆகாதது ஏன்? இரண்டு காப்பியங்களுமே = மலைகள்! வாங்க, இரு மலைகளூடே சுழித்து ஓடும் தமிழ் ஆற்றில், படகுப் பயணம் செய்வோம்.

காலம்:

இளங்கோ எனும் கவிஞனின் காலம், தமிழகத்தில் பெரும் பெரும் அரசியல் மாற்றங்கள், மத மாற்றங்கள், பண்பாடு மாற்றங்கள் நிகழத் துவங்கிய காலம்! சங்க காலம்/சங்கம் மருவிய காலம் ஒட்டி, காப்பியக் காலம் தலையெடுக்கத் துவங்கிய அற்புதக் காலம் அது! அது வரை சங்கத்தமிழில், பெரிய கதைகள் ஏதும் இல்லை; காதல் & வீரக் கவிதைகளே; அறக் கவிதைகளே!

முதன் முதல், சினிமா வந்த காலம் எப்படிச் சுவையோ, அது போல் நாடகம் விளைத்த தமிழ் = சிலம்புத் தமிழ்! சிலப்பதிகாரத்தின் ஒவ்வொரு காதையும், ஒரு நாடக மேடை Scene மாற்றமே!

16-ஆம் நூற்றாண்டு Shakespeare, தன் கவிதையினை Act 1 Scene 1 என்று காட்டியதை, இளங்கோ ~2000 ஆண்டுகட்கு முன்பே தமிழில் செய்து காட்டினார்!

- இளங்கோவின் காலம் = 170-193 CE என்றது போய், 80-75 BCE என்று சான்றுகளுடன் வரையறுப்பார் தமிழறிஞர் இராம.கி. ஐயா
- கம்பனின் காலம் = 1167-1197 CE (12-ஆம் நூற்றாண்டு) என்பார் மா. இராசமாணிக்கனார்

கம்பனுக்கு அப்படியொரு காலக் கரண்டி அமையவில்லை, தோசை திருப்பிப் போட! அவனுக்கு முன்பே ஐம்பெருங் காப்பியங்கள், ஐஞ்சிறு காப்பியங்கள் தமிழில் வந்து விட்டன; சமயம் சார்ந்த பக்தி இலக்கியமும் வந்து விட்டது. ஒரு வகையில் பக்தி Over Dose ஆன காலம்; சிற்றிலக்கியங்கள் முளைக்கத் துவங்கிய காலம். அச் சாலையில் கம்பனின் வண்டியே கடைசி வண்டி! ஆனால் அதீதப் புகழ் வண்டி!

பொருள்:

சிலப்பதிகாரத்தில் அரசர்கள் உலா வந்தாலும், அவர்கள் கதையின் தலைவர்கள் அல்லர்! இளங்கோ, எளிய பொதுமக்களைத் தலைவர் ஆக்கிக் காட்டினார்; கம்பனுக்கோ = அரசனும் அரசியுமே தலை மாந்தர்கள்; பிறர் தொண்டர்களே!

- சிலப்பதிகாரத்தில் ஒரு பரத்தையே = தலைவி ஆக முடியும்! (மாதவி)
- பரத்தையின் மகள் (Illegitimate Child) = கதாநாயகி ஆக முடியும்! (மணிமேகலை)
- கம்ப ராமாயணத்தில் முடியுமா? சீதை = கற்பு எனும் வேலிக்குள், தலைவி!

உடலும் உள்ளமும் சார்ந்ததே காதல்! காமம், இன்று Lust என்று பிழையான பொருள் கொண்டு விட்டது ☹ அல்ல!

- காமம் = விழைவு; Desire to Love

- *காதல் = விழைந்த பின் அதைக் காத்தல்;* Enduring the Love

தமிழ் வேர்ச்சொல் = ‘கா’; அதையொட்டி வருவதே, கா-மம் & கா-தல். காமம் இல்லாது காதல் இல்லை! திருக்குறள் 3-ஆம் பால் = காமத்துப் பால். அதை இன்பத்துப் பால் என்று நயம் கருதி மிகைத் திருத்தாதீர்கள். காமம் வேறு; இன்பம் வேறு. அதை ஐயன் வள்ளுவரே, கடைசிக் குறளில் சொல்லித் தான் முடிக்கிறார்.

ஊடுதல், “காமத்துக்கு இன்பம்” - அதற்கு இன்பம்
கூடி முயங்கப் பெறின்

காமத்துப் பாலை = இன்பத்துப் பால் என்று திருத்தினால், ஊடுதல் இன்பத்துக்கு இன்பம் என்று ஆகி, மேற்சொன்ன குறளே மாறி விடும்

காமம் = Cause*; இன்பம் =* Effect*; காமம் என்ற நல்ல தமிழ்ச் சொல்லை, ஒவ்வாமையாகப் பார்க்காதீர்கள்!* Lust *= இச்சை (கழிகாமம்); நற்காமம் அல்ல!*

கம்பன், அப்படித் தான் பார்த்தானோ என்னவோ.. பெண்களுக்குக் கற்பு வேலி கட்டிவிட்டான், சீதை மூலமாக ☹ சங்கத் தமிழில், காமம்/காதல் குறித்துப் பெண்களே நேரடியாகப் பேச முடியும்! கம்பன் காலத்தில்? அப்படி ஒரு பெண் பேசினால், அவள் 'ஒழுக்கம்' ஊரெல்லாம் பேச/ஏசப்படும் ☹

இயற்கையான உணர்ச்சிகள், இயற்கையோடு இயைந்த வாழ்வியல் போய்.. செயற்கையான ஒழுக்கம், நடத்தைக் கற்பிப்பு பெருகிவிட்ட கம்பனின் காலம்!

கம்பன் தலைவி = நடத்தை நாயகி; இயற்கை நாயகி அல்ல!

- *சங்கத் தமிழ்/சிலப்பதிகாரம் =* Inclusive Morals, *அணைக்கும் அறம்.*
- *கம்ப ராமாயணம் =* Exclusive Morals; *விலக்கும் அறம்.*

*அதான் பரத்தை/*Illegitimate Child *என்ற ஒவ்வாமை இல்லை, சிலம்பில்! கம்ப ராமாயணத்தில் அந்த ஒவ்வாமை உண்டு! மனிதம் இல்லை ☹ பக்தி உண்டு!*

கம்பன், வடநெறிக் காப்பியமே செய்தாலும், தமிழ்க் ‘கலாச்சாரத்துக்கு’ ஏற்ப மாற்றி மாற்றியே செய்தான்! என்று பெருமை கொப்பளிக்கச் சொல்வார்கள் பட்டிமன்றத்தில் ☺ நல்லது; ஆனால், அத் தமிழ்க் ‘கலாச்சாரம்’ (பண்பாடு) என்பது

என்ன? பெண்ணுக்கு (மட்டும்) நடத்தை விதிகள், கற்புப் போர்வை போர்த்துவதா? அப்படி இல்லையே சங்கத் தமிழில்? அப்பறம் என்ன அது தமிழ்க் 'கலாச்சாரம்'?

"அயலான் மனையில் வாழ்ந்தவளே, அவன் போட்ட சோற்றை மூக்கு பிடிக்கத் தின்னவளே; நீ இன்னுமாடி சாவலை? உன்னை மீட்க வரலை டீ! எங்கள் தசரதகுல மானம் மீட்க வந்தேன். நிலத்தில் கிடைத்தவளே; பிறப்பு அறியாதவளே" - இதெல்லாம் தான் தமிழ்க் 'கலாச்சாரமா'?

ஊண் திறம் உவந்தனை; ஒழுக்கம் பாழ்பட, மாண்டிலை?
உன்னை மீட்பான் பொருட்டு, உறுபகை கடந்திலேன்;
என்னை மீட்பான் பொருட்டு, இலங்கை எய்தினேன்!
அருந்தினையே? நறவு அமைய உண்டியே?
நன்மைசால் குலத்தினில் பிறந்திலை; நிலத்தினில் பிறந்தமை!
(யுத்த காண்டம், திருவடி தொழுத படலம் 48-55)

ஒரு பெண்ணை, பொதுவில் அத்தனை பேர் பார்க்க "சாவு டீ" என்பதா, தமிழ்க் 'கலாச்சாரம்'? அன்றே வசையில், 'ஜாதி/பிறப்பு' வருகுது பார்த்தீர்களா? ☹ "நன்மை சால் குலத்தில் பிறக்கலை! பூமியில் தோண்டக் கிடைச்சவள் தானேடீ நீ?" எனும் பிறப்பு சார்ந்த வசை! வால்மீகி தான் பெண்கொடுமையாக எழுதுகிறார்; ஆனால் கம்பன், சங்கத் தமிழ்க் 'கலாச்சார'த்துக்கு ஏற்ப அதை யெல்லாம் மாற்றி இருக்கலாமே? ஆனால் மாற்றவில்லை!

பின்பு எதைத் தான் கம்பன் மாற்றினான்?

- வால்மீகி இராமன் = கள்/புலால் உண்டான் | கம்பன், இராமன் = புலால் தவிர்த்தான் என்று 'நைசாக' மாற்றுகிறான்;
- வால்மீகி ராமாயணம் = யாகத்தில் பசுக்கள் பலி கொடுப்பு; இதர வைதீக அசிங்கச் சடங்குகள் | கம்பன் அதை 'நைசாக' மாற்றுகிறான்;
- வால்மீகி அகலிகை = தன் கணவன் அல்லன் எனத் 'தெரிந்தே' இந்திரனைக் கூடினாள் | கம்பன் 'தெரியாமல்' செய்த பிழை என ரிஷியைக் காக்க மாற்றுகிறான்;
- வால்மீகியே வாலி வதம் = 'அரசியல்' என ஒப்புக் கொண்டாலும் | கம்பன் அதை 'அறம்' என்று மாற்றுகின்றான்;

இப்படிக் கம்பன் மாற்றுவதெல்லாம், தமிழ்ப் பண்பாடு காக்க அல்ல! கடவுள் ஆக்கப்பட்டுவிட்ட புனித இராமன் மேல் அழுக்கும் அசிங்கமும் படிந்துவிடக் கூடாதே! என்பதே கம்ப 'நோக்கம்' ☺ அதில் தமிழ்நோக்கம் ஒன்றுமில்லை!

- வால்மீகி: சீதையைத் 'தொட்டுத்' தூக்கிச் சென்றான் இராவணன்
- கம்பன்: சீதையைத் 'தொடாமல்' தூக்கிச் சென்றான் இராவணன்

ஆக, கற்பு = உடம்பில்தான் இருக்கு, கம்பனுக்கு! மனசில் இல்லை! அதான் 'புனிதம்' கெட்டுடக் கூடாதே என்று விரலும் படாது நிலத்தொடு பெயர்த்தல்.

பேருந்தில், நம் வீட்டுப் பெண்களின் மேல், கூட்டத்தில் மாற்றார் விரல் பட்டுவிட்டால், கற்பு போய்விடுமா என்ன? ☺ அட! அன்றைய கால கட்டம் வேறுப்பா என்று சொல்லாதீர்கள்; அன்றைய சிலம்பு, மேகலையில் இப்படி 'அதீத புனிதங்கள்' இல்லையே? கம்பனில் மட்டும் ஏன்? பதில் சொல்லுங்கள்!

இது வலிந்து உருவாக்கப்பட்ட புனிதம்!

- ஆண்களின் இன்ப வருணனையில் இப் புனிதங்கள் வாரா; கிளுகிளு தான் ☺
- பெண்கள் என்று வரும்போது மட்டுமே, அதீத புனிதங்கள்! கம்பன் கொடை!

அறிஞர் அண்ணாவின், **கம்பரசம்** என்றொரு நூலை நீங்களே அறிந்திருப்பீர்கள்! வேண்டுமென்றே கம்பன் எழுத்தில், சில கிளுகிளு சொற்கள் தேடி, கம்பனை வம்புக்கு இழுக்கும் முயற்சி ☺ நாம் அதற்குள் இறங்க வேண்டாம்! பொதுவான இயற்கை வருணனை, தலைவன் தலைவி இன்ப உரையாடல்களில் கம்பனின் ரசம் பிழையே அல்ல; அது இலக்கியப் போக்கு! அண்ணாவோடு நான் உடன்படேன் சங்கத் தமிழிலும் இன்பப் போக்கு உண்டு! ஆனால் 'சூழல்'? சூழலறிந்து, இன்ப வருணனை அமைத்தலே அழகு!

தன் மனைவியைத் தேடிச் செல்லும் அனுமனுக்கு, அவள் அடையாளங்களாக, இராமன் கூறும் 'Body Check' = சிறிதும் பொருளற்ற பேதைமை ☹ சீதையின் வயிற்றிலே அருவி போல்

ஒழுகி, கீழ் இறங்கும் அழகிய மயிர் தான் அவள் அடையாளமாம்! சங்கத் தமிழில், தலைவன் தன் தோழனிடம் ஒருநாளும் தன் அன்புக் காதலி பற்றி இப்படி அசிங்கமாகச் சொல்லுவதில்லை! தன் மனைவியின் அடையாளமாக, ஒரு கணவன் மாற்றானிடம் எதைக் கூறலாம்? எதைக் கூறக் கூடாது? என்ற 'விவஸ்தை' (வகைதொகை) இருக்குல்ல? அதுவும் தூதன் அனுமன் ஒரு 'பிரம்மச்சாரி'; பாவம் அதையெல்லாமா அடையாளம் வச்சிக்கிட்டு ஒரு பெண்ணிடம் தேடுவான்? ☺

'மயிர் ஒழுக்கு என ஒன்று உண்டால், வல்லி சேர் வயிற்றில்; மற்று என், உயிர் ஒழுக்கு; அதற்கு வேண்டும் உவமை ஒன்று உரைக்க வேண்டின், செயிர் இல் சிற்றிடையாய் உற்ற, சிறு கொடி நுடக்கம் தீர, குயில் உறுத்து அமைய வைத்த, கொழுகொம்பு என்று உணர்ந்து கோடி. *(கிட்கிந்தா காண்டம், நாடு விட்ட படலம் 41)*

இதே அனுமனுக்கு.. ஆழ்வாரும், 'அடையாளம்' உரைக்கின்றார்; ஆனால் கம்பன் போல் அல்ல! பெண்ணியல் மாண்போடு!

"அனுமனே.. முன்பொரு நாள், சோலையில் இருந்த போது, எங்களுக்குள் ஒரு போட்டி! அதில் நான் தோற்றுப் போய் விட்டேன். தண்டனையாக அவள், என்னைப் பூமாலையால் மரத்தில் கட்டினாள். இந் நிகழ்வை அடையாளமாகச் சொல்; உன்னை நம்புவாள்" - இது ஆழ்வார் அடையாளம்!

அல்லியம்பூ மலர்க்கோதாய், அடிபணிந்தேன் விண்ணப்பம்;
சொல்லுகேன் கேட்டருள்வாய்! துணை மலர்க்கண் மடமானே!
எல்லியம் போது இனிது இருத்தல் இருந்ததோர் இடவகையில்
மல்லிகை மாமாலை கொண்டு, ஆர்த்ததும் ஓர் அடையாளம்!
(பெரி. திருமொழி 319)

இப்போ நீங்களே சொல்லுங்க! பொருள் மாண்பு = ஆழ்வாருக்கா? கம்பனுக்கா?

- "பொருளை விடுப்பா; சொல்லழகை மட்டும் பாரு" என்று சொல்லலாமா?
- "பெண் மனசை விடுப்பா; பெண் உடம்பை மட்டும் பாரு" எனல் அறமா?

எல்லாச் சொல்லும் "பொருள்" குறித்தனவே! சொல்லினும், பொருளே பெரிது!

கம்பன் மேல் மிகுந்த பாசம்/பக்தி கொண்ட தமிழ்ப் பண்டிதாள் பலர் உண்டு! அவர்கள் இதையெல்லாம் கடந்து சென்று விடுவர். ஆனால் வள்ளுவர்/இளங்கோவையும் விஞ்சி.. கம்பன் மட்டும் மிகுதியாகப் பரந்து நிற்கக் காரணம் = தமிழ் மட்டுமே அல்ல! மதமும் தான்!

- சுந்தர காண்டம் பாராயணம் செய்தால்.. கல்யாணம் நடக்கும்; குழந்தை பிறக்கும்; பல நாள் தடைப்பட்ட காரியம், ஜெயம் ஆகும் என்ற பரப்பல்.
- புகார்க் காண்டம்/மதுரைக் காண்டம்.. யாராச்சும் பாராயணம் செய்வீங்களா? மாட்டீங்க ☺ சிலப்பதிகாரம், அப்படி மத நம்பிக்கைக் கட்டமைப்பு இல்லை!

இசுலாமியத் தமிழறிஞர் சிலரும் கூட, கம்பனுக்கு மயங்குவார்கள்; கம்பனின் சொற்சிறப்பங்கள் அப்படி! ஆனால் வெறும் சொல்லாட்சி மட்டுமே காரணம் அல்ல! கம்பன் எனும் குடையின் கீழ்த் திரண்டால் தான், இலக்கிய உலகிலே ஏற்பு கிடைக்கும்! அப்படியொரு Kamba Mafia உளது ☺

சொற்சுவைக்காக மட்டுமே கம்பனிடம் மயங்குகிறோம் என்பது பொய்ம்மை; அதே சொற்சுவை, இராவண காவியத்திலும் உளதே? மயங்குவார்களா? 4-5 நூற்றாண்டுகளாய்த் தமிழில்

நெடுங்காப்பியமே இல்லாது, 20ஆம் நூற்றாண்டு நெடுங்காப்பியமாய் வந்த இராவண காவியம்! புலவர் குழந்தையின் இராவண காவியத்திலும், பொருளை விடுத்துச் சொல்லழகை மட்டும் பார்க்கலாமே? ஏன் பார்ப்பதில்லை? ☺ காரணம் = மதம் கலந்த தமிழ்!

சொல்லப் போனால், கம்பனை = வைணவர்கள் விட, சைவத் தமிழ் அறிஞர்களே அதிகம் கொண்டாடுதல்! ☺ அது ஏன் என்று யோசித்துள்ளீர்களா? இராமாயணம் = வைணவக் கதையே ஆயினும், அது இந்தியக் கண்டம் முழுதும் பரவிய/பரப்பப்பட்ட வெற்றிக் கதை! சிவ மஹா புராணம், இதர சைவக் கதைகள்.. இராமாயணம் போல் அத்துணைப் பரவல் இல்லை! அறிவு சால் வாரியார்களே எடுத்துச் சொன்னாலும் அவை பரவாது! அதனால், கிளைச் சமயமான வைணவத்தைச் சற்றே மறந்து, பெருஞ் சமயமான வைதீக நிலைப்புக்காக, இராமாயண ஏற்பு! அதனால் கம்பனும் ஏற்பு!

(கம்ப ராமாயண அரங்கேற்ற மண்டபம், திருவரங்கம்)

கம்ப ராமாயணம் = முழுக்க முழுக்க வைணவத் தத்துவங்கள் பேசாமல், ஓரளவு 'பொதுவான' போக்கிலேயே செல்கிறது; அதனால் ஏற்பு! ஆனால் இதே கம்பனின் வைணவ நெறி பற்றியோ, கம்பனின் நம்மாழ்வார் பக்தி (சடகோபர் அந்தாதி) பற்றியோ, சைவத் தமிழ்ப் பண்டிதாள் அதிகம் வாய் திறவார்! தமிழகத்தில்

Majority சைவம், Minority வைணவம்! தமிழ்ப் பண்டிதாள் உலகிலும் அப்படியே ☺ சிலர் தத்துவமாய், ஆதிசங்கர அத்வைதமும் கம்பன் மேல் ஏற்றுவார்கள்!

கம்பன் வாழ்ந்த காலத்தில் கூட, அவன் இத்துணைப் பரவல் இல்லை! பெரு மன்னர்கள் ஆதரவு இன்றி, சடையப்ப வள்ளல் ஆதரவு மட்டுமே. கம்பன், தன் காப்பிய அரங்கேற்றம் நடத்தவே, பெரும்பாடு பட்டதாய்.. தமிழ் நாவலர் சரிதையின் புனைவுக் கதைகள் உண்டு. கம்பன் மறைந்த பின்னரே, சமய வீச்சு பெருகப் பெருக, இலக்கிய உலகில் பண்டிதாளின் சுய-மதப் பற்றோடு, கம்பன் கொடியின் பட்டொளி!

இன்று, சில தமிழ்ப் பண்டிதாள்.. ஐம்பெருங் காப்பியத்துள் உள்ள வளையாபதி/குண்டலகேசியை நீக்கிவிட்டு, அவற்றுக்குப் பதிலாக, கம்ப ராமாயணமும் பெரிய புராணமும் வைக்க வேண்டும் என்று பரப்புரை செய்து வருகின்றனர், தினமணி முதலான நாளிதழ்களில்! சமண பௌத்தம் மட்டுமே இல்லாது, சைவ வைணவமும் ஐம்பெருங் காப்பியமாய் அமைய வேண்டுமாம்; அது அவர்களின் 'நியாயமான' கோரிக்கையாம். இவர்களைப் போல் மதம் பிடித்த தமிழ் வாத்திகள், சமயம் கடந்து, தமிழைத் தமிழாக அணுகும் நாள்.. எந்த நாளோ? ☹

<u>காப்பிய அமைப்பு (பா வகை):</u>

ஆயிரம் சொல்லுங்க; கம்பனை ஒன்றில் மட்டும் அடிச்சிக்கவே முடியாது! அதன் பெயர் தான் விருத்தம்! வண்டுகள், தங்கள் மலர் தாவும் இயல்பைக் கூட மறந்து, கம்பன் எனும் ஒரே மலரில், மயங்கிக் கிறங்கி உறங்கும் காரணமும் இதுவே! ☺

பா = ஆசிரியப்பா ; பாவினம் = ஆசிரிய விருத்தம்; சாதாரணமா பாடினா ஆசிரியப்பா; மடக்கி மடக்கிப் பாடினா ஆசிரிய விருத்தம்! கம்பனுக்கு, இச் சந்தக் கலை, கை வந்த கலை!

கம்பனுக்கு முன் திருமழிசை ஆழ்வாரும், கம்பனுக்குப் பின் அருணகிரிநாதரும், தமிழ்ச் சந்தவியலுக்குத் துறைமுகங்கள் என்றாலும், அவர்களைப் போல் சந்தம் மட்டுமே பெய்யாது, சந்தம்+கற்பனை, DoubleDip IceCream கொடுக்கவல்ல கில்லாடி, நம்ம கம்பன் ☺ சொற்செட்டு, மாறுபட்ட உவமைகள், தற்குறிப்பேற்ற அணி.. இன்ன பிற 'ஜிகினா' வேலைகள், சந்தத்தோடு கலந்து

தரவல்ல Master = கவிச் 'சக்கரவர்த்தி' கம்பன்! அதான் தமிழ்ப் பண்டிதாள், தங்கள் சுயமதப் பற்றோடு ஒத்துவரும் இத் தமிழ் ஜோடிப்பில் மிகு மயக்கம்!

தமிழ் இலக்கியம் துவங்கிய பாவகை = ஆசிரியப்பா தான்! காதலோ/வீரமோ.. இயற்கையாகப் பாட எளிது; சற்றே இசை கூட்டிப் பாட, தூக்கு/வண்ணம் வைத்த வஞ்சிப்பா, கலிப்பா போன்ற பாவகைப் பாடல்கள்.

- சங்க காலம் = இயற்கை நூல் (காதல் & வீரம்)
- சங்கம் மருவிய காலம் = நீதி நூல் (அறம்)

சமூகத்தில், வைதீகச் செயற்கை பெருகி.. இயற்கை வாழ்வு குறைந்து போனதால், அறமும் குறைந்து விட்டது அல்லவா? அதனால் சங்கத் தமிழுக்குப் பின், நீதி நூல் காலம் வந்தது! திருக்குறள்/நாலடியார் போல், மக்களுக்குச் 'சுருக்' என்று சொல்லி, மனத்தில் பதிக்கச் சிறுசிறு வெண்பாக்கள்.

- சங்கத் தமிழ் = பெரும்பாலும் ஆசிரியப்பா; சற்றே வஞ்சிப்பா & கலிப்பா
- நீதிநூல் தமிழ் = வெண்பா (ஈரடி & நான்கடி)

ஆனால், எப்போது கதை சொல்லும் காப்பியக் காலம் துவங்கிற்றோ, அப்போதே செய்யுள் அமைப்பும் மாறத் துவங்கி விட்டது; சிலப்பதிகாரம் = 'உரை' (வசனம்) இடையிட்ட ஆசிரியப்பாவில் எழுதும் முறை பெருகப் பெருக, அதுவே பின்னாளில் சந்த அழகும் பெற்றது, ஆசிரிய விருத்தமாய்! திருத்தக்க தேவர் துவங்கிய விருத்த முறையைக் கம்பன் நன்கு பரவல் ஆக்கினான்.

- அறுசீர்க் கழிநெடிலடி ஆசிரிய விருத்தம்
- எண்சீர்க் கழிநெடிலடி ஆசிரிய விருத்தம்
- கலி விருத்தம், கலித் துறை & கலித் தாழிசை

என்று பின்னாள் வந்த இலக்கியம் அனைத்தும், இந்த Format-க்கு மாறிக் கொண்டது!

(தொகுபடம் #10: இளங்கோ/கம்பன் காப்பிய அமைப்பியல்)

சிலப்பதிகாரம்		**கம்ப ராமாயணம்**	
காண்டம்	காதை	காண்டம்	படலம்
புகார்க் காண்டம்	10	பால காண்டம்	24
மதுரைக் காண்டம்	13	அயோத்தியா காண்டம்	14
வஞ்சிக் காண்டம்	7	ஆரண்ய காண்டம்	16
		கிட்கிந்தா காண்டம்	17
		சுந்தர காண்டம்	14
		யுத்த காண்டம்	42
மொத்த காதைகள்	30	மொத்த படலங்கள்	127
மொத்த பாடல்கள்		மொத்த பாடல்கள்	10,058
மொத்த அடிகள்	5,235	மொத்த அடிகள்	40,232

இளங்கோ/கம்பன் Format-களைப் பார்த்துவிட்டு, நாமும் முடித்துக் கொள்வோம் ☺

- சிலம்பு = காண்டம் & காதை
- கம்பன் = காண்டம் & படலம்

கம்பன் = உவமைநயம், அணிநயம், தற்குறிப்பேற்றக் கற்பனை நயம், சொற்செட்டு எல்லாமே சரி தான்! ஆனால், இவை யாவும் இளங்கோவிடமும் உள்ளனவே! ஆனால் ஏன் பரவல் ஆகவில்லை? இளங்கோவின் புதையலில் புதைந்து கிடக்கும் செல்வம் = வெறும் சொற்செல்வம் மட்டுமே அல்ல! பண்பாட்டுச் செல்வம்; தமிழ்க் கலைச் செல்வம்!

- நாட்டியம் = கம்பனில் கிடையாது; இளங்கோவில் உண்டு
- இசை/பண் = கம்பனில் கிடையாது; இளங்கோவில் உண்டு
- வரலாறு = கம்பனில் கிடையாது (கற்பனை/புராணம்); இளங்கோவில் உண்டு
- தமிழ்ச் சமூகவியல் = கம்பனில் கிடையாது; இளங்கோவில் உண்டு

(தொகுபடம் #11: இளங்கோ காட்டும் நாட்டிய வடிவம்/ கவிதை வடிவம்)

நாட்டிய வடிவம்

அல்லியம்
கொடுகொட்டி
குடைக்கூத்து
குடக்கூத்து
பாண்டரங்கம்
மல்
துடியாடல்
கடையம்
பேடு
மரக்கால்
பாவை

கவிதை வடிவம்	பெயர்	மொத்தம்
காதை		22
பாடல்	மங்கல வாழ்த்துப் பாடல்	1
மாலை	துன்ப மாலை, வஞ்சின மாலை	2
குரவை	ஆய்ச்சியர் குரவை, குன்றக் குரவை	2
வரி	கானல் வரி, வேட்டுவ வரி, ஊர்சூழ் வரி	3
உரைப் பாட்டு மடை (வசன கவிதை)		-
		30

இளங்கோவின் ஒவ்வொரு காதையும், ஒரு நாடக மேடை! Act 1 Part 1, Act 1 Part 2 என்று திரையை இறக்கியும் தூக்கியுமே, காப்பியத்தைப் படித்து விடலாம்; அவ்வளவு Visual நிறைந்த இலக்கியம் = சிலப்பதிகாரம்.

அது மட்டுமா? அந்த Visual மேடையை எப்படி அமைப்பது என்பது கூட, அந்த மேடையிலேயே வந்துவிடும்; முனைவர். ஷாஜகான் கனி அவர்களின், "**அரங்கேற்றுக் காதை ஆராய்ச்சி**" நூலைக் கட்டாயம் வாசியுங்கள்; அலண்டு போய் விடுவீர்கள்! ஒரு கணம் கம்பனையே மறந்து விடுவீர்கள் ☺

வெறுமனே கற்பனை/புராணக் கதையாக இல்லாமல், நடந்த வரலாற்றின் மேல் சற்றே நாடகச்சுவைப் புனைவு ஏற்றி, மக்களின் சமூகவியலைப் படம் பிடித்து, கவிதைக்குள் வைக்கும் இளங்கோ;

சிலம்பு = ஒரு காலக்கண்ணாடி! Time Machine! தமிழில் மொத்தம் எத்தனை வகை வகையான வேல்கள் இருக்கு என அறிவீர்களா? இதோ இளங்கோ காட்டுகிறார்.. கையால் ஏவாது, கருவியால் ஏவும் 23 வேல் பொறிகள், சேரனின் கோட்டையில்!

(தொகுபடம் #12: இளங்கோ படம்பிடிக்கும் 23 வேல்)

வேல் பொறிகள்

1. **கருவிரலூகம்**
2. **கல்லுமிழ் கவண்**
3. **தூண்டில்**
4. **தொடக்கு**
5. **சென்றெறி சிரல்**
6. **ஆண்டலையடுப்பு**
7. **கவைக்கோல்**
8. **புதை**
9. **புழை**
10. **ஐயவித் துலாம்**
11. **கைபெயரூசி**
12. **பனை**
13. **கனையம்**
14. **சதக்கினி**
15. **தள்ளி வெட்டி**
16. **களிற்றுப் பொறி**
17. **விழுங்கு பாம்பு**
18. **கழுகுப் பொறி**
19. **புலிப் பொறி**
20. **குடப் பாம்பு**
21. **சகடப் பொறி**
22. **தகர்ப் பொறி**
23. **அரிநூற் பொறி**

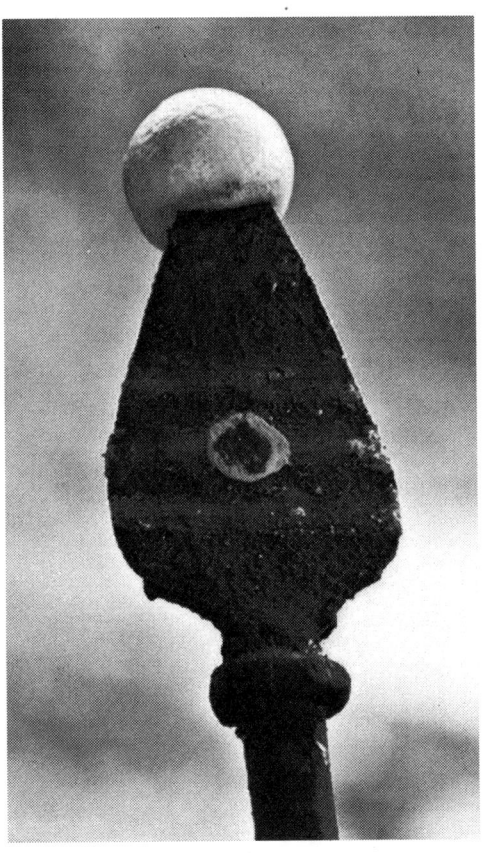

<u>கண்ணகி, மெய்யாலுமே மதுரையை எரித்தாளா?</u>

கோவலன் ஒரு கேவலன்; கண்ணகி ஒரு சோப்ளாங்கிப் பொண்ணு ☺ இப்படி நூலைப் படிக்காமலேயே பேசி விடலாம், செவிவழிக்கதை மட்டுமே கேட்டு! பிழையாகப் பரவியுள்ள கதையை மட்டுமே பேசுவோர் பலருக்கும் ஓர் அரிய வாய்ப்பு = 'சிலம்பை நேரடியாக வாசித்தல்', ராமாயணங்கள் கடந்து!

கண்ணகி, மதுரைக்குத் தீ வைத்த Sadist-ஆ? அல்ல! தன் Private இழப்புக்காக, Public Property Damage செய்தவளா? ☺ அல்ல! நூலை நேரடியாகப் படித்தால் தெரியும், அது வானத்து எரிகல் விழுந்த தீ! அதைச் சோகமான கண்ணகி மேலேற்றிவிடும் நாடக உத்தி! மற்றபடி, கற்பால் அவிங்க அவிங்க மனசு வேணும்னா எரியக் கூடும்; அத்தனாம் பெரிய ஊரெல்லாம் பத்திக்கிட்டு எரியாது.

மாலை எரி அங்கி வானவன் தான்தோன்றி
மா பத்தினி நின்னை மாணப் பிழைத்தநாள்
பாய் எரி இந்தப் பதியூட்டப் பண்டே ஓர்
ஏவல் உடையேனால் யார்பிழைப்பார் ஈங்கு என்ன
(வஞ்சின மாலை காதை, 50)

முதற்கண் மொத்த மதுரையும் எரியவில்லை; குறிப்பிட்ட மறவர் பகுதி மட்டுமே அந்த இயற்கை நிகழ்வால், வானத்து எரிகல் விழுந்து எரிந்தது! எரிகல் விழும் போது, வானத்திலேயே பெரும்பாலும் அணைந்து விடும் என்பதே அறிவியல். சில சமயமே சிறு தீ, பூமியைத் தொடும்!.

அறியப்படாத தமிழ்மொழி

அரசன், மானமிகு பாண்டியன் நெடுஞ்செழியன் மாண்ட உடனேயே, அவன் தம்பி வெற்றிவேல் செழியன், கொற்கையில் இருந்து மதுரைக்கு வந்து விட்டான்! மொத்த மதுரையும் எரிந்து போனால், அவன் எப்படி வந்து பட்டமேற்க முடியும்? ☺

ஒரு பெண்ணின் ஆற்றாமையால் ஊர் எரியாது; அது பகுத் தறிவும் அல்ல! இளங்கோவின் நாடக உத்தி, இயற்கையான எரிகல் நிகழ்வின் மீது, அறம் பிழைக்கப்பட்ட பெண்ணின் ஆற்றாமையை ஏற்றிவிடுதல்!

எரிகல் வானவனுக்கு ஓர் உருவம் கொடுத்தல்; சதுக்கப் பூதம்; ஒரு வெம்பிய பெண் தனக்குத் தானே மதுராபதி தெய்வம் என்பவளோடு பேசிக்கொளல் என்று பல நாடக உத்திகள். ஆனால் நம் மக்களுக்குத் தான் புராண நோய் பீடித்துவிட்டதே? கண்ணகி = ‘அம்பாள்’ ; நாடக உத்தி = ‘மதுரா தகனம்‘ என்று ஆக்கி விட்டார்கள்.

அறம் பிழைக்கப்பட்ட ஓர் எளிய பெண்ணின் நீத்தார் வழிபாடு மேல், ‘பகவதி புராணம்‘ ஏற்றப்பட்டு, அந்தணர்கள் அறிவுறுத்தலின் பேரில் 1000 பொற்கொல்ல ஜாதி ஆட்களை மனிதப்பலி கொடுத்து, கண்ணகி அம்பாளை ‘ஷாந்தி’ செய்தல் என்றெல்லாம் பின்னாள் கதை. கண்ணகி சேரநாடு போகும் வழியில் U-Turn போட்டுத் திருச்சிக்கு வந்தா; அவள் இளைப்பாற நின்ற மரங்களே, இந்தக் கோயில்கள் என்றெலாம் பரப்பி, இன்று கும்பாபிஷேக Ticket கூடப் போட்டாச்!

சொல்லப் போனால், இது போல் பொய்ப் புராணம் ஏற்றாத, பழங்குடிக் கண்ணகி வழிபாடு.. தமிழகத்தில் மட்டுமல்ல; ஈழத் திலும் உண்டு! பத்தினித் தெய்வம் என்ற அளவில், ஒரு நீத்தார் வழிபாடாய், சேரன் செங்குட்டுவன் எடுப்பித்த கண்ணகிக் கோட்டங்கள் பல. இலங்கை மன்னன் கயவாகு இங்கிருந்து கொண்டு சென்ற ‘பத்தினித் தேவளே’ வழிபாடு, இன்றும் Esala Perahera என்று நடக்கிறது இலங்கை நகரான கண்டியில்!

சிலம்பின் காலம் = தமிழக அரசியலின் நாற்சந்தி!

தமிழகம், வைதீகத்துக்கு மாறத் துவங்கியிருந்த காலம்; ஆனால் சமண பௌத்தங்களும் முற்றிலும் மறையாமல் இருந்த காலம்! அதனால் சமூகத்தில் அன்று நிலவிய அரசியல், மதம், மதமாற்றம், மக்களின் சிந்தனைப் போக்கு மாற்றம்.. எல்லாமே

கலந்துகலந்து வரும் சிலப்பதிகாரத்தில்! அறம் மிகு இளங்கோ, இருந்ததை இருந்தபடியே காட்டுவார்! தன் மதஞ் சார்ந்து மாற்ற மாட்டார்!

- கண்ணகி-கோவலன் காதல் திருமணம் அல்ல; பெற்றோர் சொற்படி, மாமுது பார்ப்பான் நடத்தி வைப்பான்; அரச-வணிகச் செல்வாக்கு!
- ஆனால், இன்னும் முழுசாய் மதம் மாறாத கண்ணகி.. தனிக் குடித்தனத்தில், வைதீகச் சடங்கு செய்ய மறுப்பாள் (ஸோம குண்ட பரிகாரம்)
- கண்ணகி மறைவுக்குப் பின், அவள் பெற்றோர் (மாநாய்கன்), வைதீகம் வெறுத்து, ஆசீவக சமயம் தழுவி, துறவு பூண்டு விடுவார்கள்
- மாதவியும் மணிமேகலையும், பௌத்த சமயம் தழுவி விடுவர்; கோவலனின் பெற்றோரும் (மாசாத்துவான்), பௌத்தமே மேற்கொள்வர்!
- தமிழை = தமிழாய் அணுகுவோம்; தமிழுக்குள், சிலம்புக்குள்ளே.. உங்களின் 'தற்பிடித்த மதப் பெருமை' தேட முற்படாதீர்கள்; இருக்காது ☺
- ஆய்ச்சியர் குரவையில்.. விஷ்ணு வாமன அவதார வரிகளை, பிறவா யாக்கைச் சிவன் வரிகளை மட்டும் ஊதிப் பெரிதாக்கி, நீங்கள் பொய்யாக ஜோடித்துக் காட்டினால்,
- நாடுகாண் காடுகாண் காதையில்.. அதே சிவனும் விஷ்ணுவும், சமண அருகனின் காலடியில் விழுந்து வணங்கிக் கொண்டு இருப்பார்கள் ☺ உங்கள் மதப் பெருமை மூக்குடைபட்டுப் போய்விடும் ☺

இவை யாவும் = பாத்திரப் பேச்சுகள்;
இளங்கோ அடிகளின் பேச்சு அல்ல!

அந்தந்த மக்களை, ஆங்காங்கே, அந்தந்த அரசியல்/மதம் பேசவிடும் இளங்கோ! அன்றைய நாற்சந்தி சமய அரசியல் சூழ்நிலையில், பல புதிய மதங்களும் அவற்றின் கதைகளும் மக்களிடம் பரவிக் கொண்டிருந்தபடியால், அவை யாவும் பாத்திரப் பேச்சாக எதிரொலிக்கும்.. சிலப்பதிகாரக் காதைகளில்!

மக்களின் வாழ்வியலில், சங்கத்தமிழ் மாயோன்/சேயோன்/ கொற்றவை நடுகல் எச்சங்களும் இன்னும் மிச்சம் இருக்கும்; அதன் மேலேயே புதிய புராணங்களின் கதைக் கோப்பும் தூவப்பட்டு இருக்கும்; அது தமிழகச் சமூகமாற்றத்தின் காலம்!

மேலும், கண்ணகி = பெண்ணடிமையோ / கோவலன் = ஆணாதிக்கமோ அல்ல!

அதுவும் அக் காலநிலைக் குழப்பமே, அவரவர் வாழ்நிலைகளில் எதிரொலிக்கின்றது! காதல் திருமணம் போய், பெற்றோர் பார்த்து வைக்கும் வைதீகத் திருமணங்கள் துவங்கி விட்ட காலம்; பெண்ணின் மேல் மட்டும் அதீத ஒழுக்கங்கள் கற்பிக்கத் துவங்கி விட்ட காலம். இருப்பினும் இன்னும் முழுசாக வைதீக மதத்துக்கு அனைவரும் மாறாததால்.. பரத்தைக் குடியில் பிறந்துவிட்ட நல்லாள் (மாதவி), பரத்தை மகள் (மணிமேகலை), இவர்களையெல்லாம் காப்பியத் தலைவியாக வைக்கக் கூச்சப்படாத காலம்; மக்கள் இழிவு பேசாத காலமும் கூட!

கண்ணகியின் நடத்தையிலும், இது இருதலைக் கொள்ளியாய் எதிரொலிக்கிறது! கோவலன் மேல் ஆரா அன்பால் அடக்கம் காட்டுகிறாளே தவிர, அடங்கிப்போகும் பெண் அல்ல கண்ணகி! 'ஜோசிய பரிகாரம்' மறுக்கும் துணிவுள்ள பெண்!

நாமே, துன்ப காலத்தில்.. "அட! பரிகாரம் செஞ்சித் தான் பார்ப்போமே? ஏதோ நல்லது நடந்தால் நடக்கட்டும்" என்று செஞ்சீருவோம் அல்லவா? ☺ ஆனால் கண்ணகியோ, "பிரிந்த கணவன் அன்பால் திரும்பி வந்தால் வரட்டும்; பரிகாரத்தால் ஒன்னியும் அவன் வரவேணாம்!" என்று கெத்து காட்டும் 'தில்லு' மிக்க பெண்.

இந்தக் 'கெத்து' தான், ஆள் தெரியாப் புது ஊரில், ஒரு மன்னன் அவையிலேயே நுழைந்து, **'தேரா மன்னா'** என்று ஒருமையில் பேச வைக்கிறது! இன்றைய மக்களாட்சிக் காலத்தில் கூட, சட்டப்பேரவைக்குள் நுழைந்து, ஒரு முதலமைச்சரைத் **'தேரா முதல்வா'** என்று சொல்லீற முடியாது; அடி பின்னீருவாய்ங்க ☺ ஆனால், அன்றிருந்த தமிழ் மன்னவர்களின் குடிமுறை அப்படி!

இன்னொன்றும் சிலர் கேட்பாய்ங்க; கண்ணகி ஏன் தன்னோட சிலம்பைக் கழட்டிக் கொடுக்கணும்? மனைவியிடம் காசு வாங்குவது 'வரதட்சணை' மாதிரி தானே? ☺

ஆம்! மனைவியின் பெற்றோர் காசைப் பிடுங்கினால் அது 'வரதட்சணை'க் கொடுமையே! ஆனால், கண்ணகியின் காற்சிலம்பு = மாமியார் வீட்டுச் சீர்! பலருக்கும் இது தெரியாது; **சிலம்பு கழி நோன்பு** என்றே பெயர். மணமான பின், பெற்றோர் இட்ட சிலம்பைக் கழித்து (கழற்றிவிட்டு).. கணவன் வீட்டுச் சிலம்பை, கணவனின் அம்மா, தன் மரு-மகளுக்கு (பரிசாய் வந்த மகளுக்கு) பரிசளி சடங்கு!

கோவலன் மீண்டு, கண்ணகியிடம் வருந்தி, இனி வாழ்க்கைக்குப் பொருள் தேடப் பெற்றோர்/உற்றோர் முகத்தில் விழிக்க முடியாத மானத்தில் திணறும் போது, அவன் கேட்காமலேயே தருகிறாள், **"சிலம்பு உள; கொணம்"**. தன் அம்மா வீட்டுப் பொருளைத் தராமல், மாமியார் வீட்டுப் பொருளைத் தான் தானம் தருகிறாள் கெட்டிக்காரி ☺. இன்று மட்டுமல்ல, அன்றே நம் பெண்கள் புத்திசாலிகள் போல! ☺

கோவலனே = பல பிழைகட்கும் காரணம்! கண்ணகியோ/ மாதவியோ அல்ல! மாறிவரும் அக் காலநிலை ஆண்களுக்கு அளித்த உரிமையால் பிழைகள். கலை என்ற பேரில் ஆசை உந்த, ஆண்களின் பொறுப்புத் துறப்பு! ஆனால் சிலம்பின் காலத்துக்கு முற்காலமான சங்கத் தமிழிலோ, பரத்தை போல் பரத்தனும் உண்டு! பரத்தை = பெண்; பரத்தன் = ஆண்! சிலம்பின் காலத்தில் வைதீகம் புகுந்தபோது மறைந்து போனது போலும்! கண்ணகியும், பரத்தனிடம் தொடர்பு கொண்டிருந்தால்.. அப்போது வலி தெரியும் ஆண்களுக்கு!

மாதவியும் லேசுப்பட்டவள் அல்ல; ஆணையே கலாய்த்து, எதிர் பாட்டு பாடும் துணிவுள்ள பெண்ணே ☺ கானல் வரிப் பாடல்களின் அழகே அழகு!

மாதவி = பரத்தையே ஆனாலும், இற் பரத்தை! நயப்புப் பரத்தை அல்லள். பணத்துக்காகப் பல பேருடன் கூடாது, அன்புக்காகக் கோவலனை மட்டுமே கொண்டு வாழல். ஏற்கனவே மணமானவன் என்று அறியாது விளைந்த அன்போ?

இப்படி, அக் காலநிலை மாந்தர்களையே, தன் நாயகர்களாய் வைக்கிறார் அடிகள்.

- அரசனை வைத்து, துதி பாடி, ஆதாயம் அடைதல் அல்ல!
- கடவுளை வைத்து, துதி பாடி, மோட்சம் அடைதல் அல்ல!

சிலம்பு = குடிமக்கள் காப்பியம்; சமூகவியல் காப்பியம்!

சமூகவியல் மட்டுமா? புவியியல் Geography Atlas *கூடக் காட்டுவார் இளங்கோ!*

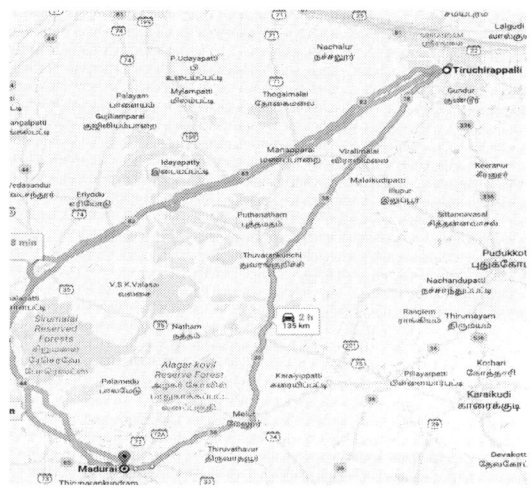

- *திருச்சியிலிருந்து மதுரைக்கு* 2 Route = *அழகர்மலை வழி & சிறுமலை வழி*
- *திருவரங்க 2 ஆறுகளும், அதன் நடுவே திருமால் பள்ளியும்*
- *திருச்சிராப்பள்ளி மலை முழுதும் கோயிலிருந்த சமணர்கள்*
- *திருச்செந்தூர் மட்டுமல்ல, திருச்செங்கோட்டிலும் முருகனே மூலவன்!*
- *திருவேங்கட மலை மேல் நிற்பது = மாயோன் எனும் ஆதிகுடித் திருமாலே!*

இப்படி, புவியியல் சார்ந்த பல சமூகச் சேதிகளை, காப்பியம் முழுதும் காட்டிப் பதிவு செய்யும் இளங்கோ; மதுரை Mega Mall *அங்காடி, பூம்புகார் துறைமுக வாணிகம், சேர வஞ்சியில் மலையூடே நகர மேலாண்மை.. இப்படிச் சிலப்பதிகாரத்தில் ஒரு சமுகத்தையே காணலாம்; வெறும் புராணமாய் அல்ல!*

எங்களுக்குச் சமூக அக்கறையெல்லாம் தேவையில்லை; சொல்லழகே தேவை என்று சொல்வீர்களானால்.. இதோ! சிலம்பின் சொற்செட்டு யாப்பிலக்கணம்.

(தொகுபடம் #13: இளங்கோ கையாளும் யாப்பு)

பா	பாவகை	மொத்தம்
ஆசிரியப்பா	நிலைமண்டில ஆசிரியப்பா	18
கலிப்பா	கலி வெண்பா	2
கலிப்பா	மயங்கிசைக் கொச்சகக் கலிப்பா	4
கலிப்பா	பஃறாழிசைக் கொச்சகக் கலிப்பா	1
கலிப்பா	மயங்கிசைக் கொச்சகக் கலிப்பா	1
கலிப்பா	பிற	4
		30

சொல்லழகும் சிலம்பில் உண்டு; தற்குறிப்பேற்ற அணிகளும் உண்டு! கம்பன் போல் இயல் மட்டுமின்றி, இயல் இசை நாடகம் - மூன்றுடைய சிலம்பு!

இத்துணைப் பேச்சும் பேசியது, கம்பனைக் குறைத்துப் பேச அல்ல! ஒன்றை மட்டுமே பேசிப்பேசி ஊறிவிடாமல், அகம் திறக்கவே! அகம் திறந்தால்.. கம்பனோடு கூடவே, சமூகவியல் சிலம்பும் ஒலிக்கும் நம் மனங்களில்!

- *கம்பன் = பெருங்கவிஞனே! கிஞ்சித்தும் ஐயம் இல்லை!*
- *புராணப் பெருங்கவிஞனோடு, சமூகப் பெருங்கவிஞனையும் நோக்குவோம்!*

கம்பன் விழா, கம்பன் கழகம், கம்பன் பட்டிமன்றம்.. நல்ல தம்பி = கும்பகருணனா? பரதனா? இலக்குவனா? என்றே காலம் கடத்தி விடாது, தமிழ் மொழிக்கு = புராணம் கடந்து, சமூகவியல் + அறிவியல் பாதை செய்குவோம்!

சிலப்பதிகாரம் = 'பொதுமக்கள் காப்பியம்'!

நெஞ்சை அள்ளும், சமூகச் சிலம்பு வாழி!

படலக் குறுந்தொகை

1. சிலப்பதிகாரம் = 1st BCE/1st CE; கம்ப ராமாயணம் = 12th CE

2. சிலம்பின் காலம் = தமிழக அரசியல்/மத வெளி மாறத் துவங்கிய காலம்

3. சிலப்பதிகாரம் = Inclusive Morals; கம்ப ராமாயணம் = Exclusive Morals

4. Moral ஒவ்வாமை இல்லாத சிலப்பதிகாரம்; பரத்தையும் = தலைவியே; Illegitimate Child எனும் பெண்ணும் தலைவியே!

5. கம்பன், வால்மீகியில் சில மாற்றங்கள் செய்தது = தமிழ்க் 'கலாச்சாரம்' காக்க அல்ல; இராமனின் மேன்மை/வைதீகம் காக்கவே

6. சூழல்பொருள் தவறிய சில வருணனைகள் இடறலே! குறிப்பாக, தூதனுக்குச் சொல்லும் சீதையின் உடல் அடையாளங்கள்

7. கம்பனின் பரவல் = செய்யுளழகால் மட்டுமல்ல; மதத்தாலும்! கம்பன் விழாக்கள் மட்டுமே அதிகம் அமையக் காரணம்.. இலக்கிய உலகில், சமயப் பிடித்தமுள்ள தமிழ்ப் பண்டிதாளின் கட்டமைப்பே!

8. கம்ப ராமாயணம் = இயல்; சிலப்பதிகாரம் = இயல் இசை நாடகம்
   கம்பன் = அரச காப்பியம்; சிலம்பு = குடிமக்கள் காப்பியம்

9. சிலம்பு = சமூகவியல்+வரலாறு சேர்த்துப் பேசும் தமிழ் நயம்
   கம்பன் = புராணக் கற்பனை பேசும் தமிழ் நயம்

10. கண்ணகி = மதுரை நகர் எரிப்பு அல்ல; நகரின் ஒரு பகுதியில், வான் எரிகல் விழுந்த இயற்கை நிகழ்வு; அதன் மேல் நாடக உத்தி

11. கம்பனில் மட்டுமே மூழ்கிவிடாது, சமயம் கடந்து, சிலம்புத் தமிழையும், மக்கள் வெளியில் இன்னும் பரவல் ஆக்குவோம்!

நூற்கருவி:

1. மா. இராசமாணிக்கனார் - சிலப்பதிகாரக் காட்சிகள்

2. பேராசிரியர். அ.ச. ஞானசம்பந்தன் - கம்பன் எடுத்த முத்துக்கள்

3. பேராசிரியர். அ.ச. ஞானசம்பந்தன் - இளங்கோ அடிகள் சமயம் எது?

4. டாக்டர். வ.சுப. மாணிக்கனார் - கம்பன்

5. ம.பொ. சிவஞானம் - சிலப்பதிகாரத் திறனாய்வு (1973)

இலக்கண அரசியல்!

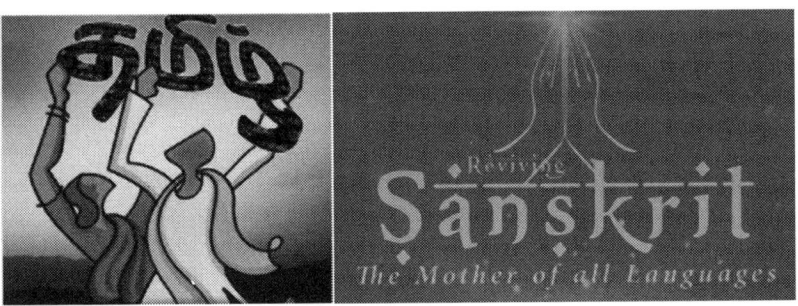

துவக்கத்திலேயே ஒன்று தெளிந்து, உள்வாங்கிக் கொள்வோம்.

- தமிழ் = எல்லா உலக மொழிகளுக்கும் 'தாய்' அல்ல!
- தமிழுக்கு, வெத்துப் பெருமையை விட, மெய்ம்மை அறிவியலே நலம்!

Sanskrit = Mother of All Languages என்ற கயமை போல், தமிழும், ஆதிக்கச் சேற்றுக்குள் சிக்கிக் கொள்ள வேண்டாம்! இதை மனத்தில் கொண்டு, இக் கட்டுரை துவங்குவோம்;

இப்போது வருவோமா இலக்கணத்துக்கு?

- வாழ்த்துக்கள்/வாழ்த்துகள் - எது சரி?
- வெய்யில்/வெயில் - எது சரி?
- கோயில்/கோவில் - எது சரி?
- ஔவை/அவ்வை - எது சரி?
- வெடிபொருள்/வெடிப்பொருள் - எது சரி?
- வெள்ளையானை/வெள்ளை யானை - எது சரி?

இணைய வெளியில், பூவா? தலையா? எது சரி? எது தப்பு? எனும் அலம்பல்கள், எல்லை மீறிப் போவதுண்டு ☺ பலரும், தொல்காப்பியமோ/தமிழ் இலக்கணமோ ஆழ்ந்து வாசியாதோர்; தேடிப்பிடித்து முதல்முறையாக வாசித்தாலும், பிழையாகப் பொருள் கொள்வோர் (அல்லது) Sanskrit-க்கு இசைந்து பொருள் கொள்வோர்; தங்களுக்கு எது சரியென்று படுகிறதோ, வாயால்

சொல்லிப் பார்த்து எது உகந்ததாய்த் தோனுதோ, அதுவே சரி என்று குழுசேர்ந்து பரப்புவார்கள் ☺

அது மட்டுமா? அறியாமல் சிறுபிழை செய்யும் எளிய அன்பர்களை, தமிழ்க் கருத்தியல் அன்பர்களை, இலக்கணம் காட்டி எள்ளி எள்ளியே, அவர்களின் மொழிக்காதலைக் கூசிப்போகச் செய்து விடுவார்கள் ☹

அட! இவ்வளவு இலக்கணம் பேசுறாங்களே.. தமிழ் மொழியும், தமிழ் இலக்கணமும் நல்லா இருக்கணும் என்பது தான் இவர்களின் 'நோக்கமா'? என்றால்... இல்லை! ஊரையே 'இலக்கணத் திருத்தம்' செய்ய முனையும் இப் பண்டிதாள், இறுதியில் 'இலக்கணம்' என்ற தமிழ்ச் சொல்லே = சம்ஸ்கிருத 'லக்ஷணம்' தான்! உங்கள் தொல்மொழியின் இலக்கணமே, சம்ஸ்கிருதம் தந்த பிச்சை! என்று ஒரே சொருகாய், நம் மீது கத்தியைச் சொருகியும் விடுவார்கள் ☹

இலக்கணம் = லக்ஷணம் அல்ல!

சம்ஸ்கிருத மொழியிலேயே.. அது வியாகரணம்/व्याकरण தான்; யாரும் சம்ஸ்கிருத லக்ஷணம்' என்று சொல்லுவதில்லை! பாணினி 'வியாகரணம்'! ஆனால் பாணினி வியாகரணத்துக்குள், 'லக்ஷணம்' என்றொரு வரியும் வரும். அதைத் திரித்து, வெறும் சொல்லைக் காட்டி, பொருள் மறைப்பார்கள்! ஆனால் இக்காலத்தில், இவர்களை விட, நாம் சம்ஸ்கிருதம் அறிந்து வைத்துள்ளோமே? என்ன செய்ய? ☺

பிரத்யய லோபே, பிரத்யய லக்ஷணம் | प्रत्यय लोपे प्रत्यय लक्षणम् |

- பிரத்யயம் = முன்னொட்டு/பின்னொட்டு
- பிரத்யய லோபே = ஒரு (Sanskrit) சொல்லில் முன்னொட்டோ/ பின்னொட்டோ லோபம் ஆனாலும் (மறைந்து போனாலும்)
- பிரத்யய லக்ஷணம் = அந்த முன்னொட்டு/பின்னொட்டின் இயல்பு மறைந்து போகாது! இவ்ளோ தான், இந்தப் பாணினி வரிக்குப் பொருள்

Sanskrit தெரியலீன்னாலும், Sanskrit பாசம் கொண்டு ஆதிக்கப் புத்தி காட்டினால், தமிழிடம் அசிங்கப் படலே, உங்கள் லக்ஷணம்! लाक्षण/லஷணம் என்றால் இயல்பு/குணம்! பொய் சொல்றியே, இதான் உன் லட்சணமா? என்று கேட்பது, இயல்பு/குணம் என்ற

பொருளில் தான்; இதான் உன் Grammar-ஆ? என்ற பொருளில் அல்ல! ☺

லக்ஷ்மணன் = தமிழில் கிரந்தம் தவிர்க்க வேண்டி இலக்குவன் என்று எழுதுவதால், அக் கொம்பைப் பிடித்த குரங்கு போல், இலக்கணம் = லக்ஷணம் என்று Reverse Gear அடிக்கும் திருட்டுத்தனம்/மடத்தனம்! தறியில் இருந்து வெட்டி எடுக்கப்படுவதால்.. வெட்டி, ஆதிநீண்டு வேட்டி! ஷொல், ஆஷை, Goலு, வேஷ்டி என்றெல்லாம் பிழையாகப் புழங்கிவிட்டு.. பின்பு வே'ஷ்'டியில் இருந்தே, வேட்டி வந்தது என்று சொன்னால் எப்படி? 'பேரனுக்குத் தாத்தன் பிறந்தான்!' எனும் மூடம் தான்! சம்ஸ்கிருதமே அறியாவிட்டாலும், இப் 'புத்தி' சிலருக்கு எதனால் வருகிறது?

சல்லிக் காசுகளை, மாட்டின் கொம்பில் கட்டுவதால் சல்லிக் கட்டு; அதை ஜல்லிக்கட்டு என்று பரப்பிய பின்.. "சல்லிக்கட்டே Sanskrit போட்ட பிச்சை தான்! தமிழர்கள் ஒதுங்கி நில்லுங்கோ! Go-Matha/Rishaba-Pitha வதை செய்யாதீர்; சட்டம் கொண்டு ஒடுக்கி விடுவோம்" என்று சொன்னால்? மிரட்டினால்? பொங்கு தமிழ் இளைஞர்கள், சும்மா விட்டுருவாங்களா? பார்த்தோம்ல Marina கடலுக்குப் போட்டியாகப் பொங்கிய தமிழ்த் தலைமுறையின் பெருங்கடல்? ☺

நாம் இலக்கணத்துக்கு வருவோம்!

- இலக்கு + அணம் = இலக்கணம்
- இலக்கு + இயம் = இலக்கியம்

இலங்குவதால்.. இலக்கணம்! இன்னின்ன எழுத்து, இன்னின்ன சொல், இன்னின்ன பொருள்.. இப்படி இப்படி 'இலங்க' வேண்டும் என்ற வரையறையே = 'இலக்க'ணம்!

இலக்கு—இலங்கு: மெலித்தல்/வலித்தல் விகாரங்கள்; 'இல்' என்பதே வேர்ச்சொல்.

- இலக்கை இயம்புவது = இலக்கியம்
- இலக்கை அடைய வழி (அணம்) வகுப்பது = இலக்கணம்

ஓர் எடுத்துக்காட்டு பார்த்தால் உங்களுக்கே விளங்கிவிடும். சிலப்பதிகாரம் போல ஓர் இலக்கியம் எழுத ஆசைப்படுகிறேன், என் இலக்கு+இயக் கொள்கை என்ன?

1. புகழ்சால் பத்தினி உலகம் போற்றும்
2. அரசியல் பிழைத்தோர்க்கு அறம் கூற்றாகும்
3. ஊழ்வினை உருத்து வந்து ஊட்டும்

சரி, இலக்கை இயம்பியாச்சு; எப்படி அடைவது? இலக்கு+அணம் வழி காட்டும்.

- என்ன கருப்பொருள், உரிப்பொருள்? என்ன கதை?
- யார் ஆண்பால், பெண்பால் கதை மாந்தர்கள்?
- என்ன திணையில் என்ன Scene வைப்பது?
- எங்கெல்லாம் பண்/இசை வரணும்? ஆசிரியப்பாவா? உரையிடை பாட்டா?

இதையெல்லாம் சேர்த்துக் கட்டினால், இலக்கு+இயம் கிடைக்கும். அதற்கு, அணம் (வழி) சொல்வதே, இலக்கு+அணம்!

> தமிழ் மொழியின் முதல் பிள்ளை = இலக்கியமே;
> பின்னரே இலக்கணம்!

இலக்கியங்கள் எழுந்த பின்னரே அவற்றைச் செந்தரப்படுத்த இலக்கணங்கள் எழும்! எள்ளில் இருந்து தான் எண்ணெய்; எண்ணெயில் இருந்து எள் அன்று! ☺

இலக்கியம் இன்றி இலக்கணம் இன்றே!
எள் இன்றாகில் எண்ணெயும் இன்றே!
வழக்கின் ஆகிய உயர்சொல் கிளவி
"இலக்கண" மருங்கில் சொல்லாறு அல்ல!
(தொல்காப்பியம்; கிளவியாக்கம்: 510)

அறிக: இலக்கியம்/இலக்கணம் = தமிழ்ச் சொற்களே! சம்ஸ்கிருதம் அல்லவே அல்ல! 2500+ ஆண்டுள்ள ஒரு மொழியின் இலக்கணத்தை.. "அது உன் மொழியே அல்ல; சம்ஸ்கிருதப் பிச்சை" என இழிவுசெய்தல் = கொடுமனம்! மட்டமான 'புத்தி'!

இலக்கண நெகிழ்வு:

தமிழ் இலக்கணம் என்றாலே ஏதோ வாயில் நுழையாத 'விதிகள்' என்ற மாயத் தோற்றம், இன்று நிலவுகிறது; அல்ல! சிற்றூர் (கிராமத்தின்) எளிய பேச்சுக்களும், தமிழ் இலக்கணத்தில் உண்டு!

அ-னா, ஆ-வன்னா, இ-ன்னா, ஈ-வன்னா.. என்றா சொல்கிறீர்கள்? ஈ-யன்னா தானே! அதையே தான் தமிழ் இலக்கணமும் சொல்லும்!

இ ஈ ஐ வழி -யவ்வும்; ஏனை உயிர் வழி -வவ்வும்; ஏ முன் இவ்விருமையும்!

எப்படி 'இலக்கண விதி' அறியாத ஒரு கிராமத்தின் திண்ணையில், ஆ-வன்னா என்றும் ஈ-யன்னா என்றும் வேறுபடுத்திச் சொல்ல முடிகிறது? அதான் தமிழ் இலக்கண எளிமை; அது மக்களின் உடைமை!

- இலக்கணம், தான் ஒரு விதி உருவாக்கி, மக்களிடம் திணிப்ப தில்லை.
- மக்களிடமிருந்து, தான் எடுத்து, Standardize/செந்தரம் செய்து கொள்கிறது

> அறிக - உணர்க: தமிழ் இலக்கணம் = பண்டிதாள் சொத்து அல்ல; மக்கள் சொத்து!

இன்று Convent-களில் வெறுமனே அ/ஆ, இ/ஈ என்று சொல்லிக் கொடுப்பு; அ-ன்னா/ஆ-வன்னா என்றால் பாமரத்தனம் என்று நினைப்பு ☹ அல்ல! அதுவே நுட்பம்; நாட்டுப்புறம்/ஊர்நாட்டான் என்ற எள்ளலை விடுக; நும்மிலும் அவர்கள் நுட்பம்!

தமிழ் இலக்கணம் = மிக்க நெகிழ்வானது; அந்த நெகிழ்வால் தான், தமிழ் மொழியாள், இன்றும் இளமை மாறாமல் வாழ்கிறாள்!

ஆரியம்போல்.. உலகவழக்கு அழிந்தொழிந்து சிதையா, உன் சீரிளமைத் திறம் வியந்து, செயல் மறந்து, வாழ்த்துதுமே!
(தமிழ்த்தாய் வாழ்த்து)

- ஊர்/இட நெகிழ்வு
- கருத்தா (மக்கள்) நெகிழ்வு
- ஓசை/எழுத்து/சொல் நெகிழ்வு
- பொருள் மட்டுமே நெகிழ்வு அல்ல!

பொருளே முதன்மை! காலம்/வினை மாறினால், பொருளும் மாறிவிடும்.

- இறந்த காலத்தை, நிகழ் காலம் ஆக்க முடியாது (போனேன் - போகிறேன்)

- தன் வினையை, பிற வினை ஆக்க முடியாது (கட்டினான் - கட்டுவித்தான்)

அதனால் **அடிப்படை இலக்கணம்** மட்டும் வரையறுத்துக் கொண்டு, **செயல்முறை இலக்கணம்** என்று நெகிழ்வு காட்டும் மொழி = தமிழ் மொழி!

- ஓசை இலக்கணமா? ச என்ற ஒரே எழுத்தே, Cha, Sa, Ja என ஒலிக்கும் நெகிழ்வு (Chendur, Isai, ManjaL)
- எழுத்து இலக்கணமா? ஔ-வை/அவ்-வை என்று ஔகாரக் குறுக்கத்தில் மட்டும் ஔ → அவ் ஆகும் நெகிழ்வு
- சொல் இலக்கணமா? படி/படி - ஒரே சொல், பெயர்ச்சொல்லும் ஆகும்; வினைச்சொல்லும் ஆகும் நெகிழ்வு.
- செய்யுள் இலக்கணமா? வெண்பா ஆசிரியப்பாவும் உண்டு; உரைநடை பாட்டு மடையும் உண்டு; பண்ணத்தி (நாட்டுப்புறப் பாடல்) நெகிழ்வும் உண்டு.

பொருளுருவாக்கத்தைப் பாதிக்காத நெகிழ்வு! படைப்பூக்கத்துக்கு வழிகாட்டும் நெகிழ்வு! இந் நெகிழ்வு இல்லாததால் தான், நல்ல செம்மொழியான சம்ஸ்கிருத மொழி.. இறுகி இறுகி, ஒரு சாராருக்குள் தேங்கி, மாய்ந்து போனது ☹ தமிழையும், அந்த நெகிழ்வு நீக்கி, சாஸ்திர விதி போல் இறுக்கி விடல் கூடாது!

- தொல்காப்பியத்தில், செய்யாதே! (வரையார்/ஓரீஇ) என்ற திட்டவட்டமான விதி = 16 இடங்களில் மட்டுமே வரும்!
- என்ப, மொழிப, என்மனார் புலவர் என்று Gentle Recommendation நெகிழ்வு காட்டல் = 215 இடங்களில் வரும்!

எனவே விதி விதி என்று மூழ்கி, தமிழின் ‘பொருள் முதன்மை’ மறந்து விடாதீர்கள்!

மிகைத் திருத்தம்:

மிகைத் திருத்தம் என்றால், சரியாக இருப்பதையும், பிழை என்று சொல்லித் ‘திருத்து’வது ☺ சிலருக்கு இந்த Correction Mania உண்டு! ஏதாச்சும் திருத்திக்கிட்டே இருப்பாய்ங்க. வீட்டில் கூட, ஒரே பொருளை அதே இடத்தில், நகர்த்தி நகர்த்தி அச்சு பிசகாமல் வைச்சிக்கிட்டே இருப்பாய்ங்க ☺ சரியாக இருப்பதை, 'பிழை' என்று திருத்துவது தான் பிழை என்று உணர மாட்டார்கள்!

வெடிப்பொருளா? வெடிபொருளா? எது சரி? = இரண்டுமே சரி!

- வெடிப்பொருள் = வெடி ஆகிய பொருள்; பண்புத் தொகை; அதனால் வலி (வல்லினம்) மிகும்; ப் வரும்!
- வெடிபொருள் = வெடித்த பொருள், வெடிக்கின்ற பொருள், வெடிக்கும் பொருள் எனும் முக்கால வினைத்தொகை; அதனால் வல்லினம் மிகாது; ப் வராது

சூழலுக்கு ஏற்பவே.. ப் வருதலும்/வராததும்; நீங்கள் என்ன சூழலில், அதைப் பயன்படுத்துகிறீர்கள் என்பதைப் பொருத்தே! வெடிபொருள் என்று ஒருவர் எழுதி விட்டதாலேயே, “ஐயோ.. ப் போடலை, ப் போடலை; சந்தி முக்யம்! பிழை செய்த உன் தலையில் கொட்டு!” என்று குதிக்காதீர் ☺ அவர் 'சூழலை' அறிக!

- பிழை இல்லாமல், நல்லபடி எழுதுதல் என்பது வேறு!
- பிழை என்று நாமாகக் கருதிக் கொண்டு, ‘மிகைத் திருத்தம்‘ செய்வது வேறு!
- பிழையே ஆனாலும், திருத்தி ஆட்கொளாது, எள்ளி நகையாடுதல் வேறு!

இவற்றில், பின் இரண்டை மட்டும் ஒருநாளும் செய்யவே செய்யாதீர்கள்!

வாழ்த்துக்கள்/வாழ்த்துகள் எது சரி? = இரண்டும் சரியே!

- -கள்/-க்கள் = அஃறிணைப் பன்மை விகுதி
- -அர் = உயர்திணைப் பன்மை விகுதி

தோழியர், ஆடவர், சான்றோர் என்று சொல்கிறோம். ஈயர், பூயர், யானையர் என்று சொல்கிறோமா? ☺ இல்லை! ஈக்கள், பூக்கள், யானைகள் என்றே சொல்கிறோம்.

ஆனால், அரசன் என்று ஒருமையில் அழைத்தால், மதிப்புக் (மரியாதை) குறைவு போல் தோன்றிவிட்டது; வணக்கம் அரசனே என்று அழைக்காமல், வணக்கம் அரசரே என்று அழைத்தால், கொஞ்சம் மதிப்பு ☺ அதனால், 'அர்' என்ற பன்மை விகுதி, ஒருமைக்கும் பயன்படுத்த ஆரம்பித்து விட்டார்கள்; அப்போ அரசனின் பன்மையை எப்படிச் சொல்வது? = அரசர்கள்! இப்படி..

-கள் எனும் அஃறிணைப் பன்மை விகுதி, உயர்திணைக்கும் ஒட்டிக் கொண்டது, மரியாதை விளிப்புக்களால்!

அஃறிணை இயற்பெயர், ஒருமையும் பன்மையும் வினையொடு வரினே *(தொல்.)*

எப்பவுமே '-கள்' போட்டுச் சொல்லத் தேவையில்லை, பன்மையை! 'வினையோடு வரும் போது' ஒரு நெகிழ்வு தரும் தொல்காப்பியம்!

- கலந்**தது** கண்ணே என்றால் ஒருமை
- கலந்**தன** கண்ணே என்றால் பன்மை
- கலந்**தன** கண்**களே** என்று சொன்னாலும் பிழையில்லை. இரண்டுமே சரி!

-கள் என்னும் விகுதி, -க்கள் என்றும் ஆகும்! மா = மாக்கள், பூ = பூக்கள்

கள்ளொடு சிவணும் அவ் இயற் பெயரே
அளபிற் குற்றுயிர் இரண்டு ஒற்றாகும் (தொல். - சொல்லதிகாரம்)

இரண்டு ஒற்று மிகல்! "லள-க்கள் திரிந்த னண-க்கள்" என்று பாடத்திலேயே வரும்!

பூ = பூக்கள் என்பதைப் போல், வீடு = வீடுக்கள் என்று சொல்லலாமா? ☺ கூடாது! வீடுகள் தான்! சரி, ஆடு = ஆடுகள் என்பதைப் போல், புழு = புழுகள் என்று சொல்லலாமா? அதுவும் கூடாது! ☺ புழுக்கள் தான்!

ஏனிப்படித் தமிழ் குழப்புது? ☺ அல்ல! இது நெகிழ்வால்/ விளி-மரபால் வருவது! ஆங்கில Fan = Fans என்கிறோம். Man = Mans என்கிறோமா? அல்லவே! Man = Men.

வாழ்த்து-க்கள்/எழுத்து-க்கள், என்பதற்குப் பெரும் தரவு = நச்சினார்க்கினியர்!

தொல்காப்பிய உரை முழுதும் எழுத்து-க்கள் என்றே வரும்! கீழே காண்க, தெளிக!

1. எழுத்துக்களின் வகை

1 எழுத்தெனப் படுப
அகரமுதல் னகர இறுவாய்
முப்ப:தென்ப
சார்ந்துவரல் மரபின் மூன்றலங் கடையே.

இத் தலைச்சூத்திரம் என்நுதலிற்றோ வெனின் எழுத்துக்களது பெயரும் முறையும் தொகையும் உணர்த்துதல் நுதலிற்று

எழுத்து எனப்படுப - எழுத்தென்று சிறப்பித்துச் சொல்லப்படுவன, அகரம் முதல் னகர இறுவாய் முப்ப∴து என்ப - அகரமாகிய முதலை யுடையனவும் னகரமாகிய இறுவாயினையுடையனவுமாகிய முப்பதென்று சொல்லுப (ஆசிரியர்):-

இசை நூன் முறையில் எழுத்தொலிகள்

33 அளபிறந் துயிர்த்தலும் ஒற்றிசை நீடலும்
உளவென மொழிப இசையோடு சிவணிய
நரம்பின் மறைய என்மனார் புலவர்.

இ∴து எழுத்துக்கள் முற்கூறிய மாத்திரையின் நீண்டு நிற்கும் இடம் இது வென்பது உணர்த்துதல் நுதலிற்று

அளபு இறந்து உயிர்த்தலும்- (உயிரெழுத்துக்களெல்லாம்) தமக்குச் சொன்ன அளவினைக்கடந்து ஒலித்தலையும், ஒற்று இசை நீடலும்- ஒற்றெழுத்துக்கள் தம் மொலிமுன் கூறிய அளபின் நீடலையும் இசையோடு சிவணிய நரம்பின் மறைய-(இந்நூலுட் கூறும் விளியின் கண்ணேயன்றிக்) குரல் முதலிய ஏழிசையோடு பொருந்திய நரம்பினையுடைய யாழினது இசை நூற்கண்ணும் உள என மொழிப என்மனார் புலவர்- உள எனச் சொல்லுவர் அவ்விசை நூலாசிரியர்

வாழ்த்து-க்கள் என்று எழுதினால், கள் குடிச்சாப் போல் இருக்கே! என்றெல்லாம் Over Scene போடக் கூடாது; உடம்புக்கு ஆகாது ☺. வாழ்த்து-கள் என்று எழுதினால், அதைத் துகள் என்று உடைத்து, துகள்/மண்ணோடு மண்ணா போ என்கிற சாபம் தான் வாழ்த்துகள் என்றும் சொல்லமுடியும் ☺ ஆனால் சொல்லுவோமா? மொழி நெகிழ்வை, இப்படியெல்லாம் தன்விளையாட்டு ஆக்கல் அறப்பிழை!

- பழம் = ஒருமையும், பழங்கள் = பன்மையும் குறிக்கும்
- பழம்+கள் = பழமையான கள் (ஊற வைச்ச கள்) என்றும் குறிக்கும்

அதான் நெகிழ்வு/சிலேடை அணியே! -கள் என்ற சொல்லுக்கு அஞ்சி, பழங்கள் என்றே எழுதாமல், பழம்ஸ் என்று கிரந்த எழுத்து போட்டா எழுதுவோம்? கூடாது! யாதும் ஊரே, யாவரும் கே'ளி'ர் -ன்னு எழுதினால், அப்போ கே'ளி'ர் = உறவினர், என்று தாராளமாகத் திருத்துங்கள்! ஆனால், வாழ்த்துக்கள்/எழுத்துக்கள் சரியே; அதை மிகையாகத் திருத்தாதீர். ஒருநாளும் மிகைத்திருத்தம் செய்யாதீர்கள்!

குற்றியலுகரப் புணர்ச்சி:

- பிடித்து + கொள் = பிடித்துக் கொள், என்று க் மிகும்!

- போலவே வாழ்த்து + கள் = வாழ்த்துக்கள் என்று இறங்கலும் பிழையே

இலக்கண விதிகளுக்குள் விதம் விதமாய்ப் புகுந்து, நூற்பாவைப் (சூத்திரம்) பிழையாகப் புரிந்து கொள்வோர்கள், இன்று பலர் பெருத்து விட்டார்கள். ஆதி தொல்காப்பியத்துக்கும், பின்னாள் நன்னூலுக்கும், கால மாறுதல் கூட உண்டு! அதையெலாம் உள்வாங்காது, குருட்டுப் பூனை தடுக்கில் பாய்ந்தாற் போல் பாய்ஞ் சீறக் கூடாது!

முன்னது 2 சொற்களுக்கு (பிடித்து/கொள்) இடையே உள்ள புணர்ச்சி; பின்னது -கள் எனும் சொல்லே அல்ல! அது -கள் எனும் விகுதி! அதற்குத் தனியாகப் பொருளும் இல்லை! எனவே அதற்கு வேறு புணர்ச்சி! விகுதிப் புணர்ச்சி!

வாழ்த்துக்கள் சரி தான்! முன்பே பார்த்தோம். ஆனால் அதை நிரூபிக்கிறேன் பேர்வழி என்று, தொடர்பேயில்லாத குற்றியலுகர விதியெல்லாம், நாமளா ஜோடிச்சிக் காட்டக் கூடாது. உங்களுக்கு நிரூபிக்க ஆசையா? நச்சினார்க்கினியர், தொல்காப்பிய உரையே போதும்! எழுத்து-க்கள் என்று ஐயம் திரிபு அற, நூல் முழுதும் -க்கள், -க்கள் என்றே சொல்லாளுவார்!

தமிழ் மொழியில், ஏற்கனவே பல சொற்கள் மறைக்கப்பட்டு விட்டன என்று முன்பே பார்த்தோம் (சொல் = வார்த்தை; பொருள் = அர்த்தம்); இனிமேலும், நல்ல சொற்களையெல்லாம், 'பிழை' என்று நாமாக எண்ணிக் கொண்டு, மொழியை விட்டுத் துரத்தாமல் இருப்போம்! இதுவே உங்கட்கு என் வேண்டுகோள்!

வாழ்த்துக்கள் / வாழ்த்துகள் = இரண்டும் சரியே! ஒரு கையடக்கப் படம், கீழே தருகிறேன்! உங்களுக்கு ஐயம் வரும் போதெல்லாம், பயன் கொள்க!

ஓர் (1) எழுத்து	மிகும்! பூ= பூக்கள், மா= மாக்கள், ஈ= ஈக்கள்	
	ஐகாரக் குறுக்கம் மட்டுமே மிகாது! கை= கைகள், பை= பைகள்	
ஈர் (2) எழுத்து	குறில் வரின் மிகும்! பசு= பசுக்கள், புழு= புழுக்கள், உடு= உடுக்கள்	நெடில் வரின் மிகாது! மாடு= மாடுகள், வீடு= வீடுகள், காசு= காசுகள் ஒற்று வரின் மிகாது! மெய்= மெய்கள், நாய்= நாய்கள்
மூன்று (3) மேற்பட்ட எழுத்து	புள்ளி (ஒற்று) வரின் "மிகலாம்"... வாழ்த்துக்கள், எழுத்துக்கள், பேச்சுக்கள் / வாழ்த்துகள், எழுத்துகள், பேச்சுகள்	புள்ளி (ஒற்று) வராவிடின் மிகாது! கொலுசுகள், பெருசுகள், பொடிசுகள்
வு எழுத்து	மிகவே கூடாது! ஆய்வுகள், தீவுகள், ஈவுகள்	

அலங்கடை (Exception):

என்னடா இவன்? எதுக்கெடுத்தாலும்.. இரண்டும் சரி, இரண்டும் சரி என்கிறானே என்று நினைக்காதீர்கள்☺. ஒன்று மட்டுமே சரி; இன்னொன்று பிழையாகத் தான் இருக்க வேண்டும் என்ற தட்டையான கண்ணோட்டத்தில் அணுகக் கூடாது. பிழை எனில், ஏன் பிழை? சரி எனில், ஏன் சரி? எனும் தமிழ்த் தரவுகளே நலம்!

கோயில் / கோவில் எது சரி? = இரண்டும் சரியே!

முன்பு, ஆவன்னா/ஈயன்னா என்றொரு விதி பார்த்தோமே? நினைவிருக்கா?

இ ஈ ஐ வழி -யவ்வும்; ஏனை உயிர் வழி -வவ்வும்; ஏ முன் இவ்விருமையும்!

- பச்சை + அழகு = பச்சையழகு (பச்சை; ஐ! ய-வ்வும்)

- வெண்பா + அழகு = வெண்பாவழகு (வெண்பா; ஆ! வ-வ்வும்)

- சே + அடி = சேவடி/சேயடி (சே; ஏ! அதனால், இருமையும் சரியே)

இப்போ, கோயில்/கோவில் என்ற சொற்களைப் பாருங்க; கோ + இல் = கோவில் (கோ; ஓ! வ-வ்வும்; ஏன்னா இ, ஈ, ஐ, ஏ எதுவுமே இல்லை). உடனே என்ன செய்வோம்? கோயில் -ன்னு எழுதறவனையெல்லாம் அடிப்போம்! அதானே? Ha Ha ☺

இதுக்குப் பேரு தான் **அலங்கடை!** (Exception). அல்+அங்+கடை = "அல்ல! என்று அழகுற, கடை/இறுதியில் வைத்த Exception"; உங்கள் +2 தேர்வுத் தாள் நினைவிருக்கா? Part C கேள்விகள். அதில் முதலிலோ/இறுதியிலோ ஒரு குறிப்பு வச்சிருப்பாங்க; "ஏதேனும் ஐந்துக்கு மட்டும் விடையளி; ஆயின், முதல் கேள்விக்குக் கட்டாயம் விடையளிக்க வேண்டும்";

நீங்கள், உங்கள் Tension/அவசரத்தில், முதற் கேள்வி தவிர்த்த பிற 5-க்கும், நல்லா விடை எழுதினாலும் என்ன ஆகும்? உங்கள் Cut-Off மதிப்பெண்களே Cut Off ஆகிவிடும். அதான் கேள்வித்தாளை 'முழுதும்' படிக்கணும் என்று சொல்வது!

இலக்கணத்திலும் அப்படியே! 'முழுதும்' படிக்காம, உங்களுக்குப் பிடிச்ச விதி பார்த்தவுடனேயே, "ஏய்.. நான் சொன்னது தான் சரி; கோயில் = தப்பு; கோவில் = சரி" என்று.. அடுத்த பக்கம் திருப்பாமலேயே எம்பிக் குதித்தால்? ☺ அடுத்த பக்கத்தில், அலங்கடை (Exception) இருக்கு!

கோ, மா -முன் வரின், ய-கரமும் குதிக்கும்

கோ (அ) மா முன்னே வந்தால், ய வருவதும் சரியே!

- கோ + இல் = கோவில்/கோயில்
- மா + இலை = மாவிலை/மாயிலை

ய-கரமும் குதிக்கும்! அதனால் நீங்க குதிக்கக் கூடாது எல்லாரையும் அவசரப்பட்டு அடிக்கக்கூடாது; மிகைத் திருத்தம் செய்யக் கூடாது! புரிந்ததா?

ஔவை/அவ்வை; ஐயன்/அய்யன், இரண்டுமே சரி!

முன்பே, பழைய கட்டுரையில் பார்த்தோம்; இது பெரியார் கொண்டு வந்த எழுத்துச் சீர்திருத்தம் அல்ல! தொல்காப்பியரே தரும் நெகிழ்வுச் சீர்திருத்தம்! உங்களுக்குப் பெரியாரை, ஏதோவொரு காரணத்துக்குப் பிடிக்காமல் போகலாம் தப்பில்லை; ஆனால் உங்கள் பிடிக்காமைக்காக, மொழியைச் சிதைப்பதே தப்பு!

ஔ → அவ்; ஐ → அய்.. சரியே; குறுக்கங்களில் மட்டும்! அளபெடையில் பிழை! இதற்கான தரவுகள், 3-ஆம் படலத்தில் (Chapter 3) சொன்னதே!

மொழியாக்கம் - கலைச்சொல் ஆக்கம்:

தமிழ் மொழி = பக்தி இலக்கிய மொழி மட்டுமே அல்ல!

துதிப் பாடல் தாண்டி.. அறிவியலுக்கு நகர்த்தலே, தமிழ்த் தலைமுறை நலம்!

- Molecule என்ற சொல்லை, மாலிக்யூல் என்றே எழுதி விடலாமே?
- எதுக்கு Molecular Biology = மூலக்கூறு உயிரியல் என்று மெனக்கெட வேண்டும்?

அப்படி மெனக்கெடா விட்டால், தமிழ் மொழி = வெறுமனே இலக்கிய மொழி என்று ஆகி, வாழ்வியல்/அறிவியல் மொழியாகப் பரிணமிக்காது; அப்படிப் பரிணமிக்காது போனால், இன்னும் 4 தலைமுறையில், அதுவும் சம்ஸ்கிருதம் போல் ஆகிவிடும் ☺ வெறுமனே இலக்கியச் சொற்கள் மட்டுமே இருக்கும்; புதுச்சொற்களே வளராது. தேங்கித் தேங்கியே அழுகி விடும். தேவையா நம் தமிழுக்கு?

நீங்கள் அன்றாட வழக்கில் Molecule என்று பயன்படுத்திக் கொள்க. ஆனால், துறைசார்ந்த தமிழ்ச் சொல்லே கூடாது என்று சொல்ல உங்கட்கு உரிமையில்லை! பல சொற்கள் = பொது மக்களுக்குத் தேவை இல்லாமல் போகலாம்; ஆனால் துறைசார் தமிழியல் ஆய்வுகளுக்குத் தேவை உண்டு. இஃதொரு படிமலர்ச்சி!

Password = கடவுச்சொல்; மக்கள் Password என்று பேச்சு வழக்கில் சொல்லிக் கொள்ளலாம்; இணையத்தில் கடவுச்சொல்/ Password என இரண்டுமே குறிக்கலாம்; சிறுகச் சிறுக, மக்களைச் சென்றடைந்து எளிமையாகும் புதுச் சொற்கள்!

- ஆங்கிலம்/உலகப் பொதுமை = Password
- Dutch = Wachtwoord
- French = mot de passé
- Romanian = Parole

கடவுச்சொல் என்றால் மட்டும் சிலருக்குக் கசக்கிறது ☺ ஏன்? உரோமானிய மொழி = Parole என்கிறதே? பொருளே வேறு! ஆனால் அங்கு கேலி இல்லை. தமிழில் அப்படி மொழியாக்கினால், உடனே எள்ளுவார்கள்; கேலி தூள் பறக்கும்!

ஆங்கிலத்தில் Drone! ஓர் ஈயைக் குறிக்கும்; ஆனாலும் அதன் தொழில்நுட்பப் பொருள், அனைவர்க்கும் புரிந்துபோகிறது; ஆங்கிலத்தில் ஏற்றுக் கொள்கிறீர்கள்! ஆனால் தமிழில் மட்டும் எள்ளல் செய்கிறீர்கள் ☹

- Drone = ஆளில்லாப் பறக்கும் பொறி.. என்று முழுப் பொருளையும் ஆங்கிலத்தில் கொண்டு வருவதில்லையே?
- Drone = மின்+ஈ = மின்னீ. அங்கு ஏற்கும் நீங்கள், இங்கு மட்டும் எள்ளல் ஏன்? காரணம்: உங்கள் மனத்தடை!

மொழி, நமக்கு புரிவதால், எள்ளல் செய்ய முடிகிறது. இதே சம்ஸ்கிருதத்தில் வைத்தால் பொருள் புரியாது; கண்மூடி ஏற்பீர்கள். மண்ணாங்கட்டி-ன்னா கசக்கும்; அதே பொருள், பிருத்வி-ன்னா மட்டும் இனிக்கும் ☺ இந்த மனத்தடை தவறு! நாம் தான் நம்மை, மாற்றிக் கொள்ள வேண்டும்!

தமிழுக்கு நலம் = மொழி 'ஆக்கமே'; மொழி 'பெயர்ப்பு' அல்ல!

- Thumb Drive = விரலி
- Thumb Drive = குறுந் தரவுப் பெட்டகம் என்று கடுமை காட்டவேண்டாம்

முழு விளக்கமும், மொழியாக்கத்தில் கொண்டு வர நினைப்பதால் தான் சிக்கல்! அது தானாகவே வந்தால் நல்லது; கடுமை காட்டி வர வேணாம்! எளிமையே நலம்! ஒரு சொல்லில், பொருள் 'ஆகி' வந்தாலே போதும்! 'ஆகுபெயர்' தான் தமிழ் இலக்கணம் சொல்லுதே? அப்பறம் என்ன உங்கட்கு மனத்தடை?

தமிழில், காரணப் பெயர் அழகு தான்! ஆனால் அது 'தொழிற்பெயர்' புறத்துப் பிறந்த பெயர்ச்சொல்லுக்கு மட்டுமே! எல்லாச் சொல்லுக்கும் அல்ல ☺

- வடுப்பதால் = வடை
- அவிப்பதால் = அவியல்

- பொரிப்பதால் = பொரியல்
- மசிப்பதால் = மசியல்

இப்படி இயல்பாக வந்தால், மொழியாக்கத்துக்குப் பயன்படுத்திக்கலாம்! காரணப் பெயர் வரவேண்டுமே என்று திணித்து, முழு விளக்கமும் ஒரே சொல்லுக்குள் அடைத்து, மக்களின் எளிமை உடைத்தல் கூடாது! மொழி-'யாக்கு'வோம்! மொழியைப் 'பெயர்க்க' வேண்டாம் ☺ கட்டுரையின் நிறைவுக்கு வருவோமா?

சந்திப் பிழைகள் (அ) ஒற்றுப் பிழைகள் செய்யலாமா?

கூடுமானவரை இதைச் செய்யாமல் இருப்பதே நல்லது! வரியை மறுபடியும் வாசிங்க; இதைச் செய்யாமல்! நான் ச் குடுத்துருக்கேன்; எனக்கு ச் கொடுக்கப் பிடிக்கும் ☺ ஆனால், 'இதை செய்யாமல்' என்று எழுதினால் தான் என்ன? குடியா முழுகிப் போயீரும்? என்று நீங்கள் கேட்பது எனக்குப் புரிகிறது!

தமிழில், நிறுத்தற் குறிகள் (Punctuation Marks) பின்னாளில் வந்தவையே! அதற்கு முன், இந்தச் சந்தி/ஒற்று தான் வாக்கிய ஒழுங்குக்கு உதவியவை! இதைப் புரிந்து கொண்டால், இன்று நடைபெறும் பல இலக்கணச் சண்டைகளைத் தவிர்க்கலாம்!

ச் குடுக்காது, "இதை, செய்யாமல் இருப்பதே நல்லது!" என்று Comma போட்டு எழுதினால் பிழை இல்லை! என்று, இன்று பல தமிழறிஞர்களே கருதுகிறார்கள்!

ஆனால், "இதைச் செய்யாமல்" = 2ஆம் வேற்றுமை! அதனால் ச் வரணும்! சந்தி கட்டாயம்! என்று சிலர் மட்டும் மறுக்கிறார்கள்; இங்கு தான் 'நெகிழ்வு' உதவுகிறது;

- ச் போடாவிட்டால், பொருளே மாறிடும் என்றால், அப்போ போட்டே ஆகணும்!
- ஆனால், ச் நோக்கம், Punctuation-ஆக மட்டும் இருந்தால், அதற்குப் பதில் நான் Comma (காற்புள்ளி) போட்டுக் கொள்கிறேனே என்றால், Logic படிச் சரியே!

இன்று இல்லாவிட்டாலும், என்றாவது ஒருநாள், சில தமிழறிஞர்கள்.. Logic/ஏரணம் மதித்தே ஆக வேண்டும். அறிவியல் காலத் தமிழை உள்வாங்கலே நலம்!

சந்திப் பிழை இல்லாமல் எழுத, அதே சமயம் சந்திக்குப் பதிலாக Punctuation எனும் நிறுத்தற்குறி போட்டுக் கொள்ள, தமிழ்நடை

எனும் நுட்பத்தைக் கைக்கொள்ளுங்கள்! அ.கி. பரந்தாமனாரின், நல்ல தமிழ் எழுத வேண்டுமா? (அ) செம்பியன் அவர்களின், தமிழ் நடைக் கையேடு நூலை வாசிக்கவும்!

இதை மட்டும் நாம் எல்லோரும் நினைவில் வைப்போம்!

- 'விதி' என்ற பேரில், எள்ளி ஏசியோ,
- 'மிகைத் திருத்தம்' செய்தோ,

நம் தமிழர்களின் மொழிக்காதலை, நாமே கூசிப்போகச் செய்யக் கூடாது!

இலக்கண அரசியல் தவிர்ப்போம்!

தமிழ் இலக்கணம் = தமிழ் மக்களுக்கே!

வாழி 'நெகிழ்வு' மிகு தொல்காப்பியம்!!

படலக் குறுந்தொகை

1. இலக்கியம்/இலக்கணம் = தமிழ்ச் சொற்களே. ஒருநாளும் வட சொற்கள் அல்ல! அல்லவே அல்ல!

2. இலக்கு+இயம், இலக்கு+அணம் என்று 'இலங்குதல்' குறித்ததே அவை!

3. தமிழ் இலக்கணம் மிக்க நெகிழ்வானது! *அடிப்படை இலக்கணம் = பொருள் சார்ந்தது*செயல்முறை இலக்கணம் = காலந் தோறும் நெகிழ்வானது

4. மக்கள் வாழ்வியலே, இலக்கணம் ஆதல்! இலக்கியமே முதல்! இலக்கணம் அதன் பின்னர் வரும் செந்தரம்/Standardization!

5. வாழ்த்துக்கள்/வாழ்த்துகள், இரண்டும் சரியே! ஒருவர் பயன்பாட்டின் சூழலைப் பொருத்ததே, அந் நெகிழ்வு

6. கோயில்/கோவில், இரண்டும் சரியே! ஐயன்/அய்யன், ஔவை/அவ்வை, குறுக்கங்களில் இரண்டும் சரியே!

7. தமிழுக்கு, இயல்பான/எளிமையான மொழி-யாக்கமே நலம்; மொழி-பெயர்ப்பு வேண்டாம்; முழு விளக்கமும் ஒரு மொழியாக்கத்தில் வரத் தேவையில்லை; ஆகுபெயரே போதும்!

8. சந்தி/ஒற்று = Punctuation/நிறுத்தற் குறிகள் இல்லாத காலத்தில் உதவிக்கு வந்தவை.

9. தமிழ் மொழியை அறிவியல்/Logic பாதையில் செலுத்தலே நலம்!

10. மொழிப் பிழைகளுக்காக, நம் தமிழ் மக்களை, நாமே எள்ளி ஏசுதலை விடுவோம்; மிகைத் திருத்தம் செய்யாது காப்போம்!

நூற்கருவி:

1. நல்ல தமிழ் எழுத வேண்டுமா? - அ.கி. பரந்தாமனார் (பாரி நிலையம்)

2. தமிழ் நடைக் கையேடு - தமிழ்ப் பல்கலைக்கழகம், தஞ்சை & மொழி அறக்கட்டளை, சென்னை

3. இலக்கணக் கட்டுரைகள் - மொழிஞாயிறு. தேவநேயப் பாவாணர்

நாட்டுப்புறத் தமிழ்!

வரலாறு தெரியும்; உங்களுக்கு வழக்காறு தெரியுமா?

- வரல்+ஆறு.. வந்த வழியைச் சொல்வது = வரலாறு
- வழக்கு+ஆறு.. வழக்கத்தின் வழியைச் சொல்வது = வழக்காறு

இரண்டுமே சேர்ந்தது தான், தமிழக வரலாறு!

வெறுமனே சேர-பாண்டிய-சோழ வரலாறு மட்டுமே, தமிழக வரலாறு ஆகி விடாது; அது, மன்னர்களின் நோக்கில் இருந்து எழுதப்படுவது!

- மன்னனின் ஆட்சியேற்பு/ஆட்சிமுறை
- போர்கள்/வெற்றி—தோல்விகள்
- தனக்குத் தானே வெட்டிக் கொண்ட கல்வெட்டுகள்
- நாணயங்கள்
- நிலம்/வரி/அந்தணக் கொடை/அரசாங்க ஆவணச் செப்பேடுகள்

இப்படி.. வரலாற்றை, ஆள்வோரின் கண்ணோக்கில் மட்டுமே தான் பார்த்துள்ளோம்!

மக்களின் கண்ணோட்டத்தில் பார்த்துள்ளோமா? அதிகம் இல்லை ☹ இராசராச சோழ மாமன்னரின் 'பொற்கால' வெற்றிகள் பேசப்படும் அளவுக்கு அவர் கோபுரத்தில் தற்கொலை செய்த பெண் சதுரி மாணிக்கமோ, அவர் ஆட்சியில் அவருக்கு எதிராக மக்கள் செய்த அறப்போர்களோ, பேசப்படுவதே இல்லை! ஆ! ராஜராஜ சோழனுக்கு எதிராக, அவன் மக்களே போராட்டம் நடத்தினாங்களா? என்பதே நமக்குப் பெரு வியப்பு/அதிர்ச்சியாக இருக்கிறது அல்லவா? ☺

பேரா.நா.வானமாமலை = தமிழுக்கு வாய்த்த அற்புதமான தமிழறிஞர் + நுட்ப வரலாற்று ஆய்வாளர்; தமிழுக்குத் தற்பெருமை பேசுதலும் செய்யாது, சம்ஸ்கிருத நுழைப்பும் செய்யாது, நடுநின்று ஆயும் மெய்ம்மையாளர்.

அவரின் 'சோழர் ஆட்சியில் அறப்போர்கள்' என்ற ஆய்வுக் கட்டுரை வாசியுங்கள்; உங்களையும் அறியாமல், நீங்கள் வளர்த்துக் கொண்டுள்ள பல பிம்பங்கள் உடையும்! துதி மனப்பான்மை விடுத்து, தமிழைத் தமிழாகக் காணத் துவங்குவீர்கள்!

தஞ்சை பெரியகோயிலின் கலையழகு தாண்டி, சோழர்களின் வெற்றிப் பெருமைகள் தாண்டி, பொன்னியின் செல்வன் புதினத்தின் பாதி உண்மை + பாதி புனைவு தாண்டி, மக்கள் எப்படி வாழ்ந்தார்கள்? எப்படி வரி கொடுத்தார்கள்? எப்படிக் கோயில் சுமையால் அல்லலுற்றார்கள்? என்ற 'வழக்காறு' தெளிவிக்கும் கட்டுரை!

இல்லையேல்.. கோபுரத்தின் நிழல் கீழே விழவே விழாதாமே? அதன் மேலேயே விழுந்து அடங்கிடுமாமே? ஈசன் சிவபெருமான் நமக்குள்ளேயே அடக்கம்! என்று காட்டவே அப்படிக் கட்டினான்! என்றெலாம் 'கப்சா' கட்டிக்கட்டி, பொய்ம்மையே மிஞ்சும்! கலையாக மட்டும் ரசிப்போம்! அறிவையே ஒப்புக் கொடுத்துவிட வேண்டாம்! நிழல் விழும், இதோ படம்!

பேரழகுத் தமிழ்க் கலையின் உறைவிடம் = தஞ்சை பெரிய கோயில்!

- கட்டியது = குஞ்சரமல்லப் பெருந்தச்சர் & சிற்பி குணவன்
- கட்டுவித்தது = மாமன்னன் இராஜராஜ சோழன்

இவ் வேறுபாடு அறிவோம்; தமிழ்ச் சிற்பக் கலையறிவு/ தொழில்நுட்பம் வேறு; மதம் வேறு என உணர்வோம்! கலையை விட, மக்கள் வளமே பெரிது! இராஜராஜன் பெரிய கோயிலை விடச் 'சமூக அழகு', கரிகாலன் கல்லணையே! பெரிய கோயிலைக் காட்டிலும் 'பெரிய' கோயில் = கல்லணை! மக்கள் வளம் > மத வளம்!

அடுத்த முறை பெரிய கோயிலுக்குச் செல்லுங்கால்..

- அந்தப் பிரம்மாண்டத்துக்காக உயிர் விட்ட சிற்பிகள்/ அடிமை வீரர்கள்

● தடாகம் வெளியீடு

- அதற்கு வரி கொட முடியாமல், சூலப் பொறி குத்தி, 'தேவரடியார்' ஆன வேளாண் வீட்டுப் பெண்கள்
- சாவா மூவாப் பேராடுகளால், பூசை விளக்குக்கு நெய் தர முடியாது, மாண்டு போன ஏழை விவசாயிகள்
- மன்னன் மெச்ச.. எதுவுமே தராது வரியிலா இலவச பிரம்மதேய நிலத்தில், பண்ணையாராய் வாழ்ந்த கோயில் சிவாச்சாரியார்கள்

இப்படிச் சமூகவியலையும், கலையோடு சிந்தித்துப் பார்ப்போம்! 'பிரம்மாண்டத்தில்' பகுத்தறிவை இழக்காது, கலையைக் கலையாக மட்டுமே அணுகிச் சுவைப்போம்! சினிமா மாயை பிடித்து ஆட்டுவது போல், கலை மாயையும் நமக்கு வேண்டாம் ☺

நாட்டுப்புறத் தமிழ் என்பது தானே, இக்கட்டுரைத் தலைப்பு? அதற்கு முன்னுரையாகவே இந்த வரலாறு-வழக்காறு வேறுபாடு பேசினோம்!

நாட்டுப்புறத் தமிழில் மதுரை வீரன் கதை, ஐயனார் கதை, பதினெட்டாம் படிக் கருப்பண்ண சாமி கதை, சூலி-நீலி கதை எனவும் பல உண்டு! அதிலுள்ள நாடகப் புனைவுகளை நீக்கிவிட்டு, வழக்காறு மட்டும் பார்த்தால், தமிழக மன்னர் வரலாறுகளோடு, மக்கள் வரலாறும் அறிந்து கொள்வீர்கள்!

தமிழகத்தின் மிக மிகப் பழமையான வரலாறு, எங்கே இருக்கு தெரியுமா?

- இராஜராஜன் கோயிலிலா? அல்ல! மீனாட்சியம்மன் கோயிலிலா? அல்ல!
- தாமிரபரணி எனும் பொருநை ஆற்றின் கரைகளில்! அதன் கரை மக்களில்!
- வையை, பெரியாறு, காவிரி, பெண்ணை, பாலாறு! ஆற்றுநீர் நாகரிகங்களில்!
- தமிழகம் சூழ் கடல்களில்! மக்களுக்கும் முன்பே கடலோடிய ஆமைகளில்!
- வேளிர் குறிஞ்சி மலைகளில்! அதன் முல்லைக் காடுகளில்!

மதுரை எனும் 2500+ ஆண்டு தொல்பழம் நகர்; ஆனால்

உரோமாபுரி போல், இன்றும் நம்மிடையே வாழும் உயிருள்ள நகர்! மதுரை போல் தொல்லியலுக்குச் சுவையான ஒரு களம் கிடைப்பது கடினம்; ஆனால் நமக்கு வாய்த்தும் வாளா இருக்கிறோம் ☹

அறிக: City of 7 Hills = Rome நகரம்! City of 8 Hills = மதுரை நகரம்!

1. சமண மலை
2. யானை மலை
3. அழகர் மலை
4. பரங் குன்றம்
5. நாக மலை
6. கழுகு மலை
7. பசு மலை
8. சிறு மலை

மதுரை சுற்றியுள்ள 8 மலைகள் பற்றி, மதுரை மக்களுக்கே அதிகம் தெரியாது என்பது தான் கொடுமையான உண்மை. வெறுமனே கோயில், குளம், மஹால், ஆற்றில் இறங்குதல், திருக்கல்யாணம் என்பதோடு மதுரை முடிந்து விட்டதா?

- நம் சிந்தனையே அப்படி, மதஞ் சார்ந்து மாறி விட்டது
- நம் வரலாறே அப்படி, அரசன் சார்ந்து மாறி விட்டது

அதற்கு வெளியே உள்ள மாபெரும் ஆய்வுவெளி, நம் கண்கள் பார்ப்பதேயில்லை ☹

● தடாகம் வெளியீடு

அப்படியே சில தன்னார்வலர்கள், மதம்/அரசன் விட்டு வெளிவந்து பார்த்தாலும், அவர்கட்கு ஆயிரம் முட்டுக்கட்டைகள்; பழனிக் கல்வெட்டுகள் தொடங்கி.. கீழடி வரை, பலப்பல 'மாயத் திரை'! இதே கீழடியில், 108 நடராஜ கர்ண முத்திரைச் சிலை கிடைத்திருந்தால், இந்நேரம் இத்துணை மெத்தனம் காட்டப்பட்டிருக்குமா?

கடலுக்கு அடியில் பூம்புகார் Oceanography ஆய்வு, இன்று கடலில் போட்ட கல்; காவிரிப் பூம்பட்டின நகரை, சற்றே மீள் உருவாக்கித் தந்த தமிழக அரசுக்கு நன்றி. ஆனால், பெரிய அளவில் **மதுரை ஆராய்ச்சி ஆணையம்** இருக்கா? உரோமாபுரி/Rome நகரம், இன்றும் அதன் 500BCE Forum காத்து, அகழ்வாய்வுகளும் உண்டு!

எப்படி 42 BCE 'Julius Caesar' நினைவிடம் இன்றும் வைச்சிருக்காங்க? சீசரைக் கூட விடுங்கள்; அவன் அரசன் மட்டுமே! மக்கள் புழங்கிய நகர மையம் Umbilicus Urbis Romae, மக்களின் நிலப் பத்திர ஆவண அலுவலகம் Tabularium; (கிமு) இதெல்லாம் இன்னும் எப்படி இருக்கு? இடைவிடா அகழ்வு/அறிவியல் ஆணையம்!

தமிழகத்தில்? மிஞ்சி மிஞ்சிப் போனால் 10th CE ராஜராஜ சோழனில் தொடங்கி, 16th CE திருமலை நாயக்கர் இடையில், கட்ட பொம்மன் வரையிலான கோட்டங்கள் மட்டுமே! வையை ஆற்று நாகரிகப் படுகை ஆய்வுகள் எத்தனை? அப்படியே, சங்க காலப் படுகைகள் கிடைத்தாலும்..

- விழச்சில் (சாளுவன் குப்பம்) முருகன் என்பதை மறைத்து, Sangam Era Subrahmanya Temple என்கிறது அரசுத் துறை.
- வேப்பத்தூர் சங்க காலத் திருமால்/மாயோன் கோட்டம் கிடைத்தால், Sanskrit நிம்மாபுரம் என்று பெயர் மாற்றுகிறது அரசுத் துறை.

Independent Verification & Collective Inference என்பார்கள் உலகத் தொல்பொருள் ஆய்வில்; அது நமக்கு வாய்ப்பதேயில்லை! அரசுத் துறையில், சம்ஸ்கிருதப் பிரியர்கள் சொல்வதே, அம்பலம் ஏறி விடுகிறது. "முருகன் என்ற தமிழ்ச் சொல்லே = ம்ருஹ என்ற சம்ஸ்கிருதச் சொல் தான்; மிருக வேட்டை ஆடுவோன்" என்று, காஞ்சி மடப் பக்தரும், அரசுத் தொல்லியல் துறைத் தலைவருமான ஒருவர், ஆதாரமே இன்றிப் பேட்டி கொடுக்க முடிகிறதே எப்படி?

மதச் சார்பிலா அயல் நாட்டு அறிஞர்களும், துறையில் இடம்பெறச் செய்து, முழுக்க முழுக்க அறிவியல் அடிப்படையில் ஆணையம் செயல்படச் செய்து, ஆய்வு முடிவுகளை, பொதுவிவாதம் இன்றிக் கொள்ளமுடியாத நிலை வரவேணும்!

வெறுமனே கோயில் சிற்பங்களிலேயே நாம் குறுகிப் போய் விடாது, மதம்/அரசன் அளவிலேயே குறுகிப் போய் விடாது, மக்கள் வாழ்வியலாய்.. நம் தமிழ் வரலாறு + வழக்காறு என்று கண்ணோட்டம் விரிவுசெய்து முன்னெடுப்போம்; வாருங்கள்!

<u>தமிழ் இலக்கியத்தில், நாட்டுப்புறம்:</u>

சங்கத் தமிழ் = பாண்டியன் அவையிலோ/சேரன் அவையிலோ வளரவில்லை! அது நாட்டுப்புறத்தில் வளர்ந்த தமிழ் = சங்கத் தமிழ்!

- மக்களின் கருப்பொருட்களில் கால்கொண்டதே = எட்டுத் தொகை; காதல், வீரம், உணவு, ஆடை, கூத்து, இசை, போக்குவரத்து.. பொதுமக்கள் சார்ந்த சேதிகளே மிகுதியாக இருக்கும்.
- மன்னன் சார்ந்த சேதிகள் பெருகத் தொடங்கியது = பத்துப்பாட்டு காலத்தில் தான்! முல்லை/குறிஞ்சி போய், மருத நாகரிகம் மிகத் துவங்கிய காலம்.

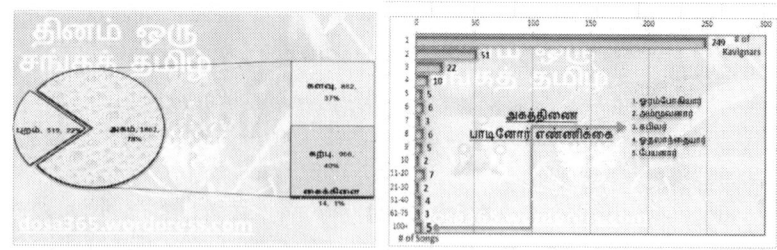

பின்பு, சங்கம் மருவிய காலத்தில்.. நீதி நூல் பெருகினாலும், பழமொழி நானூறு போன்ற, நாட்டுப்புற மக்கள் சார்ந்த கொஞ்சம் நூல்களும் எழாமல் இல்லை!

பின் வந்த சிலப்பதிகாரம், நாட்டுப்புறத் தமிழை, அரியணை யிலேயே ஏற்றியது! காப்பியத் தலைவர்களே = பொதுமக்கள் தான்! அரசர்கள் அல்லர். குரவை, வெறி, கூத்து, நாடகம், அம்மானை போன்ற விளையாட்டுகள்.. இப்படி நாட்டுப்புற & நகர வாழ்வியலை.. பெய்து பெய்து திகழும் சிலம்பு!

இந்த மக்கள் போக்கு, பின்பு மாறிப் போனது.. சமய/தத்துவக் காப்பியங்களில். பின் வந்த பக்தி இலக்கியமும், அப்படியே தான் செய்தது. இன்னும் பின்வந்த கம்ப ராமாயணம், வில்லிபாரதம், பெரியபுராணம்.. எல்லாமே சமய முதன்மை கொண்டு, அன்றாட மக்கள் வாழ்வியலை விட்டு விலகிவிட்டன. நடுநடுவில் வரும் சில மக்கள் குறிப்புகள் தவிர, பெருசா ஒன்னுமில்லை!

சிலம்பின் காலத்தோடு தொலைந்துபோன நாட்டுப்புறத் தமிழ், சிற்றிலக்கியம் எழுந்த காலத்தில்தான், மக்கள் தமிழாய் மீண்டும் தலைதூக்கிற்று!

- பள்ளு
- குறவஞ்சி
- அம்மானை
- உழத்திப் பாட்டு
- குறத்திப் பாட்டு
- பிள்ளைத் தமிழ்
- கண்ணி

- காவடிச் சிந்து/நொண்டிச் சிந்து
- வண்ணம்/சாழல்/தெள்ளேணம்.. எனப் பல மக்கள் -இலக்கிய வடிவங்கள்!

சிற்றிலக்கியங்களில், அரசன் சார்ந்த உலா/தூது/மடல் போன்ற அதீத துதிகளும் உண்டு! ஆனால், அதையெல்லாம் மீறிய மக்கள் இலக்கியமும் உண்டு! தமிழகத்தில் மட்டுமல்ல.. ஈழத்திலும், மக்கள் இலக்கியம் = சிற்றிலக்கியம் மூலமாகவே தலைதூக்கிற்று! வெற்றிக் கொடி நாட்டிற்று!

தமிழ் இலக்கிய வரலாறு பேசுவோர் பெரும்பாலும்.. தமிழக எல்லைக்குள்ளேயே நின்று விடுகிறார்கள்! ஈழம் செல்வதேயில்லை! சிங்களப் பேரினவாதத்துக்கு ஆட்பட்ட நிலையிலும், தமிழ் இயலுக்கு, ஈழம் செய்த பங்களிப்பு அளப்பரியது; வெளியில் தெரிவதே இல்லை! பெருங்கொடுமை ☹

- தமிழ்த் தாத்தா = உவேசா மட்டுமே அல்லர்;
- தமிழ்த் தாத்தா = ஈழம் தந்த **சிவைதா** அவர்களும் தான்!

சி.வை.தாமோதரம் (பிள்ளை).. உவேசா போலவே, அலைந்து அலைந்து, சுவடி சுவடியாய்த் தேடிப் பதிப்பித்த பெருமகனார்; யாழ்ப்பாணத் தமிழ் வேந்தர்! 'திராவிட சாஸ்திரி' என்று பரிதிமாற்கலைஞரால் பாராட்டப் பெற்ற ஈழ மகன்!

- உவேசா = இலக்கியம் தேடித்தேடிப் பதிப்பித்தார்
- சிவைதா = இலக்கணம் தேடித்தேடிப் பதிப்பித்தார்

இன்று நம் கைக்குக் கிடைக்கும் தொல்காப்பியம், நன்னூல், இன்னும் பல தமிழின் இலக்கணமெல்லாம், ஈழத்தின் சிவைதா அவர்கள் திரட்டியவையே!

அறிக: ஒன்றை மட்டுமே பேசிப் பேசி, தமிழ் மொழியின் பன்முகத் தன்மை இழத்தல் கூடாது! தமிழக இலக்கியத்தோடு, ஈழ இலக்கியங்களும் அறிவோம்; கொள்வோம்! சங்கத் தமிழிலேயே, ஈழ எழுத்து உண்டு! பூதன் தேவனாரின் 7 செய்யுள்கள், குறுந்தொகை, அகநானூறு, மற்றும் நற்றிணையில்!

- வால்மீகி ராமாயணத்தை = கம்பன் தமிழில் செய்தான் என்றால்,
- காளிதாச ரகுவம்சத்தை = ஈழத்தின் அரசகேசரி தமிழில் செய்தார்.

ஈழம், முதலில் பக்திச் சிற்றிலக்கியமாய்ப் பயணித்தாலும், பின்னாளில் மக்கள் சிற்றிலக்கிய வாய்ப்பை, நன்கு பற்றிக் கொண்டது! பஞ்சமர் இலக்கியம் எனும் சாதி மறுப்பு இலக்கியம் எழுந்தது, ஈழத்தில் தான்! ஈழ விடுதலைப் போராட்ட இலக்கியமும், பின்னாளில் இதனோடு கைகோத்துக் கொண்டது.

இலக்கியப் பாதை & இலக்கிய நோக்கு = மக்கள் சார்ந்து இருத்தல்! இதை அன்றே வகுத்துக் கொடுக்கின்றார், தொல்காப்பியர்! நாட்டுப்புறப் பாடலின் துவக்க இலக்கணத்தை = பண்ணத்தி என்று தொல்காப்பியக் காலத்திலேயே காணலாம்!

மானத்திலே மீன் இருக்க
மதுரையிலே நீ இருக்க
சேலத்திலே நான் இருக்க
சேருவது எக் காலம்?

அத்து வானக் காட்டுக்கள்ளே
ஆயக் குழல் ஊதையிலே
சாடை சொல்லி ஊதினாலும்
சாமத்திலே நான் வருவேன்!

பண்ணத்தி = பண்+நத்தி; இசை 'அமைக்காது', தானே பண் 'நத்திக்' கொள்ளும்! நாலே வரிகளில், மொத்த ஏக்கமும் கொட்டிவிடும் நாட்டுப்புறத் தமிழ்! இதற்கு யாருமே இசையமைக்க வேணாம்; தானே அமைச்சிக்கும்.

பாட்டு இடைக் கலந்த பொருள வாகிப்
பாட்டின் இயல பண்ணத்தி இயல்பே
அதுவே தானும் பிசியொடு மானும்
அடி இகந்து வரினும் கடிவரை இன்றே
(தொல்காப்பியம்)

குறுந்தொகை போல், அடி வரை எல்லாம் கிடையாது; Freelance நெகிழ்வு! எழுத்து, அசை, சீர், தளை, அடி, தொடை -வரைமுறையெலாம் ஒன்றுமே இல்லாது, தானே பண் நத்திக் கொள்ளும் வரிகளைப் பாருங்கள். தொல்காப்பியர் சொல்லும், "அடி இகந்து வரினும், கடி வரைகள் இல்லை" புரியுதா?

ஓடுகிற தண்ணியில, ஒரசி விட்டேன் சந்தனத்தை.
சேர்ந்துச்சோ சேரலையோ, செவத்த மச்சான் நெத்தியிலே? -
இதுவும் 'குறுந்' தொகையே ☺

எப்படிய்யா.. நாட்டுப்புறத் தமிழ் = குறுந்தொகை ஆகும்? என்ன இருந்தாலும், சங்கத் தமிழுக்கு ஒரு Status இருக்குல்ல? என்று கேட்காதீர். ஒரு Status-உம் இல்லை; நாம் தான் அப்படி எண்ணம் வளர்த்துக் கொள்கிறோம். இலக்கியச் சங்கத் தமிழின் 'அடிப்படை' = நாட்டுப்புறமே! இதோ சான்று பாருங்கள்!

நிலாவைத் திட்டும் சங்கத் தமிழ்:

கருங்கால் வேங்கை வீயுகு துறுகல்
இரும்புலிக் குருளையின் தோன்றும் காட்டு இடை
எல்லி வருநர் களவிற்கு
நல்லை அல்லை நெடுவெண் ணிலவே

(குறுந்தொகை 47 - நெடுவெண் நிலவனார்)

இரவில் மகிழ்ந்திருக்க வரும் காதலனுக்கு இடைஞ்சல் செய்யும் நிலாவே.. உன் நிலவொளியால் அவனை ஊருக்கே காட்டிக் கொடுத்துருவ போலிருக்கே? நீ எங்கள் காதலுக்குப் பொல்லாத நிலா! நெடுநேரம் வானில் இருக்காதே; சற்று மறைந்து போ! வேங்கை மரத்து மஞ்சள் பூக்கள், காட்டில் உள்ள குண்டுக்கல் மேல் கொட்டி, கருப்பு ஊடே மஞ்சள் வரிகளாய்.. புலிக்குட்டி போல அச்சமூட்டுதே, உன் மயங்கொளியால்! நீ, நல்லை அல்லை நிலா! இந்த அழகிய கவிதை எழுதியவருக்கு, அவர் உவமையே பேராக வைத்துவிட்டார்கள்! எழுத்து சாகா வரம்!

இதையே, பண்ணத்தி இசையோடு, நாட்டுப்புறப் பாடலும் பாடுகிறது ☺

வெள்ளை வெண்மை நிலாவே - வெள்ளி
வெளிச்சந் துப்பும் பால்நிலாவே
கள்ளம் உள்ள கருநிலாவே - நீ போய்
கருக்கல் இட்டால் ஆகாதோ?

ஆலமர விழுது போலே - குட்டி
அந்தப் புள்ளைத் தலை மயிரை
ஆளு ஒண்ணும் பார்க்காமே - குட்டி
ஆத்துறாளாம் ஆத்துக்குள்ளே!
கொன்ன மரப் பூவு கொட்டி - -கல்லில்
கொறட்டைச் சத்தம் வேங்கைக் குட்டி!

குறுந்தொகை நல்லை அல்லை -ன்னு நயமாச் சொல்லுது; நாட்டுப்புறமோ, கள்ளக் கரு நிலா-ன்னு வெளிப்படையாத் திட்டுது ☺ "ஆலம் விழுது போல்" என்று பெண்ணின் பின்னலுக்கு, குறுந்தொகையும் காட்டாத உவமை! கல்லே புலிக் குட்டியாகி, அதில் குறட்டை விடும் கொன்றைப் பூக்கள்! குட்டி ஆத்துறாளாம் ஆத்துக்குள்ளே இப்படி, வெளிப்படையான நாட்டுப்புறத் தொகை!

நாட்டுப்புறப் பழமொழிகள்:

பழமொழி நானூறு என்ற சங்கம் மருவிய நூல்; அதில் உள்ள நாட்டுப்புறப் பழமொழிகள், இன்றும் நம்மை வியப்பில் ஆழ்த்துபவை!

- அயிரை இட்டு, வரால் மீன் வாங்கு
- அம்பலம் தாழ்க் கூட்டுவரோ? வம்பலர் வாய் அடைப்பரோ?
- கன்றுவிட்டுக் கறக்காமல், அம்புவிட்டுக் கறக்குமா, பால்?
- யாருக்கும், அறிதுயில் எழுப்பல் அரிது
- ஆயிரம் காக்கைக்கோர் கல்!
- சட்டியில் இருப்பதே அகப்பையிலும்! இப்படி, உளவியல் + உவமை இரண்டுமே உள்ளடக்கம் மிக்க, நாட்டுப்புறத் தமிழ்! ஆனால் இலக்கியத் தமிழ்ச் சிதைப்பு போதாதென்று, நாட்டுப்புறத் தமிழிலும் தன் புத்தியை நுழைத்துச் சிதைக்கின்றது, மதமும் அதன் கட்டமைப்பும் ☹

- சட்டியில் இருப்பதே அகப்பையில் = யாவருக்கும் புரியும் எளிய நாட்டுப்புற மொழி; உள்ளே இருப்பது தான் வெளியிலும் வரும்!
- ஆனால், சஷ்டியில் (சட்டியில்) விரதம் இருந்தால், கருப்பையில் குழந்தை பிறக்குமாம்.. என்று நாட்டுப்புறத் தமிழைக் கூட விட்டு வைக்காது, சிதைப்பு!

என் அன்பின் வாரியார் சுவாமிகளும், இப்படித் திரித்துச் சொல்லும் போது, உள்ளபடியே என் மனம் வேதனை அடையும் ☹ முதலில் அகப்பை = கருப்பை ஆகாது. இரண்டாவது சஷ்டி விரத மகாத்மியத்தில் குழந்தைப் பேறு ஸ்லோகமெல்லாம் ஒன்னும் இல்லை. ஆனாலும் இப்படிப் பொய்யான மதப் பிடித்தப் பரப்பல். சுய மதப்பிடித்தம் கடந்து, நாட்டுப்புற அழகை = நாட்டுப்புறமாகவே விட்டு வைப்போம்!

விடுகதை, விடுப்பாங் கதை, எடுப்பாங் கதை, அழிப்பாங் கதை என்று பலப்பல இலக்கியக் கூறுகள் கொண்ட நாட்டுப்புறத் தமிழ்! தொடுப்பு, ஒழக்கு, சிரிப்பாணி, தொறவால் தொளை, கங்கு, கலயம், (நி)ரெப்பிக்கிட்டு என்ற நாட்டுப்புறச் சொல்லாளுமை; எழுத்தாளர் கி.ரா அவர்களின் நூல்களில், இந்த வாசனை மிக நுகர்ந்து பாருங்கள்!

மக்கள் இலக்கியமாய்,
மகிழ் திகழ் நாட்டுப்புறத் தமிழ், வாழி!

படலக் குறுந்தொகை

1. வரலாறு & வழக்காறு.. இரண்டும் சேர்ந்ததே முழுமை வரலாறு!

2. மன்னர்களின் பார்வையில் எழுதப்பட்ட வரலாறு மட்டுமேயன்றி, மக்களின் பார்வையில், வரலாறு + வழக்காறு அறிவோம்.

3. தொல்லியலில், மதம் கடக்க முற்படுவோம்.

4. கோயில் சிற்பங்களிலேயே குறுகி விடாது, ஆற்றுப் படுகை நாகரிகம், கடலாய்வு, ஊராய்வு என மக்களியல் வரலாறாக விரிவு கொள்வோம்!

5. அறிவியலால் மெய்ப்பிக்கப்பட்ட தொல்லியல்; தற்சார்பு சமயம் கடந்த தொல்லியல்; பொது விவாதத்துக்கு உட்படுத்தப்பட்டு ஏற்பு கொள்வோம்.

6. சங்கத் தமிழ்: எட்டுத்தொகை நாட்டுப்புறவியல், சிலப்பதிகாரத்தில் முழுவீறு பெற்று, பின்பு தேய்ந்து போனது. மீண்டும் சிற்றிலக்கியக் காலத்தில்.. பள்ளு, குறவஞ்சி, உழத்தி, கண்ணி, அம்மானை, சிந்து, சாழல் என்று பல வீறு கொண்டது

7. ஈழமும் சேர்ந்ததே, தமிழ் வரலாறு; அறிய முனைவோம்! தமிழ்த் தாத்தா = உவேசா மட்டுமல்ல; ஈழத்தின் சிவைதா அவர்களும்!

8. தொல்காப்பியப் பண்ணத்தியே = நாட்டுப்புறப் பாடல்கள்

9. நாட்டுப்புறப் பழமொழிகளின் சுவை அறிவோம்; அதில் சமயச் சுமை ஏற்றாது, நாட்டுப்புற வெள்ளந்தி அழகைக் காப்போம்!

நூற்கருவி:

1. பேரா. நா. வானமாமலை - சோழர் ஆட்சியல் அறப்போர்கள்

2. கி.ராஜநாராயணன் (கி.ரா) - அழிந்துபோன நந்தவனங்கள்

3. குடவாயில் பாலசுப்பிரமணியன் - கலையியல் ரசனைக் கட்டுரைகள்

4. தொ.பரமசிவன் (தொ.ப) - தெய்வங்களும் சமூக மரபுகளும்

சொல், செப்பு, பறை! பூ, அலர், மலர்!

தமிழனுக்கு, வாழ்க்கையில்.. பேசிக்கிட்டே இருக்கணும்! பேசாம, அவனால இருக்கவே முடியாது; ஏன் தெரியுமா? பாருங்கள்.. 'பேசுதல்' என்ற ஒரே செய்கைக்கு, தமிழில் = பேசு, பகர், கூறு, செப்பு, இயம்பு-ன்னு எத்தனை எத்தனை சொல் உருவாக்கி வைச்சிருக்கான்? ☺ சும்மா விளையாட்டுக்குச் சொன்னேன்.

ஏன் ஒரே பொருளுக்குத் தமிழில் பல சொற்கள் இருக்கின்றன? Synonymns என்று பிற மொழிகளில் இருப்பது தான்; நாலைஞ்சு இருக்கும்; ஏழெட்டு இருக்கும். ஆனா இருபது முப்பது சொல்லா ஒரே பொருளுக்கு? ஏன் தமிழில் மட்டும் இப்படி?

இங்கு தான், 'தமிழ்ச் சொல் வளம்' நீங்க கொஞ்சம் புரிஞ்சிக்கிடணும்.

- எல்லாச் சொல்லும் 'பொருள்' குறித்தனவே!
- ஆனால், எல்லாச் சொல்லும், 'ஒரே பொருள்' குறித்தனவே அல்ல!

நுட்ப வேறுபாடுகளே, தமிழ்ச் சொல்லுருவாக்கத்தின் பேரழகு; சொக்கிப் போவீர்கள்!

● தடாகம் வெளியீடு

நறுமுகையே, நறுமுகையே, நீயொரு நாழிகை நில்லாய்! எனும் கவியரசர் வைரமுத்துவின் திரைப்பாடல் இசையில் மகிழ்ந்திருப்பீர்கள். முகை = மொட்டு; அப்போ அரும்பு? மொக்கு? அவையும் பூ மொட்டுக்கள் தானா? சங்கத் தமிழ், இயற்கையில் தன்னை எப்படித் தோய்த்துக் கொண்டு வளர்ந்துள்ளது என்று பாருங்கள். ஒவ்வொரு சொல்லும், பூவின் வேறு வேறு படிநிலை! DSLR Camera (படமி) இல்லாத காலத்திலேயே, மிக ஆழமாகப் பூக்களை Zoom செய்த தமிழ்!

பூ என்பது பொதுவான பெயர்:

- அரும்பும் போது = அரும்பு
  - அது அரும்பி, பனியில் நனையும் போது = நனை
  - அது நனைந்து முத்தாகும் போது = முகை!
  - அது வெடிக்க ஆயத்தமாய் இருக்கும் போது = மொக்குள்
- அரும்பி, விரிந்து கொண்டே இருக்கும் போது = போது
- மணம் வீசத் தொடங்கும் போது = முகிழ்
- மலர்ந்த பின் = மலர்
- இன்னும் நல்லா விரிந்து, மகரந்தம் (பரவும்) அலரும்போது = அலர்
- கூட்டமாய் மலர்ந்தால் = பொதும்பர்
- வீழும் போது = வீ
- உதிர்ந்து கிடக்கும் பூக்கள் = பொம்மல்
- பழுப்பாய் வாடிய பின் = செம்மலர் (செம்மல்)

இப்போ புரிஞ்சுதா, நறு-முகையே பாடல்? ☺ முகை = மழையில்/ பனியில் நனைந்து முத்தாகும் நிலையில் உள்ள அரும்பு; அவளும் அவனில் நனைந்து, காதல் முத்தாகும் அரும்புநாளே, அவன் கரும்புநாள்! மலர்/அலர் = 'பூ' என்ற ஒரே பொருள் அல்ல! பூ தான்! ஆனால் பூ நுணுக்கம்!

தென்றல் காற்று, வாடைக் காற்று, உங்களுக்கே தெரிஞ்சிருக்கும். எல்லாமே 'காற்று' எனும் சொல் தான்; ஆனால், 'ஒரே காற்று' அல்ல.

- தெற்குத் திசையில் வீசும் காற்று = தென்றல்/சோழகம்
- வடக்கில் இருந்து காற்று வீசினால் = வாடை
- கிழக்குத் திசையில் வீசும் காற்று = கொண்டல்
- மேற்கில் இருந்து காற்று வீசினால் = கோடை/கச்சான்

இத்துணை நுட்பம் எதுக்கு? யாருக்கு? கலம் செலுத்தும் மாலுமிக்கு உதவும். ஆனால் வல்லுநர்க்கு மட்டுமே அல்ல; வேளாண் (விவசாய) மக்களுக்கும் தான்!

ஆற்று வெள்ளம் நாளை வரத் தோற்றுதே குறி!
மலையாள மின்னல், ஈழ மின்னல் சூழ மின்னுதே;
நேற்றும் இன்றும் "கொம்பு சுற்றிக் காற்று" அடிக்குதே
(முக்கூடற் பள்ளு)

தமிழக Cloud Geography அப்படி! இரு பக்கமும் மலைகள்; இடையே மாட்டிக்கிச்சி மாநிலம் (Leeward Side). அதனால் மழை சற்றுக் குறைவே; தமிழக வேளாண்மையின் விதி! காற்று பழகினால் தான், மேகம் பழக முடியும்! மேகம் பழகினால் தான், மழை பழக முடியும்! மழையே = வேளாண் அடிப்படை; மழை என்றால் என்ன?

Evaporation, Condensation & Precipitation = Rain! பள்ளிக்கூட நினைவு வருதா? ☺

ஆண்டாளும் சொல்லித் தருகிறாள் ஆழியுட் புக்கு, முகந்து கொண்டு, ஆர்த்து ஏறி, மெய் கறுத்து, மின்னி, அதிர்ந்து, சர மழை போல், வாழ உலகினில் பெய்திடாய்!

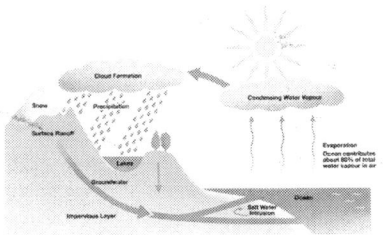 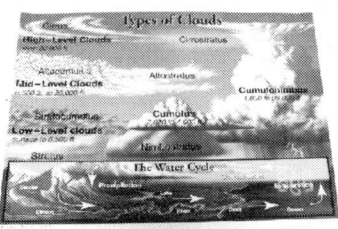

வானம் பார்த்த பூமியாய், தமிழகம் அமைந்து போனதால்.. மேகங்களை நன்கு ஆய்ந்து வைத்துக் கொண்டது தமிழ் நிலம்! மேவுதலால் = மேகம்; முகப்பதால் = முகில். Cloud என்ற ஒருசொல், பலசொல் ஆதல்!

1. கடல் மட்டத்தில் உருவாகும் மேகம் = எழிலி
2. மேலே எழுந்தால் = விசும்பு
3. கூட்டம், Group of Clouds = மஞ்சு
4. பெயல், Ready to Pour = கார்/கொண்மூ
5. மேகத் தொகை, மங்கி ஓடும்போது = மங்குல்

இன்றைய அறிவியலோடு பொருத்திப் பாருங்கள்; தமிழின் முகில் நுட்பம் தெரியும்.

1. எழிலி = Stratus
2. விசும்பு = Nimbo Stratus
3. மஞ்சு = Cumulus
4. மை/கார்/கொண்மூ = Cumulo Nimbus
5. மங்குல் = Cirrus

அதான், ஒரே சொல்லுக்கு, இத்தனை சொற்கள் பெய்தது தமிழ்! நுட்ப வேறுபாடு! இப்படி, இயற்கையை நுனித்து நுனித்து, எழுந்த சொற்கள் தான், தமிழில் மிகுதி!

- காரணப் பெயர்களே மிகுதி (தொழில்/வினைகளால்)
- சும்மா இடும், இடுகுறிப் பெயர்கள் குறைவே!

என்னையே எடுத்துக் கொள்ளுங்கள்; ஒரு சமயம், 'இத்தனை' என்று எழுதறேன்; இன்னொரு சமயம் 'இத்துணை என்று எழுதறேன்; ஏன் இந்த விளையாட்டு? ☺

- எவ்வளவு தொலைவு போய் அவளைப் பார்த்தாய்? = 100 கி.மீ
- எத்தனை முத்தம் பெற்றாய்? = 10
- எத்துணைக் காதல் உங்களுக்குள்ள? = ஆழமானது!
- இப்போ வேறுபாடு புரிகிறதா?
- எவ்வளவு? = Countable with Units | அரிசி 5 கிலோ

- எத்தனை? = Countable, but No Units | மாம்பழம் 2
- எத்துணை? = Uncountable; Qualitative, Not Quantitative | அத்துணைச் சுவை

வாருங்கள், முடித்துக் கொள்வோம்!

தமிழனுக்குப் பேசலை-ன்னா தூக்கம் வராது என்று துவங்கினோம் அல்லவா? ☺ மொத்தம் எத்தனை வகையான பேச்சு, தமிழன் பேசுகிறான், பார்ப்போமா?

- பேசு = Speak
- பகர் = Speak with Data
- செப்பு = Speak with Answer
- கூறு = Speak Categorically
- உரை = Speak Meaningfully
- நவில் = Speak Rhymingly
- இயம்பு = Speak Musically
- பறை = Speak to Reveal
- சாற்று = Speak to Declare
- நுவல் = Speak with an Introduction
- ஓது = Speak to Recite
- கழறு = Speak with Censure
- கரை = Speak with Calling
- விளம்பு = Speak with a Message

தொல்காப்பியர், இத்தனை பேசுதல்களையும், பேசுகிறார்! ஒவ்வொரு சொல்லையும், தன் ஆதி இலக்கண நூலில், 2500+ ஆண்டுகட்கு முன்பே ஆளும் ஆளுமை!

1. பேசு
2. சொல்
3. கூறு
4. புகல்

5. உரை
6. மொழி
7. இயம்பு
8. இசை
9. அறை
10. சாற்று
11. நவில்
12. பகர்
13. பன்னு
14. பனுவு
15. விளம்பு
16. விளத்து
17. நுவல்
18. நொடி
19. மாறு
20. மிழற்று
21. புலம்பு
22. கிள (இரட்டைக் கிளவி)
23. செப்பு (தெலுங்கு)
24. ஏல் (கன்னடம்)
25. பறை (மலையாளம்)

அடங்கப்பா! ஏன் இம்புட்டுப் பேச்சு? ☺ ஏனென்றால்.. ஒவ்வொரு சொல்லுக்கும், சற்றே மாறுபட்ட பொருள் நுட்பம் உண்டு! பொருள் கொண்டே சொல் ஆளுமை!

நுங்கள் தமிழ்! நுட்பத் தமிழ்!

இயற்கைத் தமிழ்! இனிமைத் தமிழ்!

சொல்லில் உயர்வு தமிழ்ச் சொல்லே!
அதைத் தொழுது படித்திடடி பாப்பா!

தமிழகத்தின் ஊர் பேர் விகுதிகள்

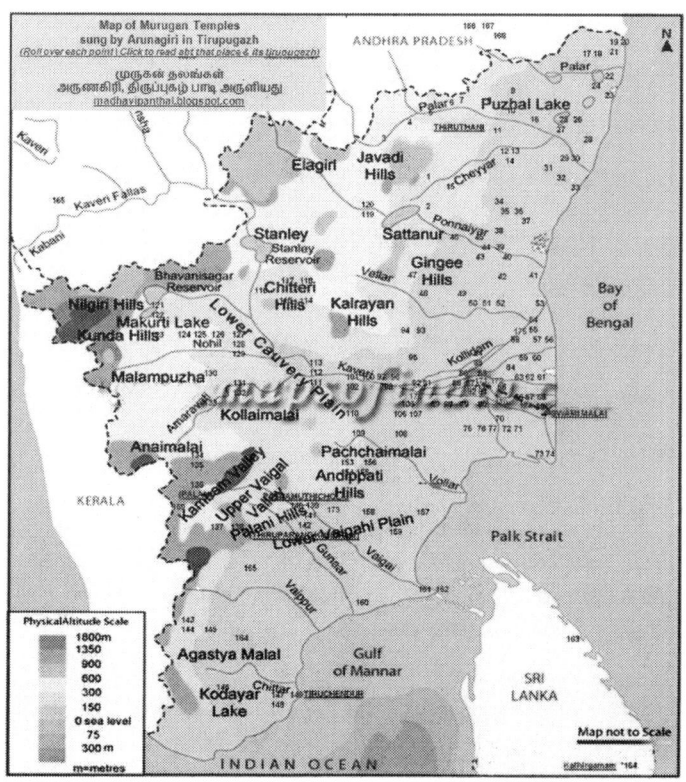

நூலின் நிறைவுப் படலத்துக்கு வருவோம்.. வாங்க ☺ உங்களுக்கு ஊர் சுற்றப் பிடிக்குமா? சுற்றுலாப் பகுதிகளுக்கு மட்டுமில்லாமல், தமிழகம் முழுதும் பல்வேறு ஊர்கள், பல்வேறு மக்கள், பல்வேறு பாதைகள்.. Bike போன போக்கில், போகப் பிடிக்குமா? ☺

பல ஊர்களின் பெயர்கள், ஆரம்பத்திலேயே வந்து விடுவதில்லை! குடியேறிய பின், ஏதோவொன்று கெட்டிப்பட்டு, அதுவே அந்த ஊரின் பேராகத் தூவப்படுகிறது!

- ஊர் = வேறு வேறு பேர்களாய் இருந்தாலும்,
- ஊர்களின் விகுதி = ஒன்றே போல இருப்பது ஏன்? பட்டி, பாளையம், குடி

இது ஏன் என்று யோசித்து இருக்கீங்களா? ஊர் பேர் விகுதி வைச்சே, அந்தூரு தென் தமிழகமா/வட தமிழகமா? முல்லையா? குறிஞ்சியா? மருதமா? நெய்தலா? என்று கூடக் கண்டுபுடிச்சீறலாம்! ☺

- பட்டி = மருதைப் பக்கம்
- பாளையம் = கோவைப் பக்கம்
- குடி = தெக்கத்தி (அ) செட்டிநாட்டுப் பக்கம்
- பட்டினம் = கடற்கரை ஓரம்
- தமிழகம் மட்டுமல்ல!
- ஈழத்தில் = துறை, மலை, இறவு
- மலையாளத்தில் = குளம், சேரி
- கன்னடத்தில் = ஹள்ளி, சந்த்ரா
- தெலுங்கில் = பேட்(டை), கொண்டா

இப்படி, ஊர்ப் பெயர்களில் ஏதோவோர் ஒழுங்கு ஒளிஞ் சிக்கிட்டுத் தான் இருக்கு! ஒவ்வோர் ஊரா.. இன்ப உலா போகலாம்; துப்பறியலாம்; என் கூடவே வாங்க! ☺

<u>1) முல்லை (காடு சார்ந்த நிலம்):</u>

- **காடு** = ஆர்க்காடு, ஏர்க்காடு, ஆலங்காடு, களக்காடு
- **தோப்பு, பொழில்** = பைம்பொழில்/பண்பொழில் (பம்புளி), சேத்தியாத் தோப்பு
- **பாடி** = வேலப்பாடி, மேலப்பாடி, ஆயர்ப்பாடி (ஆநிரைகளைக் காக்க, பாடி வீடு அமைத்துத் தங்குதல்)
- **பட்டி** = கோயில்பட்டி, ஆண்டிப்பட்டி, வாடிப்பட்டி, தி. கல்லுப்பட்டி

ஆநிரை (ஆடு/மாடு) மேய்த்தல் என்பதால் பட்டி. மதுரை மக்கள், புதுசா வந்த ஊருக்கும் Harvey Patti ன்னே பேரு வைக்கும் அழகு. சென்னை மக்களோ, Sunrise City, Temple Towers-ன்னு வச்சிக் கெட்டுப் போகிறோம். Ha Ha)

- **காவு** = ஆரியங் காவு, புல்லிக் காவு, கொல்லிக் காவு (கேரளத்தில்); கா (சோலை) என்று பொருள்; அதான் காவு, மலையாளத்தில்! கா+விரி = பல சோலைகளை விரித்துப் பாய்வதால் கா-விரி ஆன ஆறு.

ஆனால், இந்தக் காடு/கா என்பதை 'வனம்' ஆக்கி விட்டது சம்ஸ்கிருதப் பரவல் ☹

- **புளியங் காடு** = திண்டி வனம்! (Sanskrit-இல், திண்டி = புளி)
- **மரைக் காடு** = வேதாரண்யம் (Sanskrit-இல், ஆரண்யம் = காடு)
- **மரை** = மான்கள்; 'மரை ஆன் கறந்த, நுரை கொள் தீம் பால்'. மரைக் காடு = மான்கள் வாழும் காடு; இயற்கையில் ஒரு மறை/வேதமும் இல்லை. ஸ்தல புராணம் உருவாக்கும் போது, ஒற்றை எழுத்தை அசைத்து, மரை/மறை என்று ஆக்கி, வேதங்களே வழிபட்ட 'ஸ்'தலம் = வேதாரண்யம் என ஆக்கியாச்!
- **மந்தை** = புஞ்சை மந்தை (வடார்க்காடு), ஒத்தைக் கல் மந்தை (Ootacamund/Ooty)

முல்லை நில ஆடு/மாடுகளை ஓட்டி வந்த மந்தைப் பகுதி; ஆங்கிலேயர் வாயில் சிக்கி, ஒத்தைக் கல் மந்தை = Oota ca Mund ஆகிவிட்டது. Ha Ha ☺

2) குறிஞ்சி (மலை சார்ந்த நிலம்)

- **மலை** = ஆனைமலை, கொல்லிமலை, அண்ணாமலை, கழுகுமலை; ஈழத்தில் திருக்கோணமலை (திரிகோணம் அல்ல); நேரடியான மலை விகுதி
- **கோடு** = திருச்செங்கோடு, திருவித்துவக்கோடு, கோழிக்கோடு, கசரக்கோடு (Kasseragode, Kerala); கோடு = மலைமுகடு என்ற பொருள்
- **குன்றம்** = திருப்பரங் குன்றம், திருக்கழுக் குன்றம், நெற்குன்றம்; குன்றம் = சிறிய மலை என்ற பொருள்

- **குறிச்சி** = பாஞ்சாலங்குறிச்சி, ஆழ்வார்க்குறிச்சி, கள்ளக்குறிச்சி; குறிச்சி = குன்றக் குறவர்களின் வாழ்விடம்

- **பாறை** = வால்பாறை, பூம்பாறை, அம்பாறை (ஈழம்); பாறை = மலையை ஒட்டிய பெருங் கற்கள்

- **கல்** = திண்டுக்கல், நாமக்கல், வாரங்கல் (தெலுங்கு), ஒகேனக்கல் (கன்னடம்) (கன்னடத்தில் ஹொகே = புகை; அருவியால், புகை எழும் கல்)

3) **மருதம் (வயல் சார்ந்த நிலம்):**

- **ஆறு** = திருவையாறு, மணிமுத்தாறு, ஆழியாறு, கயத்தாறு, எங்கூரு வாழைப்பந்தல் பக்கம் செய்யாறு; இப்படி நேரடியான ஊர் விகுதி, ஆறு!

- **துறை** = காங்கேசன் துறை (ஈழம்), மயிலாடுதுறை, திருவாவடுதுறை, சிந்து பூந்துறை, செந்துறை

ஆற்றில், வெறுமனே இருந்தால் அது = கரை; மக்கள் இறங்குறாப் போல இருந்தா, அது = துறை; பொருநை (தாமிரபரணி) கரையில் = குறுக்குத் துறை என்றோர் ஊரு! அம்புட்டு அழகு! முருகன் கோயில், வெள்ளத்தில் மூழ்கிச் சில நாள் இருக்கும்; பின்பு வெள்ளம் வடிந்து வெளி வரும் கோயில்;

- **அரங்கம்** = திருவரங்கம்; ஒரே ஆறு, இரண்டாய்ப் பிரிந்து, மீண்டும் ஒன்றாய்க் கூடும், இடைப்பட்ட திட்டு/துருத்திக்கு = 'அரங்கம்' என்ற பெயர்

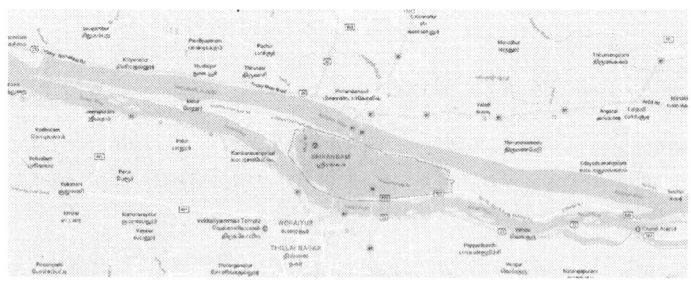

திருவரங்கம் = ஆழ்வார்கள் பதின்மரும் பாடிய ஒரே தலம்! மொழிமுதல் "அ"-கரத்தை வெட்டி, அதை ரங்கம்-ன்னு ஆக்கி, ஸ்ரீ-சேர்த்து, ஸ்ரீரங்கம் என்று ஆக்கிவிட்டார்கள் ☹ ஆனால் எந்த ஆழ்வாரும் சீரங்கம், ஸ்ரீரங்கம் என்று பாடவே இல்லை!

திருவரங்கம் தான் ஆழ்வார் வாக்கு! அணி, திருவரங்கம் அய்யோ! அரவணை அழகில் பட்டேன்!

அரங்கம் = எப்படி நாடக மேடையில், ஒரு பக்கமாய் நுழைந்து, இன்னொரு பக்கமாய், நாடக மாந்தர்கள் வெளியேறுவார்களோ.. போலவே, ஆறு ஒரு பக்கமாய் விரிந்து, இன்னொரு பக்கமாய் இணைவதால் = அரங்கம் என்ற தீந்தமிழ்ப் பெயர்!

- **கூடல்** = திருமுக்கூடல், கூடலூர், பவானிக் கூடல் (ஆறுகளின் கூடல்)
- **வயல், விளை** = புதுவயல், நெல்வயல், திசையன்விளை, ஆரன்விளை
- **பழனி, கழனி** = தென்பழனி, நடுக்கழனி (பழநி அல்ல; பழனி!)

வாய்க்கால்/கால்வாய் = இரண்டும் ஒரே சொற்களா? வேறுபாடு அறிவீர்களா? ☺

- **கால்வாய்** = ஆறு/ஏரியில் இருந்து ஊருக்குப் பாய்வது; பெரிது
- **வாய்க்கால்** = கால்வாயில் இருந்து, அவரவர் நிலத்துக்குச் செல்வது; சிறிது

கால்வாய்    வாய்க்கால்

- **கால்+வாய்** = சென்று, பல வாய்களாகப் பிரியும்
- **வாய்+கால்** = (நீர்) வாய்த்து, நம் நிலத்துக்குச் செல்லும்; கால்தல் = செல்லுதல்

வேளாண்மைச் சொற்கள், அறிந்து கொள்வோம்! அப்போது தான், அத் தொழிலின் ஆழம் புரியும். உணவை உணர்ந்து வழங்குவோம், வணங்குவோம்! ஏர் என்ற வேர்ச்சொல்லே, ஏரியானது; மிகுதியான ஆற்று நீரை/மழை நீரைத் தேக்கும் பாசனக் கலை. தாங்கல் = பெரிய தேக்கம்; ஏந்தல் = சிறிய தேக்கம்

- நீரைத் தாங்கி (பெரிதாக) நிற்பதால் = தாங்கல்
- நீரை ஏந்தி (சிறிதாக) நிற்பதால் = ஏந்தல்
- இயற்கையாகவே அமைவன = கண்மாய் & பொய்கை
- செயற்கையாய், மனிதன் வெட்டுவது = ஏரி & குளம்

ஓடுவதால் = ஓடை; மடுப்பதால் (hold) = மடை; குளப்பதால் (சிறு பரப்பு) = குளம்; கேண்பதால் (ஊறுவதால்) = கேணி; தமிழ் வேளாண்மையில், காரணப் பெயர் அழகு!

- ஊர் உண்ணும் நீர்நிலை = ஊருணி
- மக்கள் குளிக்கும் நீர்நிலை = குளம்
- விலங்கு குளிக்கும் நீர்நிலை = குட்டை

தமிழ் வேளாண்மையின் உயிரோட்டம்.. பாருங்கள்!

ஆற்று/மழை நீரை..

- வேளாண்மைக்கு, ஏரியில் ஓட்டி
- உணவுக்கு, ஊருணியில் ஓட்டி
- குளிக்க, குளத்தில் ஓட்டி
- விலங்குக்கு, குட்டையில் ஓட்டும் Chain Network

- **ஓடை, மடை** = *காரனோடை, பத்தமடை, பாலாமடை (வயலுக்குப் பாயும் நீர்)*
- **ஏரி** = *மாறனேரி, சீவலப்பேரி, பொன்னேரி, நாங்குநேரி*
- **ஏந்தல், தாங்கல்** = *கொம்புக்காரனேந்தல், வேடந்தாங்கல், பழவந்தாங்கல்*
- **குளம்** = *பெரியகுளம், விளாத்திகுளம், பெருங்குளம், கருங்குளம்*
- **ஊருணி** = *பேராவூருணி, மயிலூருணி*
- **கேணி, கிணறு** = *திருவல்லிக்கேணி, கிணத்துக்கடவு, ஏழுகிணறு, நாழிக்கிணறு*

4) நெய்தல் (கடல் சார்ந்த நிலம்)

- **குப்பம்** = காட்டுக் குப்பம், நொச்சிக் குப்பம், சோலைக் குப்பம் (குப்பம்.. மீனவர் பகுதி மட்டுமே அல்ல; கடற்கரைக் குடியிருப்புப் பகுதி)

- **பட்டினம்** = காவிரிப் பூம் பட்டினம், நாகைப் பட்டினம், காயல் பட்டினம் (திருச்சிப் 'பட்டணம்' = பெரு நகரம். நாகைப் 'பட்டினம்' = கடற்கரை நகரம்)

- **பாக்கம்** = பட்டினப்பாக்கம், சேப்பாக்கம், வில்லிப்பாக்கம், புரசைப்பாக்கம்

(அடடா, சென்னையில் தான் எம்புட்டு எம்புட்டு பாக்கங்கள், சினிமாவின் கோடம்பாக்கம் உட்பட! ☺ பட்டினம் = Seaside Town, பாக்கம் = Seaside Hamlet; மருவூர்ப்பாக்கம், பட்டினப்பாக்கம் என்றே சிலப்பதிகாரம் பேசும்)

- **கரை** = கோடியக்கரை, கீழக்கரை, சேதுக்கரை, மணக்கரை

- **துறை** = குமரித் துறை, கொற்கைத் துறை, காயல் துறை (இது மருத நிலத்துக்கும் உண்டு! அங்கே ஆற்றுத் துறை, இங்கே கடல் துறை)

5) பாலை: (நான்கு நிலங்களும், இயல்பு திரிந்த நிலம்)

பாலை-ன்னு தனித்த நிலம் இல்லை! அந்தந்த நிலங்களே, அவற்றின் இயல்பு கெட்டுப் போனால், பாலை ஆகும்!

- முல்லை / குறிஞ்சி மிக்க திருவேங்கடம், காட்டுத் தீ பற்றி எரிஞ்சா = பாலை

- துறைமுகப் பட்டினம், கடல் கொண்டுபோனால் = பாலை

சேர நாடு முழுக்கவே மலை/குறிஞ்சி -ன்னு முடிவு கட்டீற முடியாது! ஒரே ஊரில், நால்வகை நிலங்களும் இருக்கலாம்! நெல்லை குற்றாலம், ஒரே ஊர் தான்! மலையில் = குறிஞ்சி; மலைக் காட்டில் = முல்லை; சற்று தள்ளிச் சென்றாலோ.. பைம்பொழில் வயல்சூழ் மருதம். அதான் தொல்காப்பியர், நிலத்தை = அரசியல் அடிப்படையில் பிரிக்காம, இயற்கை அடிப்படையில் வகுத்து வைச்சாரு!

பொதுவான ஊர் பேர் விகுதிகள்:

ஐந்திணை விகுதிகள் மட்டுமல்லாமல், பல 'பொது' விகுதிகளும் உள்ளன!

- **ஊர்** = இது எல்லா இடங்களுக்கும் வரும்!

- திருவாரூர், திங்களூர், கஞ்சனூர், நாவலூர், மூவலூர்.. -ன்னு அளவே இல்ல! பாடல் பெற்ற ஊர்களுக்கு, 'திரு' முன்னொட்டு சேர்த்துக் கொள்வது வழக்கம்.

- **நாடு** = ஒரத்தநாடு, வழுதிநாடு, பாப்பாநாடு, வயநாடு (கேரளம்)

- **புரம்** = காஞ்சிபுரம், பல்லவபுரம் (பல்லாவரம்), திருவனந்தபுரம் (கேரளம்) காவலை உடைய நகர் = புரம்

- **குடி** = தூத்துக்குடி, குன்றக்குடி, வேளுக்குடி, இளையான்குடி, சாலக்குடி (கேரளம்) குடிகள்/இனங்கள் ஒன்றி வாழும் இடம்; குடி-இருப்பு!

- **சேரி** = புதுச்சேரி, பறைச்சேரி, செம்மஞ்சேரி, சாவகச்சேரி

பல குடிகள் 'சேர்ந்து' வாழ்வதால் சேரி; இன்னிக்கி Slum-ன்னு இழிவு ஆக்கீட்டோம் ☹

வீட்டின் அமைப்பு குறிக்கும் ஊர் விகுதிகள்:

- **இல்** = மருதில், அன்பில், செந்தில் (செந்தூர்)
- **அகம்** = திருவேடகம், திருப்பாடகம், திரு-ஏரகம்
- **வாயில்/வாசல்** = திருமுல்லை வாயில், சித்தன்ன வாசல், குடவாசல்
- **முற்றம்** = சத்திமுற்றம், குளமுற்றம்
- **பள்ளம், மேடு** = பீளமேடு, பெரும்பள்ளம்

அரசு/போர்/தொழில் குறித்த ஊர் விகுதிகள்:

- **பாளையம்** = பெரிய பாளையம், பாப்பா நாயக்கன் பாளையம், இராச பாளையம், கோபிசெட்டிப் பாளையம், மேட்டுப் பாளையம்; படை வீரர்கள் தங்கும் ஊர் = பாளையம்; பாளையக்காரர் என்றே பேரு! கோவை முழுதும் உள்ள பாளையங்கள், சொல்லி மாளாது ☺

- **கோட்டை** = பாளையங்கோட்டை, புதுக்கோட்டை, பட்டுக்கோட்டை; படைகள் சூழ, மன்னனின் அரண்

- **பேட்டை** = தொழில் சார்ந்த ஊர்கள்; செவ்வாய்ப்பேட்டை, சூளூர்ப்பேட்டை, வண்ணாரப்பேட்டை, சைதாப்பேட்டை, குரோம்பேட்டை

"பேட்டை Rap" என்று புகழ்பெற்ற தமிழ்ச் சினிமாப் பாடல் ஒன்று உண்டு! நான் இங்கு தரப் போவதில்லை; நீங்கள் எழுந்து ஆடி விடுவீர்கள் ☺ Ha Ha! நூல் நிறையும் மகிழ்ச்சியில், நீங்களே Pettai Rap பாடிக் கொள்ளுங்கள்

வாங்க, அலுவல் பயணமோ, குடும்பப் பயணமோ, சுற்றுலாவோ.. தமிழக ஊர்களுக்குச் செல்லும் போதெல்லாம்.. அங்குள்ள தமிழையும்/தமிழரையும் பயில்வோம்! இனிது இனிது, பயணம் இனிது; அதனினும் இனிது, தமிழகப் பயணம். அதனினும் இனிது, தமிழ்-அகப் பயணம்!

தமிழை-அகத்துள் வைத்துள்ள..

உங்கள் அனைவருக்கும், மகிழ் திகழ் வாழ்த்துக்கள்!

படலக் குறுந்தொகை

1. தமிழக ஊர் பேர்களின் விகுதிகளில் அமைந்துள்ள ஒழுங்கு = முல்லை, குறிஞ்சி, மருதம், நெய்தல்.. நானிலம் சார்ந்து அமைந்ததே!

2. இது, தமிழகம் மட்டுமல்லாது, அண்டை தெலுங்கு, கன்னட, மலையாள நாடுகளிலும் உண்டு

3. முல்லை = காடு, பட்டி, பாடி, காவு, தோப்பு, பொழில், மந்தை

4. குறிஞ்சி = மலை, கோடு, குன்றம், குறிச்சி, பாறை, கல்

5. மருதம் = ஆறு, துறை, அரங்கம், கூடல், பழனி, கழனி, வயல், விளை, ஓடை, மடை, ஏரி, ஏந்தல், தாங்கல், குளம், கேணி, கிணறு, ஊருணி

6. நெய்தல் = கரை, துறை, பட்டினம், பாக்கம், குப்பம்

7. பொதுவான ஊர் விகுதிகள் = ஊர், நாடு, புரம், குடி, சேரி, இல், அகம், வாயில், முற்றம், பள்ளம், மேடு, பாளையம், கோட்டை, பேட்டை

8. தமிழக வேளாண்மை ஆர்வம் காட்டி அறிவோம்
    - கால்வாய் = ஆறு/எரியில் இருந்து ஊருக்குப் பாய்வது
    - வாய்க்கால் = கால்வாயில் இருந்து, நிலத்துக்குக் கொள்வது

9. ஆறு → ஏரி → கண்மாய் → தாங்கல் → ஏந்தல் → ஊருணி → குளம் → குட்டை

10. தமிழகப் பாசன முறைகளில் ஆர்வம் வளர்த்துக் கொள்வோம்; ஆங்காங்கே தன்னார்வல நீர்வள முயற்சிகட்குக் கைக் கொடுப்போம்!

நூற்கருவி:

1. டாக்டர். ரா.பி. சேதுப்(பிள்ளை) - ஊரும் பேரும்
2. கே.கே. பிள்ளை - தமிழக வரலாறும் மக்களும் பண்பாடும்

பின்னுரை:

அறிவியல் தமிழ், Meme தமிழ், வளரும் தமிழ்!

முடிப்பாக.. இந்நூலின் நோக்கம் பேசுவோம்! இது, உங்களோடு பேசும் முயற்சியே; பேச்சுத் தமிழிலேயே! 😊 மெய்த் தமிழ் அறிஞர்கள் அளவிலேயே தங்கிவிட்ட தமிழ் உண்மைகளை, உங்கள் வீட்டுக்கு & வீதிக்கு, கொண்டு வரும் முயற்சியே!

- அறியப்படாத தமிழ்மொழி
- அறியப்படாத தமிழகம்

அறிந்துகொள்ள முயல்வோம்; அது நம் எண்ணத்தை நேர் செய்யும்! சீர் செய்யும்!

சமூகநீதியில் தான் சிறுவெற்றி கண்டுள்ளோமே தவிர, இன்னும் மரபுநீதி/தமிழ்நீதி வென்றெடுக்கப் படாமலேதான் உள்ளது! அதற்கான தலைமுறைப் பயணத்தில் இந்த நூல், ஒரு பயண வழிகாட்டி;

நம் ஒவ்வொருவரின் பிறப்பும், வளர்ப்பும், பணிச்சூழலும், பொழுதுபோக்கும், ஆர்வமும், ஆசையும் வெவ்வேறு!

- நமக்குச் சொல்லி வளர்க்கப்பட்ட பல கதைகளால்,

- நாமே பிழையாகப் பயின்றவற்றால்,
- காலங்காலமாக நம் தமிழ் மீது போர்த்தப்பட்ட மறைப்புகளால்,

நம்மையும் அறியாமல் சில/பல பிழைகளை உள்வாங்கிக் கொண்டிருப்போம்! சிறிது சிறிதாக, களைந்துகொள்ள முயல்வோம்! அதற்கே, இப் பயணம்! நம் சமயப் பிடித்தம், அரசியல் பிடித்தம் வேறாக இருக்கலாம்! ஆனால் தமிழ்ப் பற்று, ஒன்றே!

எதற்கெடுத்தாலும், சமயம் சார்ந்தே பார்க்கும் பார்வையை விடுத்து, தமிழை = தமிழாக மட்டும் காண, கொஞ்சமாச்சும் முயல்வோமே? என்ன, முயலலாமா? ☺

தமிழ்ப் பாதை = மனிதம் என்னும் பாதை! தமிழ் மொழி பிற எந்த மொழி மீதும் ஆதிக்கம் செலுத்தியதில்லை; பிற பண்பாடுகளை, ஒரு நாளும் சிதைத்ததில்லை! நமக்குள் 1000 ஒற்றுமையின்மை இருக்குமே தவிர, பிற பண்பாடுகளைச் சிதைக்காத குணம், நம் அறம் மிகு மரபுத் தொகுப்பில் ஊறியுள்ளது!

- சில பல ஆதிக்கங்கள்
- Sanskrit Parasite
- சாதி எனும் கொடுநோய்
- மதம் மூலமாகத் தமிழ் மறைத்தல்
- அறிவியல் யுகத்திலும் அதைத் தொடர்ந்து செய்தல்

இவற்றுக்காக, நாம் யாரையும் வெறுக்கவோ/பழிவாங்கவோ போவதில்லை! அது அறமும் அன்று! நம்மை நாமே 'அறிந்து', திருத்திக் கொள்ளலே நல்வழி! பல நூற்றாண்டுப் பிழைகள், ஒரே நாளில் மறைந்து விடாது! ஆனால், ஒவ்வொரு தலைமுறையிலும்.. சிறுகச் சிறுக வெல்ல முடியும்!

அந்த வெற்றியாற்றல்.. தமிழின் இளைய தலைமுறையிடம் தான் உள்ளது!

தமிழின் மேலுள்ள காதல் வேறு! அதற்காக, பொய்யாகப் பெருமை பேசலும், அதீத துதி மனப்பான்மையும் வேறு! நம் தமிழுக்கு = அறிவியல் பாதையே நலம்! வெறுமனே உணர்ச்சிப் பாதை = அறிவு நுட்பம் அல்ல; ஆளைக் கவிழ்த்து விடும்! தமிழ் மட்டுமின்றி, தினப்படி அறிவியல் ஆர்வம்.. பிள்ளைகட்கு ஊட்டுங்கள்; நீங்களும் ஊட்டிக் கொள்ளுங்கள்! ☺ அறிவியல் ஏற ஏற, மதம் குறையும்!

நிலவு, தினமும் தேய்வது/வளர்வது எதனால்? தினமுமே நிலவின் ஒரு பகுதி மறைகிறதே? அந்த மறைப்பை = மறைப்பு (கிரஹணம்) என்று ஏன் சொல்வதில்லை? Google செய்யாம, சொல்லுங்க பார்ப்போம்! முதலில் பெற்றோர்கள் சொல்லுங்க; பின்பு பிள்ளைகள் சொல்வர் ☺. ஏன் ஒவ்வொரு முழுமதியிலும் (பெளர்ணமி) மதிமறைப்பு (சந்திர கிரஹணம்) நிகழ்வதில்லை? இப்படில்லாம் உங்களை நீங்களே கேட்டுக்கொள்வீரா? பிள்ளைகளைக் கேட்பீரா? கேளுங்கள்!

- வானம் நோக்கப் பழகுவோம்
- மலை/ஆறு/கடல் நோக்கப் பழகுவோம்
- இயற்கை நோக்கப் பழகுவோம்
- நம்மைச் சூழ்ந்துள்ளோர்க்கும் பழக்குவோம்

இந்நூலின், தமிழ் உண்மைகளை இயன்றவரை, உங்கள் வீட்டிலும் வீதியிலும் எடுத்துச் சொல்லுங்கள்.. அன்பாக, பொழுது போக்காக, கதை சொல்வது போல்!

இன்றைய Meme (போல்மி) எனும் அற்புதக் கருவியில், நானே மயங்கீட்டேன். அதைக் கொண்டு நாம் பலரைச் சென்றடையலாம். ஒரு படம் = ஓராயிரம் சொல்! கீழே காண்க! ‘கிரந்தம் தவிர், சம்ஸ்கிருதம் தவிர்’ என்று ஆயிரம் கட்டுரைகள் அடிக்க வல்ல அடியை, ஒரு Meme பளார் என்று அடித்து விடுகிறது. Ha Ha

இங்கு, உங்களோடு சில Meme-களைப் பகிர்ந்து கொள்கிறேன். எத்துணை நகைச்சுவையோடு, தமிழ் உண்மை அரங்கேறுகிறது பாருங்கள்☺. இதைப் பகிர இசைவளித்த நண்பர்கள் @sathishmemes & @vantherimadu அவர்கட்கு என் இனிய நன்றி!

ஊரை எரிக்காத, Public Property Damage செய்யாத
கண்ணகி மகிழ்வாள் ☺

தமிழின் ஓசைநெகிழ்வு, ‘ஆய்தம்‘ மகிழும், (ஃ = அஹ் எனும் ஒலிப்பு; அக் அல்ல)

பொய்யேற்ற, மதம் அஞ்சும்! அறிவியல் அகமகிழும், இறைவனும் மகிழ்வான்

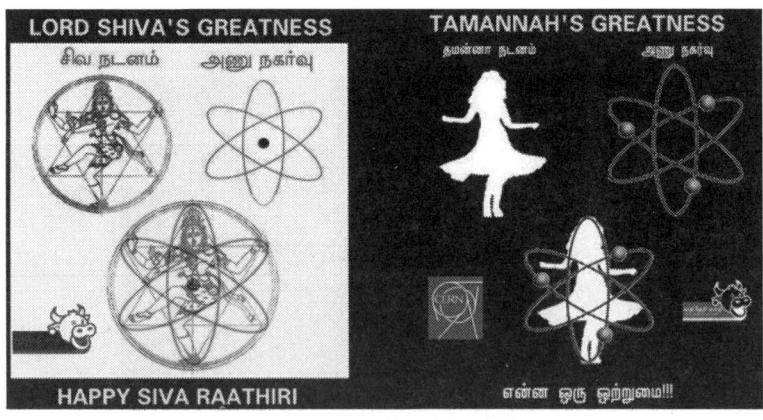

எளிய E = mc^2 அறிவியல், எகத்தாளமாக! ☺

வள்ளுவர் முதல் பாரதி வரை.. பொய் விலகி மகிழ்வர் ☺

நம்மையே திருத்திக் கொள்வோம், நம் மடமை நீங்கி

தமிழ்ச் சான்றோர் சொல்லிடும் தமிழ் உண்மைகளை எடுத்துக் கோத்து, இன்னும் இதுபோல் பலப்பல Meme-கள் வரல் நலம்! அதைச் சினிமா எனும் மந்திரக் கலையில் ஒட்டி, நகைச்சுவையால் மாற்றானும் சிரித்து, மதியில் 'பொளேர்' என அறையும் மெய்ம்மைத் தமிழ்!

நீங்களும் இந்நூலின் மெய்ம்மைகளை, இப்படிப் பரவல் ஆக்க வேண்டுகிறேன்.

தொல்காப்பியரே, குலுங்கிக் குலுங்கிச் சிரிப்பார்
அகத்திணைக் காதல் அழகு, இப்படியும் கூடச் சொல்லலாமா?

இவை யாவும் ஒரு விளையாட்டே! தமிழ் விளையாட்டே! எப்பவுமே Serious-ஆ மூஞ்சிய வைச்சிக்கிட்டு, தமிழ்த் தரவுகள் மட்டும் பேசாது, அத் தமிழ்த் தரவுகளை வீதிக்குக் கொண்டு சேர்க்கும் கலை! ☺

● ● அறியப்படாத தமிழ்மொழி

மக்களைச் சிறுகச் சிறுகத் தமிழ்ப் பெயர்கள் சூட்ட வைப்பது எப்படி? இப்படியெல்லாம் தான், சிரிக்க வைத்துச் சிந்திக்க வைக்கோணும்! வெறுமனே தமிழ்ப் பற்று 'உபதேசங்கள்' வேலைக்கு ஆகாது!

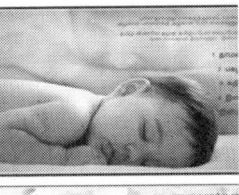
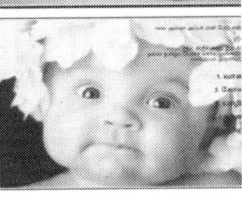

இந்த ஐம்பெரும் புள்ளிகளை, ஒருநாளும் மறக்காதீர்கள் :

1. மதமோ/சடங்கோ, நாம் உடனே விட்டுவிடப் போவதில்லை ☺ ஆனால் அதன் பின்னுள்ள 'தமிழ் உண்மை' அறிந்து கொண்டால், அதில் நமக்கு ஒரு மயக்கம் இருக்காது! மூளையில் மதம் பிடிக்காது அணுகுவோம்!

2. இறை & நம் வாழ்வியல் = இயற்கை சார்ந்து அமையும்! பொய்ப் புனைவு = புனைவே என்று நாம் உணர்ந்து கொள்வோம்!

3. தமிழில் பெயர்கள், தமிழில் வழிபாடு, தமிழில் சமூகவாழ்வு, தமிழில் அறிவியல் என்று நம் அன்றாட வாழ்வியலில், மொழி சார்ந்து ஒன்றுவோம்!

4. சாதி கடந்து, தமிழைத் தமிழாக அணுகும் பார்வை மேம்படும்! மதம் கடந்து, தமிழைத் தமிழாக அணுகும் புரிதல் பெருகும்!

5. இறைவனைப் பொய்க் கதைகளில் தேடி, போலியாக இன்புறாது, மெய்யே இறைமை எனப் பழகுவோம். (அல்லது) இறை மறுப்புக் கொள்கையாளர்கள், தமிழை அறிவியல் பாதையில், மேன்மேலும் முன்னெடுக்க முயல்வோம்!

●● தடாகம் வெளியீடு

அறியப்படாத தமிழ்மொழி....
இனி அறியப்படும் தமிழ்மொழி!

நூல் இனிதே நிறைவுற்றது!
இனி, அந் நிறைவு.. உங்கள் கையில்!
உங்கள் வீட்டில்! உங்கள் மனசில்!

உங்கள் இல்லத்தார்க்கும், பிள்ளைகட்கும்,
உங்களுக்கும்.. நீங்காத தமிழ்ச் செல்வம்
நிறைந்தேலோ ரெம்பாவாய்!
தமிழ் வளமும் நலமும் சூழ்ந்து வாழ்க!

பின் இணைப்பு:

வடமொழி விலக்கு அகராதி!

நம்மை அறியாமலேயே, நாம் அன்றாடம் பயன்படுத்தும் தமிழில், ஒட்டுண்ணி Sanskrit Parasite சொற்களுக்கு மாற்றாக, இனிய/எளிய தமிழ்ச் சொல்லால், 'வடசொல் விலக்கு' அகராதி; அதன் இணைய முகவரி இதோ = http://tamilchol.com

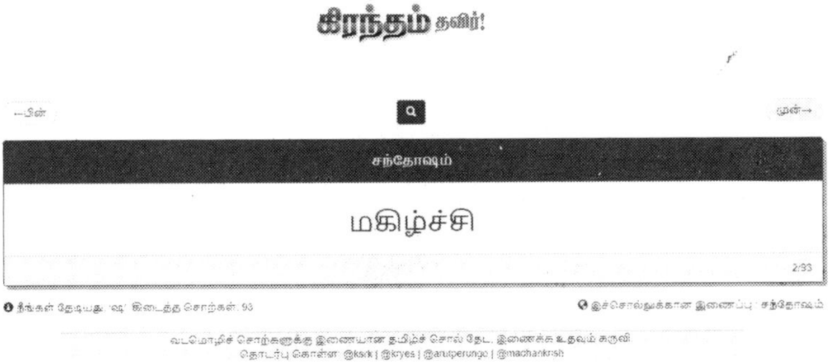

கிரந்தம் தவிர்!
←பின்
முன்→
சந்தோஷம்
மகிழ்ச்சி
2/93
நீங்கள் தேடியது: 'ஷ' கிடைத்த சொற்கள்: 93
இச்சொல்லுக்கான இணைப்பு : சந்தோஷம்
வடமொழிச் சொற்களுக்கு இணையான தமிழ்ச் சொல் தேட, இணைக்க உதவும் கருவி
தொடர்பு கொள்ள: @ksrk | @kryes | @anuperungo | @machankrish

இரு மொழிகளும் அறிந்த, (அறம் மிகு) சான்றோர் அறிவார்கள்; ஒரே சொல், இரு மொழிகளிலும் இருக்கலாம்; ஒன்று போலவே ஒலிக்கலாம்! ஆனால் 'வேர்ச்சொல்' வேறு! என்று தெளிக. சான்று: அமிழ்தம் = தமிழ், இனிமை | அ-ம்ருதம் = சம்ஸ்கிருதம், அ+மிருத்யு/சாகாமை.

யாரேனும் "ஆதி-பகவன் (Pagavan), சிலப்பு -அதிகாரம் எல்லாம் சம்ஸ்கிருதமே" என்று உளறினால், உடனே அஞ்சி விடாதீர்கள் ☺ தமிழும் அறியாது, சம்ஸ்கிருதமும் அறியாது, வெறுமனே Sanskrit மோஹத்தால் 'புத்தி' காட்டுகிறார்கள் என்று கொள்க. சம்ஸ்கிருதமும் = செம்மொழியே; சிலரின் ஆதிக்கப் புத்தியால் நலிவுற்றது ☹

தெய்வத்தால் ஆகாது எனினும் - முயற்சி தன்
மெய்வருத்தக் "கூலி" தரும்!

திருக்குறளில் 'கூலி' = ஹிந்தி Coolie அல்ல. அக்காலத்தில் ஹிந்தி மொழியே இல்லை! கூலம் = தானியம்/Grains என்ற தமிழ்ச்சொல்!

மதுரைக் 'கூல' வாணிகன் சீத்தலைச் சாத்தனார்; அந்நாளில் தானியமே (கூலமே), ஊதியமாய்த் தருவதால் 'கூலி'! அதைப் பறையின் பின்னால் கொட்டித் தருவதால் 'பறை'. ஆண்டாள் திருப்பாவையில் பாடும் பறை தருவான் என்பதும் இதுவே! இதுபோல் நுட்ப வேறுபாடு தெளிந்தால், தமிழுக்குச் செய்யப்படும் மோசடி உங்களிடம் செல்லாது! ☺

உங்கள் அழகிய குடும்பத்தின்/இளமைத் தலைமுறையின்

தமிழ்ப் பயணத்துக்கு.. வெற்றி திகழ் வாழ்த்துக்கள்!

படங்கள் - நன்றி

படலம் #1

1. Aravan Stills - India Glitz https://www.indiaglitz.com/aravaan-gallery-images-tamil-2-1118224

படலம் #3

1. Nuclear Fission - Chemistry Tutor Vista http://chemistry.tutorvista.com/nuclear-chemistry/nuclear-fission.html

படலம் #4

1. Subramanya - trickedbythelight, Melek Taus http://www.trickedbythelight.com/tbtl/images/Melek-Taus-Murugan-god-of-war-rides-Peacock.jpg
2. Palani Hills - TNBiz.in http://web.archive.org/web/20160508002205/http://tnbiz.in/dindigul/info/main_pg_clip_image002.jpg
3. Mullai, Kurinji, Paalai - Tamil VU http://www.tamilvu.org/courses/diploma/c031/c0311/images/c03113mb.jpg

படலம் #5

1. Tiruchendur - digitalkaleidoscope http://www.digitalkaleidoscope.in/2015/01/thiruchendur-travel-blog.html
2. Pazhamuthir Cholai - madurairesidency https://www.madurairesidency.com/img/abouts/palamuthirsolai0.jpg
3. Swamimalai Steps - http://bravohector.blogspot.com/2014/11/south-mega-ride-2-tamilnadu-part-5.html

படலம் #6

1. Pashupathi Seal - Indus Valley Civilization sealmaker from Mohenjodaro archaeological site

    https://commons.wikimedia.org/wiki/File:Shiva_Pashupati.jpg

2. Gundestrup Cauldron Seal - http://www.ccdeadelberg.be/mediastorage/FSImage/A0/3599/VO-0126-kelten2.jpg

படலம் #7

1. Dravidian Language Map - Institute of Linguistics, Taiwan http://www.ling.fju.

edu.tw/typology/DravidianLanguageMap2.jpg

2. Churning of Milk Ocean - ISKCON

3. Pangea Continent - Knuttz
   http://knuttz.net/p/2017/07/history-appalachian-mountains-in-how-were-the-appalachian-mountains-formed.gif

4. Homo Sapiens - martalpz
   https://image.slidesharecdn.com/8-140423073815-phpapp02/95/8-origin-of-life-evolution-27-638.jpg?cb=1398238885

5. Kuravai koothu - Ponniyin Selvan https://www.pinterest.com/pin/330381322649850785/

6. Kolanji Appar - Sakthi Vikatan http://img.vikatan.com/sakthi/2016/10/mzniod/images/indn_124368.jpg

7. Bahubali Gommateshwara - Deepak Venkatesan https://www.flickr.com/photos/deepakvenkat/4737395193

8. Kannagi Kovalan Thirumanam - silapathikaram.com http://silapathikaram.com/blog/wp-content/uploads/2015/05/marriage.jpg

படலம் #8

1. Vocal Tract - pronuncian https://pronuncian.com/the-vocal-tract/

படலம் #9

2. Chinese Zodiac - Tarot.Com

படலம் #10

1. Periplus_of_Erythraean_Sea - By George Tsiagalakis - GFDL https://commons.wikimedia.org/w/index.php?curid=37514360

2. Nammazhvar - Sakthi Vikatan

படலம் #11

1. Entholkaapiyam – Andhamil https://play.google.com/store/apps/details?id=eam.droid.pt.entholkaappiyam&hl=en_GB

2. BR Ambedkar - Amazon
   https://www.amazon.com/dp/B00L0E2AIU/ref=dp-kindle-redirect?_encoding=UTF8&btkr=1

3. Parai Music - BBC http://www.bbc.com/tamil/india/2014/10/141015_paraimusic

4. Bhagavad Gita - Swami Prabhupada https://www.asitis.com/
5. The Caste System - ShiaVault http://www.shiavault.com/books/the-caste-system-of-india-a-very-rudimentary-summary/chapters/4-the-confusing-caste-system

படம் #12

1. Kamban Vizha - Thinakaran.lk http://www.thinakaran.lk/sites/default/files/news/2016/03/23/04col123314217_4076574_23032016_spp_gry.jpg
2. Ilangovadigal Yaar? - Marina Books http://www-img1.marinabooks.com/static/img/thumbnail/gowra/5_5133_b.jpg
3. Rama Sita - Ananda Vikatan ; http://4.bp.blogspot.com/-R5G8uCuEt4A/VUISp8aRLFI/AAAAAAAAYTA/S7F9TXlAT68/s400/a6.jpg
4. Kannagi - Amar Chitra Katha https://www.tamilbells.com/wp-content/uploads/2017/06/Kannagi-Burnt-Madurai-and-where-did-She-Go-History-of-Kannagi.png
5. Google Maps - Tiruchirapalli to Madurai Routes
6. Vel of the Tribes - Shivapratap Gopakumar https://www.flickr.com/photos/shivan/2707305382/

படம் #13

1. Tamil Heritage Month – Canada http://tamilyouth.ca/5th-annual-tamil-heritage-month-2014-opening-reception/

படம் #14

1. Thanneer Thanneer - Maanathile Meen Irukka song scene
2. Periya Koil - Varalaaru.com http://www.varalaaru.com/images/May06/nizhal.jpg
3. Raja Raja Inscription - Davegeo https://commons.wikimedia.org/wiki/File:Raja_Raja.JPG
4. Madurai Yaanai Malai - CPR Education Center http://www.cpreecenvis.nic.in/Database/Yanaimalai_2949.aspx
5. Samana Malai – Maduraivaasagan https://maduraivaasagan.files.wordpress.com/2011/04/samanamalaipechipallamjpg
6. Roman Forum - Caesar ; Public Domain\https://commons.wikimedia.org/w/index.php?curid=161312

படலம் #15

1. Water Cycle - Teacher Tube
   https://cdn-media1.teachertube.com/mp4video202/thumbnails/84116.png
2. Types of Clouds – Carsondellosa
   http://images.carsondellosa.com/media/cd/images/product/large/5910.jpg

படலம் #16

2. Tamilnadu Topo Map - Maps of India ; https://www.mapsofindia.com/maps/tamilnadu/tamil-nadu-physical-map.jpg
3. Rain Water Harvesting - Vinavu ; http://www.vinavu.com/wp-content/uploads/2016/10/Water-Management.jpg
4. Kumari Munai – kanyakumaritourism
5. https://www.kanyakumaritourism.co.in/wp-content/uploads/2016/07/Kanyakumari-Tourism-310x165.jpg